INSIGHT PUBLICA
നവോത്ഥാന പരമ്പര

Nadakkavu, Kozhikode, Kerala
Tel:0495–4020666
www.insightpublica.com
e-mail: insightpublica@gmail.com
PadamillenkilPadathekkilla
Ayyankali
(Malayalam)
Smitha Neravathu
I[st] Edition: February 2017
This Edition: December 2018
Copyright©Reserved

ISBN 978-93-85899-76-8

Published by
Insightinpublica Publishers Pvt. Ltd.
Printed at Repro India Limited, India

₹ 159/-

പാഠമില്ലെങ്കിൽ പാടത്തേക്കില്ല

അയ്യങ്കാളി

സ്മിത നെരവത്ത്

നവോത്ഥാന പരമ്പര

കണ്ണൂർ ജില്ലയിലെ കതിരൂരിൽ 1980 മാർച്ച് 28ന് ജനനം. അച്ഛൻ പരേതനായ എൻ. രാഘവൻ മാസ്റ്റർ. അമ്മ സതീദേവി. ഇംഗ്ലീഷ് സാഹിത്യത്തിൽ ബിരുദാനന്തര ബിരുദം. വിവർത്തന പഠനത്തിൽ ഹൈദരബാദ് സെൻട്രൽ യൂണിവേഴ്സിറ്റിയിൽനിന്ന് എം.ഫിൽ. പത്രപ്രവർത്തനത്തിൽ പി.ജി. ഡിപ്ലോമ നേടിയിട്ടുണ്ട്. ഇപ്പോൾ പേരാമ്പ്ര സിൽവർ ആർട്സ് & സയൻസ് കോളേജിൽ ഇംഗ്ലീഷ് വിഭാഗത്തിൽ അദ്ധ്യാപിക. പ്രസിദ്ധീകരിച്ച കൃതി: *യൂലിസിസിന്റെ സാഹസിക യാത്രകൾ* (വിവർത്തനം).

ഭർത്താവ്: കെ.പി പ്രകാശൻ. മകൻ: സമർ അമൻ.

ഇമെയിൽ: smithajeena@gmail.com

സ്മിത നെരവത്ത്

കേരളത്തിന് അറുപത് വർഷം
മലയാളത്തിന് അറുപത് പുസ്തകം

കേരളത്തിന്റെ ഷഷ്ടിപൂർത്തി വേളയിൽ അറുപത് പുസ്തകങ്ങൾ ഞങ്ങൾ പ്രസാധനം ചെയ്യുകയാണ്. കേരളം കേരളമായിത്തീർന്നതിന്റെ സാംസ്കാരിക ധ്വനികൾ, സമരോത്സുകതയുടെ കാഹളങ്ങൾ, ഇനിയും തിരിച്ച പിടിക്കേണ്ട ജീവിതത്തിന്റെ അർത്ഥസാധ്യതകൾ, തിരുത്തി എഴുതേണ്ട പ്രതിലോമ ചിന്തകൾ, സൗന്ദര്യവും സാഹിതീയവ്വും സംഗമിക്കുന്ന സംസ്കൃതിയുടെ മുദ്രകൾ എല്ലാം ഈ അറുപതിൽ സമാഹരിക്കുന്നു.

പ്രതിരോധത്തിന്റെ പത്ത് പുസ്തകങ്ങൾ, പുതിയ നോവൽ ഭാവനയുടെ പത്ത് പുസ്തകങ്ങൾ, സോവിയറ്റ് ഓർമ്മയുടെ പത്ത് പുസ്തകങ്ങൾ, ഭാഷയുടെയും ജീവിതത്തിന്റെയും പത്ത് പുസ്തകങ്ങൾ, സർഗാത്മക സാഹിത്യത്തിന്റെ പത്ത് പുസ്തകങ്ങൾ, നവോത്ഥാനത്തിന്റെ പത്ത് പുസ്തകങ്ങൾ എന്നിങ്ങനെ ആറ് വിഭാഗങ്ങളിലായാണ് അറുപത് പുസ്തകങ്ങൾ പ്രസിദ്ധീകരിക്കുന്നത്.

അനീതിയും അസമത്വവ്വും അയിത്തവും അനാചാരവ്വും തളം കെട്ടി നിന്ന, ഭ്രാന്താലയമെന്ന് പേരുകേട്ട കേരളീയ സമൂഹത്തിൽ നവോത്ഥാന കാഹളം മുഴക്കി സമൂഹത്തെ മാറ്റിമറിച്ച നവോത്ഥാന പോരാളികളുടെ ജീവിതവ്വും ഇടപെടലുകളുമാണ് നവോത്ഥാന പരമ്പരയിൽ സമാഹരിക്കുന്നത്. ശ്രീനാരായണ ഗുരു, ചാവറയച്ചൻ, വക്കം അബ്ദുൽ ഖാദർ മൗലവി, ചട്ടമ്പി സ്വാമികൾ, സഹോദരൻ അയ്യപ്പൻ, വാഗ്ഭടാനന്ദൻ, അയ്യങ്കാളി, വി.ടി. ഭട്ടതിരിപ്പാട്, പി. കൃഷ്ണപിള്ള, ആര്യാപള്ളം തുടങ്ങി പത്ത് പേരാണ് ഈ പരമ്പരയിലുള്ളത്.

ഇത്തരമൊരു സംരംഭത്തിന് അകമഴിഞ്ഞ് പ്രോത്സാഹനമേകിയ സുമനസ്സുകളെ സ്നേഹപൂർവ്വം സ്മരിക്കുന്നു. യഥാസമയം പുസ്തകങ്ങൾ തയ്യാറാക്കി നൽകിയ പ്രിയ എഴുത്തുകാർക്ക് സ്നേഹം.

സുമേഷ് ഇൻസൈറ്റ്

ഉള്ളടക്കം

അയ്യങ്കാളിയും ജനാധിപത്യ കേരളവും

മനുഷ്യശരീരങ്ങളെ ശുദ്ധ/അശുദ്ധ വിഭജനങ്ങളിലൂടെ പരസ്പരബ ന്ധങ്ങളിൽ നിന്നും, വിനിമയങ്ങളിൽ നിന്നും അകറ്റി നിർത്തിയ പ്രാകൃത സാമൂഹ്യാവസ്ഥകളുടെ ഹൃദയം പിളർന്നുകൊണ്ടാണ് നവോത്ഥാന പ്രക്ഷോഭങ്ങളുടെ തിരയേറ്റങ്ങളുണ്ടായത്. പൊതുവ ഴിയിൽ നിന്ന് ആട്ടിയകറ്റപ്പെടുകയും, വിദ്യാഭ്യാസാവകാശങ്ങൾ നിഷേധിക്കപ്പെടുകയും, സ്വന്തമായി ഭൂമിയും ഉപജീനോപാധികളും ഇല്ലാതിരിക്കുകയും ചെയ്ത അവർണ്ണ ജീവിതങ്ങൾ, സവർണ്ണ നിശ്ച യങ്ങളുടെ അതിരിടങ്ങൾക്കു പുറത്തുമാത്രം കഴിയാൻ അനുവദിക്ക പ്പെട്ടവരായിരുന്നു. ഓരോ മനുഷ്യന്റെയും ചലനങ്ങൾക്ക് ദൂരവും, പരിധിയും കൽപ്പിക്കപ്പെട്ട ജാതി നിയമബന്ധമായ ക്രമങ്ങളും അലംഘനീയമായ ആചാര വ്യവസ്ഥകളും കൊണ്ട് അടഞ്ഞതും ചലനരഹിതമായതുമായ ഒരു സമൂഹമായി കേരളത്തെ നിലനിർ ത്തിപ്പോന്നു.

ഇങ്ങനെ സമൂഹത്തിലെ വലിയ വിഭാഗം മനുഷ്യരുടെ ജീവിതം മറ്റൊരു വിഭാഗത്തിന്റെ ആജ്ഞകൾക്കും തീരുമാനങ്ങൾക്കും കീഴിൽ ഒതുക്കപ്പെടുകയും, അത് സ്ഥാപിച്ചെടുക്കാൻ എണ്ണിയാലൊ ടുങ്ങാത്ത ആചാരക്രമങ്ങളും, കഠിനമായ ശിക്ഷാവിധികളും പുറപ്പെ ടുവിച്ചുകൊണ്ടിരിക്കുകയും ചെയ്ത പ്രാകൃത കേരളത്തിലേക്കാണ് കൊളോണിയൽ ശക്തികൾ കടന്നുവരുന്നത്. പത്തൊമ്പതാം നൂറ്റാണ്ടിന്റെ അവസാന പാദം മുതൽ ഇരുപതാം നൂറ്റാണ്ടിന്റെ

ആദ്യപാദങ്ങൾ വരെ കൊളോണിയൽ ആധുനികതയുടെ ശക്തമായ സ്വാധീനം, കേരളത്തിൽ ജാതിവ്യവസ്ഥയ്ക്കും അതിനകത്തുള്ള ദുരാചാരങ്ങൾക്കും എതിരായ പ്രതിരോധങ്ങൾ ഉയർത്തി. ഒപ്പം ക്രിസ്ത്യൻ മിഷണറിമാരുടെ സാമൂഹ്യ ഇടപെടലും, മതപരിവർ ത്തന പ്രവർത്തനങ്ങളും ഹൈന്ദവ ജാതി സമൂഹങ്ങൾക്കള്ളിൽ നിന്നും പരിഷ്കരണത്തിനായുള്ള വാദങ്ങളയർത്തി. കേരളത്തിൽ നവോത്ഥാന പ്രസ്ഥാനങ്ങളുടെ ശക്തമായ വളർച്ചയ്ക്ക് സാക്ഷ്യം വഹിച്ച കാലയളവാണിത്.

കേരളീയ നവോത്ഥാനത്തിന് രണ്ടു ശക്തമായ ധാരകളാണുള്ളത്. അതിൽ ആദ്യത്തേയും, ഏറ്റവും ശക്തവുമായത് കീഴാള നവോത്ഥാന ധാരയാണ്. ജാതിവിരുദ്ധതയും ജനാധിപത്യ പോരാട്ടങ്ങളുമാണ് ഈ ധാരയുടെ ഉള്ളടക്കം. ഇന്നത്തെ ജനാധിപത്യ കേരളത്തിലേ ക്കുള്ള വളർച്ചയുടെ ഊർജ്ജ കേന്ദ്രം കീഴാള നവോത്ഥാന പ്രസ്ഥാ നങ്ങളാണെന്ന വിലയിരുത്തപ്പെടുന്നുണ്ട്. രണ്ടാമത്തെ ധാരയായി കണക്കാക്കുന്നത് ആധുനികതയുടെ ശക്തമായ ഇടപെടലുകളെ തുടർന്ന് സ്വയം പരിഷ്കരിക്കാൻ നിർബന്ധിതമായ സവർണ്ണ സമുദായ പരിഷ്കാരങ്ങളുടേതാണ്. യോഗക്ഷേമ സഭയുടെയും, നായർ സർവ്വീസ് സൊസൈറ്റിയുടേയും സമുദായ പരിഷ്കരണ ശ്രമങ്ങൾ ഇതിനുദാഹരണമാണ്. കീഴാളധാര ജാതിരഹിത സമൂഹത്തെ ലക്ഷ്യം വെച്ചപ്പോൾ മാറിയകാലത്തോട് പ്രതികരിക്കാൻ കഴിയും വിധം ചില്ലറ പരിഷ്കരണങ്ങൾക്ക് നിർബന്ധിതരാവുകയായിരുന്നു. സവർണ സമുദായ പരിഷ്കരണ പ്രവർത്തനങ്ങൾ.

അയ്യങ്കാളി പ്രതിനിധാനം ചെയ്യുന്ന കീഴാള നവോത്ഥാനധാര ഒരേസമയം ജാതി വ്യവസ്ഥക്കെതിരെ പോരാട്ടകയും, ഒപ്പം പൊതു ഇടങ്ങളും, പൊതുവിദ്യാഭ്യാസവുമെല്ലാം ജനാധിപത്യ വൽക്കരിക്ക വാനുള്ള ശ്രമങ്ങൾക്കുമാണ് പ്രാധാന്യം കൊടുത്തത്. അടിമത്തവും, കടുത്ത ജാതി വിവേചനവും നിലനിന്നിരുന്ന തിരുവിതാം കൂറിന്റെ മണ്ണിൽ കീഴാളനെ മനുഷ്യനായി കാണാനുള്ള, അവരെ ആത്മബോധ ത്തിലേക്കയർത്താനുള്ള പോരാട്ടങ്ങൾക്കാണ് അയ്യങ്കാളി നേതൃത്വം നൽകിയത്. രാഷ്ട്രീയമായും, കായികമായും ഒക്കെ അദ്ദേഹം സവർ ണ്ണമേധാവിത്തത്തെ ചെറുത്തു നിന്നിട്ടുണ്ട്. നായർ പ്രമാണിമാരുടെ ചട്ടമ്പിക്കൂട്ടങ്ങളുടെ ആക്രമണത്തെ വിധേയത്വത്തിന്റെ ഭാരമില്ലാതെ തിരിച്ച പ്രതിരോധിക്കാൻ കഴിഞ്ഞ അയ്യങ്കാളിയുടെ ജീവിതത്തിന്

ഒരു വിരേതിഹാസ നായകന്റെ പരിവേഷമല്ല മറിച്ച് മനുഷ്യാന്തസ്സ് ഉയർത്തിപ്പിടിക്കാനും, അടിമ ബോധത്തിൽ നിന്ന് തന്റെ ജനതയെ മോചിപ്പിക്കുവാനുമുള്ള ദളിതനായ ഒരു പോരാളിയുടെ വീറും സന്ന ദ്ധതയുമാണ് ജ്വലിക്കുന്നത്.

ചരിത്ര വ്യക്തിത്വങ്ങളെ വർത്തമാനകാലത്തു നിന്നും വായിക്കുവാ നുള്ള ശ്രമങ്ങൾ പലപ്പോഴും അവരെ നിർമ്മിച്ച ചരിത്ര സന്ദർഭങ്ങളെ യും കാലത്തെയും വസ്തുനിഷ്ഠമായി വിലയിരുത്താതെയാണ് നടക്കാ റുള്ളത്. അത്തരം വായനകളുടെ പരിമിതി അവരുടെ ജീവചരിത്ര ഗ്രന്ഥങ്ങളിൽ തെളിഞ്ഞു കാണാറുമുണ്ട്. അയ്യങ്കാളിയുടെ ജീവചരിത്ര പുസ്തകങ്ങളിലും ഇത്തരം പരിമിതികൾ തികച്ചും സ്വാഭാവികമായി ഉണ്ടായിട്ടുണ്ട്. അയ്യങ്കാളിയുടെ കൊച്ചുമകനായ വെങ്ങാനൂർ സുരേ ന്ദ്രൻ സമാഹരിച്ച അയ്യങ്കാളിയെക്കുറിച്ചുള്ള വാമൊഴി ഓർമ്മകളും പ്രജാസഭാ രേഖകളും, പത്രവാർത്തകളുമൊക്ക ചേർത്ത് 1974 ൽ പുറത്തിറക്കിയ അയ്യങ്കാളി സുവനീർ ആണ് അയ്യങ്കാളിയെക്കുറിച്ച ുള്ള ആദ്യത്തെ വിപുലമായ ഒരു പ്രസിദ്ധീകരണം. തുടർന്ന് 1979ൽ ടി എച്ച് പി ചെന്താരശ്ശേരി രചിച്ച "അയ്യങ്കാളി" എന്ന ജീവചരിത്ര ഗ്രന്ഥത്തിലാണ് സമഗ്രമായി അയ്യങ്കാളിയുടെ ജീവിതത്തെക്കുറിച്ച രേഖപ്പെടുത്തിയിട്ടുള്ളത്. തുടർന്നിങ്ങോട് അയ്യങ്കാളിയെ പുലയ സമുദായ പരിഷ്കരണ നേതാവായും, സാമൂഹ്യ പരിഷ്കർത്താവായും തൊഴിലാളിവർഗ്ഗ പോരാട്ടങ്ങളുടെ നേതാവായിട്ടുമൊക്കെ വ്യത്യസ്ത രീതിയിൽ അവതരിപ്പിക്കുന്ന നിരവധി ജീവചരിത്രങ്ങൾ പുറത്തു വന്നിട്ടുണ്ട്.

ഈ ജീവചരിത്രങ്ങളിൽ നിന്നും വസ്തുനിഷ്ഠമായി വായിച്ചെടുത്ത വിവരങ്ങളും, ചരിത്ര രേഖകളും അവലംബിച്ചിട്ടാണ് ഈ പുസ്തക ത്തിൽ കൊടുത്തിട്ടുള്ള അയ്യങ്കാളിയുടെ ജീവചരിത്രം രൂപപ്പെടുത്തി യിട്ടുള്ളത്. ഒപ്പം ഇതുവരെയുള്ള 'അയ്യങ്കാളി' ജീവചരിത്ര പുസ്തകങ്ങ ളുടെ പരിമിതികളെ വിമർശന വിധേയമാക്കുന്നു.

കേരളത്തിലെ ഏറ്റവും പ്രമുഖരായ ദളിത് എഴുത്തുകാരും, സാമൂഹ്യ പ്രവർത്തകരുമായ കെ.എം. സലീം കുമാർ, കെ.കെ. കൊച്ച്. സണ്ണി, എം. കപിക്കാട്, എം.ആർ. രേണുകുമാർ, രേഖാരാജ് എന്നിവരുടെ പുനർവായനകളും ഈ പുസ്തകത്തിൽ ഉൾപ്പെടുത്തിയിട്ടുണ്ട്.

19-ാം നൂറ്റാണ്ടിലെ കേരളത്തിന്റെ ചരിത്രത്തിനകത്ത് ഏതൊക്കെ സന്ദർഭങ്ങളെയാണ് അയ്യങ്കാളി അഭിസംബോധന

ചെയ്തതെന്നും, കേരളത്തിലെ ദളിതർക്കുമാത്രമല്ല, കേരളീയ സമൂ
ഹത്തിനു പൊതുവിൽ എന്ത് സംഭാവനയാണ് അയ്യങ്കാളിയുടെ ജീവി
തംകൊണ്ട് കിട്ടിയിട്ടുള്ളത് എന്നും ചരിത്രപരമായി അന്വേഷിക്കുന്ന
ലേഖനമാണ് സണ്ണി എം. കപിക്കാടിന്റെ 'അയ്യങ്കാളി ജനാധിപത്യ
കേരളത്തിന്റെ ശില്പി'.

അയ്യങ്കാളിയുടെ ഇടപെടൽ ഒരു ലഹളക്കാരൻ എന്ന നിലയിൽ
വായിച്ചെടുക്കും വിധം ജീവചരിത്രകാരന്മാർ പുലർത്തിയ അലംഭാവ
ത്തെ ചോദ്യം ചെയ്യുകയും, അതോടൊപ്പം ഒരു ജ്ഞാന രൂപമെന്ന
നിലയിൽ അയ്യങ്കാളി എങ്ങനെയാണ് ദളിത് പോരാട്ടങ്ങളുടെ
ദിശ നിർണ്ണയിക്കുന്നത് എന്നുമാണ് കെ.കെ. കൊച്ച് 'അയ്യങ്കാളി
ലഹളക്കാരനോ ജ്ഞാനിയോ' എന്ന ലേഖനത്തിൽ വിശകലനം
ചെയ്യുന്നത്.

നിലവിലുള്ള സാമൂഹ്യ വ്യവസ്ഥയെ തകിടം മറിയ്ക്കുന്നതിനു
നേതൃത്വം നൽകുന്ന ഒരാൾ കലാപകാരിയെന്ന തന്നെയാണ്
വ്യവസ്ഥാപിതമായ ഒരു സമൂഹത്തിൽ അടയാളപ്പെടുത്തപ്പെടുക
എന്ന് നിരീക്ഷിച്ചുകൊണ്ട് കെ.എം. സലീം കുമാർ 'അയ്യങ്കാളി'
എന്ന ലേഖനത്തിൽ കെ.കെ. കൊച്ചിന്റെ നിലപാടുകളെ വിമർശന
വിധേയമാക്കുന്നു..

സാമൂഹിക പരിഷ്കരണ പ്രസ്ഥാനങ്ങളിലെ വ്യത്യസ്ത ധാരകളിൽ
നിന്നും അയ്യങ്കാളി പ്രസ്ഥാനം എങ്ങനെ വ്യതിരിക്തമാകുന്നുവെന്നും
അതിനോടൊപ്പം തന്നെ അയ്യങ്കാളി പ്രസ്ഥാനത്തിന്റെ വികാസ
ത്തിന്റെയും, തകർച്ചയുടേയും ഘട്ടങ്ങളെയും, കാരണങ്ങളെയും
സൂക്ഷ്മമായി നിരീക്ഷിക്കാനുള്ള ശ്രമവുമാണ് 'പരിഷ്കരണങ്ങളും,
പൊളിച്ചെഴുത്തുകളും' എന്ന ലേഖനത്തിൽ എം.ആർ. രേണുകമാറും
രേഖാരാജും നടത്തുന്നത്.

അയ്യങ്കാളിയുടെ ബഹുവിധമായ ഇടപെടലുകൾ കേരള
സമൂഹത്തെ ജനാധിപത്യവൽക്കരിക്കുന്നതിൽ വലിയ പങ്കുവഹിച്ചി
ട്ടുണ്ടെങ്കിലും ദളിതുകൾ ഇപ്പോഴും പൊതുധാരയിൽ നിന്നും വകഞ്ഞു
മാറ്റപ്പെടുക തന്നെയാണ്. പ്രജാസഭയിൽ അയ്യങ്കാളി ആവർത്തിച്ച്
ആവശ്യപ്പെട്ട ഭൂമിയുടെ പ്രശ്നം ഇപ്പോഴും ഇവിടെ നിലനിൽക്കുക
യാണ്. ഭൂപ്രശ്നത്തിന്റെ പരിഹാരമായി നിർദ്ദേശിക്കപ്പെട്ട ഭൂപരി
ഷ്കരണ നടപടികളിൽ നിന്ന് ഏറെക്കുറേ ദളിതരും, ആദിവാസികളും
പുറത്തു നിർത്തപ്പെട്ടു എന്നത് യാഥാർത്ഥ്യമാണ്. നാല്യസെന്റ്, ലക്ഷം

വീട് കോളനികളിലേക്ക് പുറന്തള്ളപ്പെട്ട ദളിതുകൾ സാമൂഹ്യജീവിത ത്തിന്റെ പാർശ്വങ്ങളിൽ മാത്രം ഇടം ലഭിച്ചവരായി ഇടരുകയാണ്. മുഖ്യധാരാ രാഷ്ട്രീയ പാർട്ടികൾ വഞ്ചനാപരമായ നിലപാട്ടുകളാണ് ദളിതുകളോട് പുലർത്തിക്കൊണ്ടിരിക്കുന്നത്. ദളിത് സംഘടനക ളാവട്ടെ അയ്യങ്കാളി പുലർത്തിയ വിശാലവും, തുറന്നതുമായ കാഴ്ചപ്പാ ടുകൾ കൈയൊഴിഞ്ഞ് ജാതി സ്വത്വങ്ങൾക്ക് പ്രാമുഖ്യം നൽകി വിഘടിച്ച തന്നെ നിൽക്കുകയായിരുന്നു. മറുവശത്താകട്ടെ സംഘപ രിവാർ ശക്തികൾ ഹൈന്ദവ പുനരുദ്ധാരണത്തിന്റെയും, കോർപ്പറേറ്റ് വാഴ്ച്ചയുടെയും ആക്രമണങ്ങൾ ശക്തിപ്പെടുത്തുകയാണ്.

എന്നാൽ ദേശീയ രാഷ്ട്രീയത്തെ പുതുക്കിപ്പണിയും വിധമുള്ള ദളിത് ഉണർവ്വുകൾ ഇന്ന് ദൃശ്യമാകുന്നുണ്ട്. ഹൈദരബാദ് സെൻട്രൽ യൂണിവേഴ്സിറ്റിയിലെ രോഹിത് വെമുലയുടെ ആത്മാഹുതി സൃഷ്ടിച്ച മുന്നേറ്റങ്ങൾക്കും, രാജ്യത്തെ വിവിധ വിദ്യാഭ്യാസ കേന്ദ്രങ്ങളിൽ നിന്നും ഉയരുന്ന നവജനാധിപത്യ പ്രക്ഷോഭങ്ങൾക്കുമൊപ്പം ഗുജ റാത്തിലെ ഊനയിൽ "പശുവിന്റെ വാൽ നിങ്ങളെടുത്തുകൊള്ളുക കൃഷിഭൂമി ഞങ്ങൾക്ക തരൂ" എന്ന മുദ്രാവാക്യമുയർത്തിയ മുന്നേറ്റ ങ്ങളും ഇന്ത്യൻ രാഷ്ട്രീയ ഉള്ളടക്കത്തെ പുനർനിർണയിക്കാനുള്ള ഇടപെടലുകളാണ്. ഇന്ത്യൻ രാഷ്ട്രീയ മുഖ്യധാരയിൽ ഇതുവരെ പരി ഗണിക്കപ്പെടാതിരുന്ന ചില പ്രശ്നങ്ങൾ ഇപ്പോൾ ഉയർന്നുവന്നിട്ടുണ്ട്. അതോടൊപ്പം ഇക്കാലമത്രയും ഇവിടെ പ്രയോഗിക്കപ്പെട്ട ദളിത് രാഷ്ട്രീയ നിർവ്വഹണങ്ങളെ ഗുണപരമായി പുതുക്കിപ്പണിയുന്നതിനും ജാതി വിവേചനത്തിന്റെ പ്രശ്നത്തെ കൃഷിഭൂമിയുമായി ബന്ധിപ്പി ക്കുന്ന സമൂർത്ത രാഷ്ട്രീയ പ്രയോഗമായി അവതരിപ്പിക്കുന്നതിനും കഴിഞ്ഞിട്ടുണ്ട്. ഈ സന്ദർഭത്തിൽ ഒരു നൂറ്റാണ്ടിനുമുമ്പ് കേരളീയ സമൂഹത്തെ ജനാധിപത്യവൽക്കരിക്കുന്നതിന് അയ്യങ്കാളി നടത്തിയ ഇടപെടലുകളുടെയും പോരാട്ടങ്ങളുടെയും ചരിത്രം പുതിയ മുന്നേറ്റ ങ്ങൾക്ക കരുത്തു പകരുകതന്നെ ചെയ്യും.

●

ജനനവും കുട്ടിക്കാലവും

തിരുവനന്തപുരം ജില്ലയിലെ കടലോര ഗ്രാമമായ വിഴിഞ്ഞത്തി നടുത്തുള്ള വെങ്ങാനൂർ എന്ന ഗ്രാമത്തിലെ പെരുങ്കാറ്റവിള പ്ലാവത്തറ പുലയ തറവാട്ടിൽ അയ്യന്റെയും, മാലയുടെയും പുത്ര നായാണ് 1863 ആഗസ്റ്റ് 28 (1039 ചിങ്ങം 14ന്) അയ്യങ്കാളിയുടെ ജനനം. 'കാളി' എന്ന ഓമനപ്പേരിട്ടു വിളിച്ച ആ കുട്ടിയെ പിന്നീട് കാളിഎന്നതിനോടൊപ്പം അച്ഛന്റെ പേരായ 'അയ്യനെ'ന്നും ചേർത്ത് അയ്യങ്കാളിയെന്ന് വിളിച്ചു.

വെങ്ങാനൂരിലെ പുലയരുടെ മൂപ്പനായിരുന്ന അയ്യൻ. പുത്തലത്തു നായർ തറവാട്ടിലെ പരമേശ്വരൻ പിള്ളയുടെ അടിയാളന്മാരായിരു ന്നു അയ്യനും, മാലയും. ജന്മിയുടെ പുരയിടത്തിലും വയലിലും പണി യെടുത്താണ് അവരുടെ ജീവിതം കഴിഞ്ഞത്. പരമേശ്വരൻ പിള്ളക്ക് ഏക്കർ കണക്കിന് ഭൂമി വെട്ടിത്തെളിച്ച കൃഷിയോഗ്യമാക്കുന്നതിൽ അയ്യൻ മുഖ്യ പങ്കുവഹിച്ചിരുന്നു. അയ്യന്റെ മേൽനോട്ടത്തിലാണ് അവിട്ടത്തെ മുഴുവൻ കൃഷിപ്പണികളും നടന്നിരുന്നത്. വിശ്വസ്തനും, കഠിനാധ്വാനിയുമായ അയ്യൻപുലയന് ജന്മി എട്ടര ഏക്കറോളം ഭൂമി പതിച്ചുകൊടുത്തു. ഈ ഭൂമിയും സ്വത്തുമാണ് 'അയ്യങ്കാളിയെന്ന' കര ത്തനായ പോരാളിക്ക് ആത്മാഭിമാനത്തോടെ സവർണ്ണരെ വെല്ലു വിളിക്കാനുള്ള ധൈര്യം നൽകിയത്. അക്കാലത്ത് വളരെ അപൂർ വ്വമായി മാത്രമേ പുലയർക്ക് ഭൂസ്വത്ത് ഉണ്ടായിരുന്നുള്ളൂ. രാപകൽ ജന്മിയുടെ കൃഷിയിടത്തിൽ, അരവയറുമായി അടിമപ്പണിയെടുക്കുന്ന

പുലയർക്ക് സ്വന്തമായി ഭൂമിയോ വിശ്രമിക്കാൻ നല്ലൊരു കുരയോ ഉണ്ടായിരുന്നില്ല. ചിന്താശേഷിപോല്യം നഷ്ടപ്പെട്ട് അടിമത്തത്തിന്റെ നകം പേറി ജീവിക്കാൻ വിധിക്കപ്പെട്ടവരായാണ് പുലയർ കഴിഞ്ഞു കൂടിയത്.

ആട്ടമാട്ടകളെ മേയ്ക്കലും, കൃഷിയിടങ്ങളിൽ അച്ഛനെ സഹായി ച്ചുമാണ് അയ്യങ്കാളിയുടെ ബാല്യം കടന്നു പോയത്. തന്റെ മകന് വിദ്യാഭ്യാസം നൽകണമെന്ന് അച്ഛൻ അതിയായി ആഗ്രഹിച്ചിരുന്നു എന്ന് അയ്യങ്കാളിയുടെ ജീവചരിത്രകാരൻമാർ രേഖപ്പെടുത്തിയിട്ടുണ്ട്. പക്ഷേ അക്കാലത്ത് അവർണ്ണർക്ക് വിദ്യാലയങ്ങളിൽ പ്രവേശന മുണ്ടായിരുന്നില്ല. അയിത്തജാതിക്കാർക്ക് പൊതു നിരത്തിലൂടെ പോല്യം സ്വതന്ത്രമായി സഞ്ചരിക്കാൻ അനുവാദമുണ്ടായിരുന്നില്ല.

അച്ഛനോട്ടും അമ്മയോട്ടമൊപ്പം വയലിൽപ്പണിയെടുത്തു, വളരെ പ്പെട്ടെന്ന തന്നെ അയ്യങ്കാളി നല്ലൊരു കൃഷിപ്പണിക്കാരനായി മാറി. ചെറുപ്പത്തിൽ മറ്റുകുട്ടികളിൽ നിന്നും വ്യത്യസ്തനായിരുന്ന അയ്യങ്കാളി. നല്ല ആരോഗ്യമുള്ള ശരീരവും, തീക്ഷ്ണമായ നോട്ടവും തലയുയർത്തി പ്പിടിച്ചുള്ള നടത്തവുമെല്ലാം സഹജമായി തന്നെയുള്ള ആത്മബോധ ത്തിന്റെയും, ധൈര്യത്തിന്റെയും അടയാളങ്ങളായിരുന്ന. തന്റെ സമു ദായത്തോട് അക്കാലത്ത് കാട്ടിക്കൊണ്ടിരുന്ന തീണ്ടൽ, തൊടീൽ, അടിമത്ത ആചാരങ്ങൾ തുടങ്ങിയവ അയ്യങ്കാളിയിൽ കടുത്ത അസ്വ സ്ഥതകൾ വളർത്തിയിരുന്നു. പുലയർക്ക് അക്കാലത്ത് കുറ്റിക്കാട്ട കളിലൂടെയും, ആളൊഴിഞ്ഞ ഇടങ്ങളിലൂടെയും മാത്രമേ നടക്കാൻ കഴിയുമായിരുന്നുള്ളൂ. "ഇഞ്ചാവോ ഇഞ്ചാവോ" എന്ന ഒച്ചയുണ്ടാക്കി വേണം നടക്കാൻ. സവർണ്ണ ജാതിക്കാർ എതിരെ വരുന്നതു കണ്ടാൽ ഓടി ഒളിച്ചുകൊള്ളണം. നേരിൽ കണ്ടാൽ അതി കഠിനമായ മർദ്ദനം ഉറപ്പായിരുന്നു. പുലയനെ തല്ലിക്കൊന്നാൽപോല്യം ആരും ചോദ്യം ചെയ്യാനുണ്ടായിരുന്നില്ല. അവനെ മനുഷ്യനായിപ്പോല്യം പരിഗണി ക്കാൻ സവർണ്ണ പ്രമാണികൾ തയ്യാറായിരുന്നില്ല.

സമപ്രായക്കാരായ കുട്ടികളുമായി ഇത്തരം വിഷയങ്ങൾ സംസാ രിക്കാൻ അയ്യങ്കാളി എപ്പോഴും ശ്രമിച്ചിരുന്നു. തന്റെ കൂട്ടുകാരുമൊന്നി ച്ച നാടൻപാട്ടുകൾ പാട്ടുകയും കാക്കരശ്ശി നാടകങ്ങൾ കളിക്കുകയു മൊക്കെ ചെയ്യുന്നതിൽ അയ്യങ്കാളി നേതൃത്വം കൊടുത്തു. പുലയരിൽ സംഘബലം ഉണ്ടാക്കുന്നതിനും പരസ്പര സാഹോദര്യം ഊട്ടിയുറപ്പി ക്കുന്നതിനുമുള്ള ഇടപെടലുകളായിരുന്ന ഇത്തരം കൂട്ടായ്മകൾ.

സവർണ്ണ മാടമ്പികളോട് ഏറ്റുമുട്ടുവാൻ ശാരീരികവും മാനസി കവുമായ കരുത്ത് വേണമെന്ന തിരിച്ചറിവാണ് അയ്യങ്കാളിയെ ആയോധന പരിശീലനത്തിലേക്ക് തിരിച്ചത്. അയോധന കലകളിൽ നിപുണരായ പുലയ സമുദായത്തിൽപ്പെട്ട മൂലേക്കാളിയേ യും, മേലേക്കാളിയേയും ചെന്നു കണ്ട് അയ്യങ്കാളിയും കൂട്ടരും കളരി ആഭ്യസിച്ചു. പിന്നീട് തെക്കൻ കളരിയും, വടക്കൻ കളരിയുമൊക്കെ, അഭ്യാസികളെ വളിച്ചവരുത്തി അഭ്യസിച്ചു. ഈ പ്രവർത്തനങ്ങൾ അടിമകളായിരുന്ന പുലയരിൽ അസാധാരണമാം വിധം ആത്മവി ശ്വാസം നിറച്ചു. സവർണ്ണ ജന്മി മേധാവിത്തത്തിന്റെ ജാതി വിവേച നങ്ങൾക്കും അതിക്രമങ്ങൾക്കമെതിരെ പോരാടാൻ സമുദായത്തെ സംഘടിപ്പിക്കാൻ അയ്യങ്കാളി തീരുമാനിച്ചു. ആയുധാഭ്യാസികളായ ചെറുപ്പക്കാരെ സംഘടിപ്പിച്ച് അദ്ദേഹം ഒരു സംഘമുണ്ടാക്കി. നെയ്യാ റ്റിൻകര, വെങ്ങാന്നൂർ, കോട്ടുകാൽ, ചൊവ്വര, മുല്ലൂർ, വെള്ളാർ, ബലരാ മപുരം, പാച്ചല്ലൂർ തുടങ്ങിയ ഇടങ്ങളിൽ അയിത്ത ജാതിക്കാർക്കിട യിൽ ജാതി ആചാരങ്ങൾക്കെതിരെ ശക്തമായ ബോധവൽക്കരണ പരിപാടികൾ നടത്തി. ഈ സംഘമാണ് പിന്നീട് "അയ്യങ്കാളിപ്പട" എന്ന പേരിൽ അറിയപ്പെട്ടത്. എവിടെ പുലയർക്കെതിരെ സവർണ്ണ ആക്രമണം ഉണ്ടെന്നറിഞ്ഞാൽ 'അയ്യങ്കാളിപ്പട' അവിടെ എത്തിച്ചേ രുകയും, അവരെ എതിരിട്ടുകയും ചെയ്തിരുന്നു.

തന്റെ ഇരുപഞ്ചാമത്തെ വയസ്സിൽ അയ്യങ്കാളി നെയ്യാറ്റിൻകര കോട്ടുകാൽ എന്ന ഗ്രാമത്തിലെ മഞ്ചാംകുടി ചെല്ലമ്മയെ വിവാഹം കഴിച്ചു. 1888 മാർച്ചിൽ ആയിരുന്നു അവരുടെ വിവാഹം. ആ വർഷം തന്നെയാണ് ജാതിമേലാളൻമാരെ വെല്ലുവിളിച്ച ശ്രീനാരായണഗുരു അരുവിപ്പുറത്ത് ഈഴവ ശിവനെ പ്രതിഷ്ഠിച്ചത്. വിവാഹത്തിന ശേഷം വെങ്ങാന്നൂർ പെരുങ്കാറ്റ വിളക്കടത്തുള്ള തെക്കേവിളയിൽ സ്വന്തം ഭൂമിയിൽ വീട്ടപണിത് അയ്യങ്കാളിയും ഭാര്യയും താമസിച്ചു. ഈ വീട്ടിൽ നിന്നാണ് പിന്നീടങ്ങോട്ടുള്ള അയ്യങ്കാളിയുടെ ജാതിവി രുദ്ധ പോരാട്ടങ്ങൾ നടക്കുന്നത്.

●

വില്ലവണ്ടിയുടെ ചരിത്രദൗത്യം

'ഗാ'ർഹണീയമായ ജാതി നിബന്ധനകൾ അനൈക്യത്തിനും ദേശീയ ദൗർബല്യത്തിനും ഇടയാക്കി. താണജാതിക്കാർക്ക് പൊതു നിരത്തുകളിൽ നടക്കാൻ പാടില്ലായിരുന്നു. തീണ്ടൽ പ്പാടുകൾ കടന്ന് ഒരു നായരെ സമീപിക്കാനിടവരുന്ന താണ ജാതിക്കാരെ കണ്ടാലുടൻ തിരിച്ചറിയുന്നതിന് അവർ ശരീരം അരയ്ക്ക് മേൽ മറയ്ക്കരുതെന്നായിരുന്ന ചട്ടം. പാദരക്ഷ, കുട, നല്ലവസ്ത്രം, വില പ്പെട്ട ആഭരണം എന്നിവയെല്ലാം അവർക്ക് നിഷേധിക്കപ്പെട്ടിരുന്നു. കോരിച്ചൊരിയുന്ന മഴയത്ത് പോലും ബ്രാഫണർക്കല്ലാതെ മറ്റൊരു ജാതിയിൽപ്പെട്ടവർക്കും കുടപിടിക്കാൻ അവകാശമുണ്ടായിരുന്നില്ല. സ്ത്രീകൾ മാറിൽനിന്നും മേൽമുണ്ട് എടുത്തുമാറ്റുക എന്നതായിരുന്ന അവരുടെ 'രാജോചിതമായ ആദര പ്രകടനം' (ഏ. ശ്രീധരൻമേ നോൻ, കേരള ചരിത്രം)

പൊതു ഇടങ്ങളിൽ നിന്ന് ആട്ടിയോടിക്കപ്പെട്ട ദളിതന് ആത്മാ ബോധത്തോടെ തെരുവിലിറങ്ങി നടക്കാൻ സാധിച്ചത് ഒരു പക്ഷേ അയ്യങ്കാളിയുടെ ഐതിഹാസികമായ "വില്ലവണ്ടിയാത്ര"യിലൂടെ യാണ്. പൊതുവിടങ്ങൾ നിഷേധിക്കപ്പെട്ട ദളിതന്റെ ജനാധിപത്യ അവകാശത്തിനുവേണ്ടി ജീവൻമരണ പോരാട്ടമാണ് വെങ്ങാനൂർ നിന്ന ഇടങ്ങി നിരവധി കവലകൾ പിന്നിട്ട് തിരിച്ച് വെങ്ങാനൂർ വരെ അയ്യങ്കാളി നടത്തിയത്.

1893 ലാണ് അയ്യങ്കാളി വില്ലുവണ്ടി യാത്ര ആരംഭിക്കുന്നത്. നായന്മാരും, ബ്രാഹ്മണൻമാരും മാത്രം സഞ്ചരിക്കാൻ ഉപയോഗിച്ചിരുന്ന വില്ലുവണ്ടി ഒരു ദളിതൻ ഓടിക്കുക എന്നത് അക്കാലത്തെ സാമൂഹികാവസ്ഥയിൽ ഏറ്റവും വിപ്ലവകരവും, സാഹസികവ്യമായ പ്രവൃത്തിയാണ്. ജാതി മേലാളന്മാരുടെ ചട്ടമ്പികളാൽ കൊടിയ മർദ്ദനങ്ങളേറ്റ ദളിതർ മരിച്ചുവീഴുന്ന മണ്ണിലേക്കാണ് സമൂഹത്തെ യാകെ ഞെട്ടിച്ചുകൊണ്ടുള്ള അയ്യങ്കാളിയുടെ വില്ലുവണ്ടിയാത്ര. തമിഴ്‌നാട്ടിൽ നിന്നു വാങ്ങിയ ചിത്രപ്പണികൾ നടത്തി മനോഹരമാക്കിയ ആ വില്ലുവണ്ടി കരുത്തരായ രണ്ടു കാളകളുടെ മേൽകെട്ടി, വെള്ള അരക്കയ്യൻ ബനിയനും, മുണ്ടും ധരിച്ച്, ഇടുപ്പിൽ ഒരു കഠാരയും വെച്ച് അയ്യങ്കാളി വെങ്ങാന്നൂരിന്റെ തെരുവിലേക്കിറങ്ങി. അഭ്യാസിയും അതിസാഹസികനുമായ ചണ്ടി കൊച്ചാപ്പിയെന്ന ആളായിരുന്ന വണ്ടി തെളിച്ചിരുന്നത്. അയ്യങ്കാളിയുടെ സംഘങ്ങൾ ആർപ്പുവിളിയും ആരവങ്ങളുമായി വില്ലുവണ്ടിയെ അനുഗമിച്ചു. സവർണ്ണ മേലാളന്മാർക്ക് ഒരു കാരണവശാലും അംഗീകരിക്കാൻ കഴിയാത്ത, ഏറ്റവും വലിയ പാതകമായിരുന്ന അയ്യങ്കാളിയുടെ യാത്ര. അവർ ചട്ടമ്പികൾക്ക് ആയുധങ്ങൾകൊടുത്ത് പോകുന്ന വഴികളിലെല്ലാം അയ്യങ്കാളിയെയും കൂട്ടരെയും ആക്രമിച്ചു. പരസ്പരം പോർവിളികളും സംഘട്ടനങ്ങളും കൊണ്ട് തെരുവുകൾ മുഖരിതമായി. കല്ലിയൂർ കവലയിൽ വെച്ചും, വെള്ളായണി മുകളൂർ, മുഖരയിൽ വെച്ചും, പുന്നമൂട് കവലയിൽ വെച്ച മെല്ലാം വില്ലുവണ്ടിക്കെതിരെ ആക്രമണമുണ്ടായി. കൂടുതൽ കൂടുതൽ ആളുകൾ അയ്യങ്കാളിയെ അനുഗമിച്ചു. പുന്നമൂട് കവലയിൽ വെച്ച് നടത്തിയ കടുത്ത ആക്രമണത്തിൽ നിരവധി ദളിതർക്കു പരിക്കേറ്റു. ഊരിപ്പിടിച്ച കഠാരയുമായി അയ്യങ്കാളി വില്ലുവണ്ടിയിൽ നിന്നിറങ്ങി അക്രമികളെ നേരിട്ടു. അതിശക്തമായ അക്രമണമുണ്ടായിട്ടും അയ്യങ്കാളിയും സംഘവും തോറ്റു പിന്മാറാതെ പിടിച്ച നിന്നു. അപമാനവും, അവഹേളനവും നിറഞ്ഞ ജീവിതവഴികളിൽ നിന്ന് അതിനെയെല്ലാം രൂക്ഷകളഞ്ഞുകൊണ്ട് ഒരു ജനതയെ ആത്മബോധത്തിന്റെ പാതയിലേക്ക് നയിക്കാൻ ആ ഒരൊറ്റ യാത്രകൊണ്ട് അയ്യങ്കാളിക്ക കഴിഞ്ഞു. നൂറ്റാണ്ടുകളായി ഒരു ജനതയെ ആട്ടിയകറ്റിയ കാടൻ നീതിക്കേറ്റ അതിശക്തമായ പ്രഹരമായിരുന്ന അത്. ഈ യാത്ര ദളിത് സമുദായത്തിന് കൂടുതൽ ആത്മബലമേകി. സംഘടിക്കാനും, ശക്തരാകാനും, അനീതികൾക്കെതിരെ സധൈര്യം പോരാടാനുമുള്ള മനക്കരുത്ത് അയ്യങ്കാളിയുടെ യാത്ര അവർക്കേകി.

പുലയനെന്നോ, പറയനെന്നോ, കുറവനെന്നോ ഭേദമില്ലാതെ ദളിതരായ മനുഷ്യരുടെ പ്രശ്നങ്ങളിൽ അയ്യങ്കാളി ഇടപെട്ടു. ദളിതരുടെ യോഗങ്ങളിൽ മനുഷ്യവകാശത്തെക്കുറിച്ചും, സ്വാതന്ത്ര്യത്തെക്കു റിച്ചുമെല്ലാം അദ്ദേഹം, തമിഴും മലയാളവും, കലർന്ന ഭാഷയിൽ മനോഹരമായി പ്രസംഗിച്ചു. അയ്യങ്കാളിയെ തങ്ങളുടെ നേതാവായി അപ്പോഴേക്കും എല്ലാ ദളിത് വിഭാഗങ്ങളും അംഗീകരിച്ചു കഴിഞ്ഞി രുന്നു.

അയ്യങ്കാളിയുടെ പ്രസംഗങ്ങളിൽ ആവേശഭരിതമായ ദളിതർ കുറെശേ കുറേശെ ജാതി നിയമങ്ങൾ ലംഘിക്കാൻ ധൈര്യം കാട്ടി. അതിൽ അക്കാലത്തെ ഏറ്റവും ഐതിഹാസികമായ ഒരു ഇടപെട ലായിരുന്ന ആറാല്യംമൂട് ചന്തയിൽ മാറുമറച്ച സാധനം വാങ്ങാനെ ത്തിയ പുലയ യുവതി നടത്തിയത്. ദളിതരായ സ്ത്രീകൾക്ക് മാറിടം മറയ്ക്കാനുള്ള അവകാശം ഉണ്ടായിരുന്നില്ല എന്നമാത്രമല്ല 'മുലക്കരം' പോലുള്ള ഏറ്റവും പ്രാകൃതമായ നിയമങ്ങളും ദളിതരുടെ മേൽ അടിച്ചേൽപ്പിച്ചിരുന്നു. ചാലിയം തെരുവിലെ ചക്കിലിയന്മാരുടെ പിന്തുണയോടെ ഒരു മുസ്ലീമായിരുന്നു പുലയ യുവതിയെ അപമാ നിച്ചത്. നായർ മാടമ്പികളുടെ ആവശ്യപ്രകാരമായിരുന്നു അവർ ഈ പ്രവൃത്തിക്ക് മുതിർന്നത്. ഈ പ്രശ്നത്തിൽ ഇടപെട്ടവാനായി അയ്യങ്കാളിയും, സംഘവും അവിടെയെത്തി. കടുത്ത ആക്രമണമായി രുന്നു അയ്യങ്കാളിയും സംഘവും നേരിട്ടത്. അയ്യങ്കാളി സംഘത്തിന പിടിച്ചു നിൽക്കാൻ സാധിക്കാതെ മടങ്ങിപ്പോരേണ്ടിവന്നെങ്കിലും ഈ പോരാട്ടങ്ങൾ ദളിതർക്കു കൂടുതൽ കരുത്തേകി. ആറാല്യംമൂട് സംഭവത്തിനെയുടർന്ന് കഴക്കൂട്ടം, കണിയാപുരം, ചെന്നിത്തല, നെട്ട മങ്ങാട്, കാവാലം, നേമം, മണക്കാട്,പേട്ട, പാറശ്ശാല, പരശ്രുവയ്ക്കൽ, അമരവിള, നെയ്യാറ്റിൻകര, പെരുമ്പഴൂർ തുടങ്ങിയ സ്ഥലങ്ങളിലെ ല്ലാം സവർണ്ണർ ദളിതരെ ക്രൂരമായി ആക്രമിച്ചു. കുടിലുകൾ അഗ്നിക്കി രയാക്കുകയും സ്ത്രീകളെ മാനഭംഗപ്പെടുത്തുകയും ചെയ്തു. ഈ സ്ഥലങ്ങ ളിലെല്ലാം കടന്നുചെന്ന് അയ്യങ്കാളി ശക്തമായി അക്രമികളെ നേരിട്ടു. നെട്ടമങ്ങാട്ചന്തയിൽ അയ്യങ്കാളിയും, അയ്യങ്കാളിപ്പടയും എത്തി സവർണ്ണർക്കെതിരെ ശക്തമായ പ്രത്യാക്രമണം നടത്തി. ഇതെല്ലാം അവർണന നേരെയുള്ള സവർണ്ണന്റെ കയ്യൂക്കുകാട്ടലുകൾക്ക് ആക്കം കുറച്ചു.

●

അറിവിലൂടെയുള്ള വിമോചനം

'വി'ദ്യ നേടുക' എന്നത വിമോചനത്തിനുള്ള ഏറ്റവും ശക്തമായ മാർഗ്ഗമാണെന്നു അയ്യങ്കാളി ഉറച്ച വിശ്വസിച്ചിരുന്നു. ജാത്യാ ചാരങ്ങൾക്കെതിരെയുള്ള കടുത്ത പോരാട്ടങ്ങൾക്കൊപ്പം തന്നെ ദളിതനു അറിവു നിഷേധിക്കുന്ന വ്യവസ്ഥക്കെതിരെ അദ്ദേഹം ശക്തമായി പ്രതികരിച്ചു. ഇതു മാത്രമല്ല ബദൽ സംവിധാനമായി വെങ്ങാനൂരിൽ അയിത്ത ജാതിക്കാർക്കായി സ്വന്തമായി തന്നെ സ്കൂൾ അഥവാ കുടിപ്പള്ളിക്കൂടം തുടങ്ങാൻ അയ്യങ്കാളി ധൈര്യം കാണിച്ചു.

കുന്നുകഴി എസ് മണി, പി.എസ്. അനിരുദ്ധൻ എന്നിവർ ചേർ ന്നെഴുതിയ "മഹാത്മാ അയ്യങ്കാളി" എന്ന പുസ്തകത്തിൽ കേരളത്തിലെ അക്കാലത്തെ രാജകീയ ഭരണക്കൂടത്തിന്റെ സവർണ്ണ മനോഭാവം എങ്ങനെ ഈഴവരടക്കമുള്ള "താഴ്ന" ജാതിക്കാർക്ക് വിദ്യാഭ്യാസം നിഷേധിക്കപ്പെട്ടു എന്നു വിവരിക്കുന്നുണ്ട്.

ദിവാൻ രാമറാവുവിന്റെ കാലമായ 1887 മുതൽ 1892 വരെ പുലയ രിൽപ്പെട്ട ആരും തന്നെ വിദ്യാഭ്യാസം വേണമെന്ന ആവശ്യവുമായി രംഗത്ത് വന്നിരുന്നില്ല. 1886ൽ 13000 ഈഴവർ ഒരു ഭീമ ഹർജി സർക്കാറിനു നൽകി. ഹർജിയിൽ സർക്കാർ വക പള്ളിക്കൂടങ്ങളിൽ തങ്ങളുടെ കുട്ടികൾക്കും പ്രവേശനം അനുവദിക്കണമെന്ന് അപേക്ഷി ച്ചിരുന്നു. പക്ഷേ അന്നത്തെ രാജകീയ സർക്കാർ ഇങ്ങനെയാണ്

മറുപടി നൽകിയത്. "സർക്കാർ സ്ഥലകളിൽ പ്രവേശനം അനുവദി
ക്കാൻ നിർവ്വാഹമില്ല. ജാതിവ്യത്യാസം ഹൈന്ദവ മതത്തിലുള്ള
അനേകം ഭിന്നവർഗ്ഗങ്ങളുടെ ഇടയിൽ നിന്നു വരുന്ന ഒന്നാണ്."

ഭരണക്കുടവും, ജാതിമേലാളന്മാരും ഒന്നിച്ചു എതിർത്തുകൊണ്ട്
വിദ്യ നിഷേധിച്ച ഈ സാഹചര്യത്തിലാണ് അയ്യങ്കാളി ദളിതരുടെ
വിദ്യാഭ്യാസത്തിനായി സ്വന്തമായി തന്നെ സ്ഥൾ സ്ഥാപിക്കാൻ
തീരുമാനമെടുത്തത്. പുതുവൽവിളാകത്ത് ചണ്ടികൊച്ചാപ്പിയിൽ
നിന്ന് വാങ്ങിയ 18 സെന്റ് സ്ഥലത്താണ് 1904ൽ അയ്യങ്കാളി സ്വന്തം
കയ്യാൽ സ്ഥൾ സ്ഥാപിച്ചത്. ഇന്ത്യയുടെ ചരിത്രത്തിൽ തന്നെ ദളിതർ
ദളിതർക്കുവേണ്ടി നിർമ്മിച്ച ആദ്യത്തെ സ്ഥളാണ് അയ്യങ്കാളിയുടേത്.
നിർമ്മാണം കഴിഞ്ഞ രാത്രിയിൽ തന്നെ സവർണർ അത് ചുട്ടെ
രിച്ചു. വീണ്ടും ഓലയും മുളയും ഉപയോഗിച്ച് അയ്യങ്കാളിയും കൂട്ടരും
സ്ഥൾ പുനർനിർമ്മിച്ചു. അന്നു രാത്രിയുണ്ടായ സവർണ്ണ ആക്രമത്തെ
അയ്യങ്കാളിപ്പട കരുത്തോടെ ചെറുത്തു. കടുത്ത സംഘട്ടനമായിരു
ന്നു അവിടെ നടന്നത്. തീവെക്കുന്നത് തടഞ്ഞെങ്കിലും നാടിന്റെ
പലഭാഗങ്ങളിലും ഇതിനെ ഇടർന്ന് ദളിതർ ആക്രമണങ്ങൾ നേരിട്ടു.
അയ്യങ്കാളി തോറ്റു പിന്മാറാൻ തയ്യാറായിരുന്നില്ല. സ്വജാതിയിലെ
നിലത്താശാൻമാരെ വിളിച്ചു സ്വന്തം പള്ളിക്കൂടത്തിൽ വെച്ച് പുല
യക്കുട്ടികൾക്ക് അക്ഷരം പഠിപ്പിച്ചുകൊട്ടുക്കാൻ ആവശ്യപ്പെട്ടു. നിര
ന്തരമായ ആക്രമണങ്ങളാൽ ദളിതർ വലഞ്ഞ ആ സാഹചര്യത്തിൽ
കടുത്ത സമരപരിപാടികളല്ലാതെ ഈ പ്രശ്നത്തെ മറികടക്കാൻ
കഴിയില്ല എന്നു അയ്യങ്കാളിക്ക് തീർച്ചയായി. ഇടർന്നാണ് കർഷക
തൊഴിലാളികളായ ദളിതരോട് ജന്മിമാരുടെ വയലിൽ പണിയെ
ട്ടുക്കുന്നത് നിർത്തിവെച്ച് നിലങ്ങളിൽ 'മുട്ടിപ്പല്ല' കിളിർത്താലും
"വിദ്യാലയ പ്രവേശനം" എന്ന തങ്ങളുടെ ആവശ്യം നടപ്പിലാക്കാതെ
പണിയെട്ടുക്കില്ലെന്ന് തീരുമാനിക്കാൻ അയ്യങ്കാളി അവശ്യപ്പെട്ടത്.
എത്തയാതന സഹിച്ചും വിദ്യനേടുക എന്നതായിരുന്നു അയ്യങ്കാളി
യുടെ ലക്ഷ്യം. കുടിപ്പള്ളിക്കൂടം പോലും നടത്താൻ സവർണ്ണ മേലാള
ന്മാർ അനുവദിക്കാത്ത സാഹചര്യത്തിൽ വെറും ചെറുത്തുനിൽപ്പുകൾ
മാത്രം പോരാ എന്നും അതിനുമപ്പുറം സവർണ്ണരെ ബാധിക്കുന്ന
എന്തെങ്കിലും പ്രവർത്തിച്ചേ മതിയാവൂ എന്ന നിലപാടിൽ അയ്യ
ങ്കാളി എത്തിച്ചേർന്നു. പുലയ കുഞ്ഞുങ്ങൾക്ക് അറിവു നിഷേധിച്ച
മേലാളൻമാർക്കുള്ള അന്നത്തിനുവേണ്ടി വയലിൽ ഇനി പുലയർ

പണിയെടുക്കേണ്ടെന്നും നെൽപ്പാടങ്ങളിൽ നെൽകൃഷിക്കുപകരം മുട്ടിപ്പല്ല് കിളിർപ്പിക്കും എന്ന് അദ്ദേഹം പരസ്യമായി പ്രഖ്യാപിച്ചു. 1904 സെപ്റ്റംബറിൽ മുഴുവൻ അയിത്തജാതിക്കാരോട്ടം കൃഷി പ്പണികൾ നിർത്തിവെയ്ക്കാൻ അയ്യങ്കാളി ആവശ്യപ്പെട്ടു. അതിന് വേണ്ടി അയ്യങ്കാളി നാട്ടനീളെ പ്രചാരണം നടത്തി. ഒട്ടുമുക്കാല്യം ദളിതരും അയ്യങ്കാളിയുടെ വാക്കുപാലിച്ചു. നെൽപ്പാടങ്ങളിൽ തൊഴി ലാളികളില്ലാതായി. കാർഷിക മേഖലയാകെ സ്തംഭിച്ചു.

കർഷക സമരം ആരംഭിച്ചതോടെ ജന്മിമാർ മാടമ്പി സംഘത്തെ ഉപയോഗിച്ച് കർഷകരെ ക്രൂരമായി മർദ്ദിച്ചു. താരതമ്യേന ദുർബല രായ കർഷകർ സകല ശക്തിയുമെടുത്ത് പ്രതിരോധിച്ചു. ഒരോ ദളി തന്റെയും വീട്ടുകളിൽ ചെന്ന് അയ്യങ്കാളി അവരുടെ കണ്ണീരൊപ്പി. ആത്മധൈര്യം നൽകി. എന്തുവന്നാല്യം എടുത്ത തീരുമാനത്തിൽ നിന്നും പിന്മാറാൻ ഒരുക്കമല്ല എന്നും പ്രഖ്യാപിച്ചു. കട്ടുത്ത ദാരി ദ്ര്യത്തില്യം അവർ അയ്യങ്കാളിയോടൊപ്പം നിന്നു. വലിയതുറയില്യം വിഴിഞ്ഞത്തുമുള്ള മത്സ്യബന്ധന തൊഴിലാളികളെ കണ്ട് കർഷക ത്തൊഴിലാളികളെക്കൂടി പണിക്ക് കൂടെ കൂട്ടണമെന്ന് അയ്യങ്കാളി അഭ്യർത്ഥിച്ചു.

ദളിതരുടെ ജീവന്മമരണ പോരാട്ടത്തിന്റെ ഭാഗമായി 1906 ൽ പുലയർക്ക് വേണമെങ്കിൽ സ്കൂൾ സ്ഥാപിക്കാമെന്ന് ഗവൺമെന്റ് ഉത്തരവിട്ടു. ഇതിനെ തുടർന്ന് പരമേശ്വരൻ പിള്ളയെന്ന സവർ ണ്ണനെ അധ്യാപകനായി നിയമിച്ചുകൊണ്ട് പുതുവൽവിളാകത്ത കുടിപ്പള്ളിക്കൂടം വലിയ സ്കൂളായി മാറ്റി. പരമേശ്വരൻപിള്ളയുടെ നിയമനം സവർണ്ണരെ കൂടുതൽ പ്രകോപിതരാക്കി. ആക്രമണങ്ങൾ നിരന്തരമായി നടന്നു. 1907-ൽ ആണ് ഏകദേശം 3 വർഷത്തോളം നീണ്ട നിന്ന വിദ്യാഭ്യാസത്തിനുവേണ്ടിയുള്ള ദളിത് കർഷക രുടെ ഐതിഹാസികമായ പണിമുടക്ക സമരം അവസാനിച്ചത്. ഇതേവർഷം തന്നെയാണ് അയ്യങ്കാളി സാധു ജന പരിപാലന സംഘം സ്ഥാപിച്ചത്. ദളിതർക്കുവേണ്ടി പ്രത്യേക സ്കൂൾ, അല്ലെങ്കിൽ സർക്കാർ സ്കൂളുകളിൽ പ്രവേശനം. അതിനുള്ള അനുവാദത്തിനായി തന്റെ സെക്രട്ടറിയായ തോമസ് വാദ്ധ്യാരുടെ സഹായത്തോടെ അയ്യങ്കാളി വിദ്യാഭ്യാസ ഡയറക്ടർക്ക നിരവധി തവണ അപേ ക്ഷകൾ അയച്ചു. നിവേദനം നൽകി. അതിനെ തുടർന്നാണ് 1907 ജൂണിൽ പുലയകുട്ടികൾക്ക് സ്കൂൾ പ്രവേശനത്തിനുള്ള ഉത്തരവ്

ഉണ്ടാകുന്നത്. പക്ഷേ ഈ ഉത്തരവ് സവർണ്ണ സ്കൂൾ നടത്തിപ്പുകാർ അവഗണിച്ചു. ഈഴവർക്ക മാത്രം പരിമിതമായ തോതിൽ അനുവാദം നൽകി. ഈക്കാര്യം മനസിലാക്കിയ ഏതാനും പുലയ കുട്ടികളെയും കൂട്ടി അയ്യങ്കാളി വെങ്ങാനൂർ ചാവടിനട സർക്കാർ സ്കൂളിൽ എത്തി കുട്ടികളെ അവിടെ പഠിപ്പിക്കാൻ ആവശ്യപ്പെട്ടു. കൊച്ചുപ്പി, കുഞ്ഞുകൃ ഷ്ണൻ, വേലുക്കുട്ടി, ഗോപാലൻ, പരമേശ്വരൻ നാരായണൻ, ശങ്കരൻ, കുഞ്ഞൻ തുടങ്ങിയ കുട്ടികളെ അയ്യങ്കാളി ചാവടിനട സ്കൂളിൽ ചേർത്തു. എന്നാൽ സവർണ്ണ കുട്ടികൾ ആ കുട്ടികളോടൊപ്പം ഇരിക്കാൻ പോലും തയ്യാറായില്ല.

ദളിതരുടെ വിദ്യാഭ്യാസ പോരാട്ടങ്ങൾക്കിടയിലാണ് 1911 ഡിസംബറിൽ അയ്യങ്കാളി ശ്രീമൂലം പ്രജാസഭയിൽ നോമിനേറ്റ് ചെയ്യപ്പെടുന്നത്. ഈ പ്രശ്നങ്ങളെ ഭരണതലത്തിൽ അവതരിപ്പിക്കാ നും പരിഹാരങ്ങൾ തേടാനും ഇതു മൂലം അയ്യങ്കാളിക്ക സാധിച്ചു. 1916 ഫെബ്രുവരി 26-ാം തീയ്യതിയിൽ അയ്യങ്കാളി പ്രജാസഭയിൽ നടത്തിയ പ്രസംഗം ഇങ്ങനെയാണ്.

"സർക്കാർ പാഠശാലകളിൽ പുലയകുട്ടികളെ ചേർത്തു പഠിപ്പിക്കു ന്നതിന് ഗവൺമെന്റ് മുമ്പുതന്നെ ഉത്തരവ് കൊടുത്തിട്ടുള്ള വകയ്ക്കായി ഞാൻ വന്ദനം പറഞ്ഞു കൊള്ളുന്നു. എന്നാൽ ഈ ഉത്തരവുകൾ ഉണ്ടായിരുന്നിട്ടും ചില പാഠശാലകളിലെ അധികൃതർ വല്ല നിസ്സാ രകാരണവും പറഞ്ഞ് അവർ പ്രവേശനം കൊടുക്കുന്നില്ല എന്നത് സങ്കടമായിരുന്നു. പുലയർകുട്ടികൾക്ക് ഒരിക്കൽ പ്രവേശനം കൊടു ത്തിട്ടുള്ള സ്ഥലങ്ങളിൽ മേലാൽ യാതൊരു ഉപദ്രവവുമില്ല. നെയ്യാ റ്റിൻകര, വെങ്ങനൂർ പുല്ലാട്, ഈ സ്ഥലങ്ങളിലുള്ള ഇപ്പോഴത്ത സ്ഥിതി എന്റെ വാക്കുകളെ ദൃഷ്ടാന്തീകരിക്കും. ഈ ഉപദ്രവത്തിന് അടിസ്ഥാനമായിട്ടുള്ളത് ചില പാഠശാലകളിലെ വാധ്യാന്മാരാണ്; ജനങ്ങളല്ല എന്ന് എനിക്കറിയാം. അതുകൊണ്ട മുമ്പുതന്നെ കൊടു ത്തിട്ടുള്ള ഗവൺമെന്റ് ഉത്തരവുകളെ നടത്തിക്കുന്നതിന് വിദ്യാ ഭ്യാസ ഡയറക്ടർക്കും പാഠശാല ഇൻസ്പെക്ടർക്കും നിഷ്കർഷമായ ഉത്തരവുകൾ കൊടുക്കണം എന്നപേക്ഷിക്കുന്നു."

എന്നാൽ അധ്യാപകരും സ്കൂൾ ഹെഡ്മാസ്റ്ററും പുറത്തു വന്ന് കുട്ടികളെ ഭീഷണപ്പെടുത്തി അവിടെ തടിച്ചു കൂടിയ സവർണർ അയ്യങ്കാളിയേയും സംഘത്തേയും ആക്രമിച്ചു. ചാവടി നട സ്കൂൾ അധികൃതരുടെ നടപടിക്കെതിരെ ദിവാൻ വി.പി മാധവരായരെയും

വിദ്യാഭ്യാസ ഡയക്ടർ എ.സി മിച്ചലിനെയും കണ്ട് അയ്യങ്കാളി നിവേദനം നൽകി. അതിനെയുടർന്ന് 1907ലെ ഉത്തരവിൽ ഭേദഗതി വരുത്തി. ദളിതരായ വിദ്യാർത്ഥികൾക്ക് നിർബന്ധമായും പ്രവേശനം നൽകണമെന്നാവശ്യപ്പെട്ട് ഗവൺമെന്റ് പുതിയ ഉത്തരവിറക്കി. ചാവടി സ്കൾ അധികൃതർ അതിന തയ്യാറായില്ല. എന്നമാത്രമല്ല ഗവൺമെന്റ് നിർദ്ദേശപ്രകാരം അന്വേഷണത്തിനെത്തിയ എം.സി. മിച്ചലിന്റെ വാഹനം സവർണ്ണർ തീവെച്ച കത്തിച്ച.

മാധവരായറിന ശേഷം ദിവാനായി വന്ന് പി. രാജഗോപാലാചാ രിയും ദളിതർക്കനക്ഷലമായ നിലപാടായിരുന്ന സ്വീകരിച്ചത്. തന്റെ സമുദായത്തിന്റെ പ്രശ്ണങ്ങൾ വിശദമാക്കിക്കൊണ്ട അദ്ദേഹത്തിന അയ്യൻകാളി നിവേദനം നൽകി. ഇടർന്ന് ദളിതരുടെ വിദ്യാഭ്യാസ പ്രശ്ണങ്ങളെക്കുറിച്ചും, അവർ നേരിടുന്ന സവർണ്ണ ആക്രമങ്ങളെക്ക റിച്ചും വിശദമായി പഠിച്ച് റിപ്പോർട്ട് സമർപ്പിക്കാൻ അദ്ദേഹം മിച്ചലിനെത്തന്നെ ചമുതലപ്പെടുത്തി. മിച്ചൽ ദളിതർക്കനക്ഷലമായി റിപ്പോർട്ട കൊട്ടക്കകയും അതിന്റെ അടിസ്ഥാനത്തിൽ ദളിതരായ വിദ്യാർത്ഥികൾക്ക് പൂർണ്ണമായ വിദ്യാഭ്യാസ സ്വാതന്ത്ര്യം നൽകി ക്കൊണ്ട ഗവൺമെന്റ് ഉത്തരവിട്ട. എന്നാൽ സവർണ്ണ മാടമ്പികൾ ഈ ശ്രമങ്ങൾക്കെതിരെ ശക്തമായി രംഗത്തിറങ്ങി. വിദ്യാഭ്യാസ ഡയറക്ടറുടെയും പോലീസിന്റെയും സഹായത്തോടെ ദളിതരുടെ വിദ്യാഭ്യാസത്തിന വേണ്ടിയുള്ള അയ്യങ്കാളിയുടെ പോരാട്ടങ്ങളിൽ ഉജ്ജ്വലമായ അദ്ധ്യായമാണ്, ഊരുട്ടമ്പലം പെൺപള്ളിക്കൂടത്തിൽ പഞ്ചമിയെന്ന 8 വയസ്സുകാരിയെ ചേർക്കാനുള്ള ശ്രമവും ഉടർന്ന ണ്ടായ 'തൊണ്ണറാമാണ്ട് ലഹള' എന്നറയപ്പെടുന്ന ദളിത് സവർണ ഏറ്റമുട്ടല്യം. തൊണ്ടർകോണത്ത് പൂജാരി അയ്യൻ എന്ന ദളിതന്റെ മകളായ പഞ്ചമിയെയും ക്കുട്ടി അയ്യങ്കാളി സ്കളിൽ എത്തിയപ്പോൾ സവർണ്ണനായ അധ്യാപകൻ കുട്ടിയെ ക്ലാസിലിരുത്താൻ തയ്യാറായി ല്ല. വിദ്യാഭ്യാസ ഡയറക്ടറുടെ ഉത്തരവ് കാണിച്ചെങ്കിലും ഫലമുണ്ടാ യില്ല. ക്ഷുഭിതനായ അയ്യങ്കാളി എതിർപ്പ് വകവെക്കാതെ കുട്ടിയെ ക്ലാസിൽ കയറ്റിയിരുത്തി. സവർണ്ണരും ഈഴവരുമടക്കമുള്ള 'താഴ' ജാതിക്കാരായ കുട്ടികൾ ഒന്നടങ്കം ക്ലാസിൽ നിന്നിറങ്ങിപ്പോയി. സവർണ്ണച്ചട്ടമ്പികൾ അയ്യങ്കാളിയെയും സംഘത്തെയും ആക്രു മിക്കാൻ ഇടങ്ങി. ആ ഏറ്റമുട്ടലിൽ കുട്ടിയുടെ അച്ചനായ അയ്യന ഇരുതരമായ പരിക്കേറ്റ. അയിത്തജാതിക്കാരിയായ പെൺകുട്ടി

'അശുദ്ധ'മാക്കിയ സ്കൂള്‍ സവര്‍ണ്ണര്‍ തീവെച്ച നശിപ്പിച്ചു. കടുത്ത ആക്ര
മണമാണ് പുലയര്‍ക്ക നേരെ സവര്‍ണ്ണര്‍ നടത്തിയത്. സ്ത്രീകളടക്കം
അപമാനിക്കപ്പെടുകയും ക്രൂര മര്‍ദ്ദനത്തിരയാവുകയും ചെയ്തു. അയ്യങ്കാ
ളിയെ രാജ്യദ്രോഹിയായി പ്രഖ്യാപിക്കകവരെ ചെയ്തു. സമാനമായ
സംഭവങ്ങള്‍ തിരുവല്ലയിലെ പുല്ലാട് സര്‍ക്കാര്‍ സ്കൂളില്യം ഉണ്ടായി.
അയിത്തജാതിക്കാരോടൊപ്പം തങ്ങളുടെ കുട്ടികളെ ഇരുത്തില്ലെ
ന്ന് സവര്‍ണ്ണര്‍ പ്രഖ്യാപിച്ചതിനെ തുടര്‍ന്ന് സ്കൂള്‍ അനിശ്ചിതമായി
അടച്ചിട്ടു. വെള്ളിക്കര ചോതിയെത്ത് സാധുജന പരിപാലന സംഘ
ത്തിന്റെ നേതാവാണ് ഈ പോരാട്ടത്തിന് നേതൃത്വം കൊടുത്തത്.
ഈ സ്കൂളും സവര്‍ണര്‍ തീവെച്ച നശിപ്പിച്ചു.

ഇങ്ങനെ പ്രവേശനം നേടിയ കുട്ടികള്‍ക്ക് കടുത്ത അപമാനങ്ങ
ളാണ് സ്കൂളില്‍ അനുഭവിക്കേണ്ടിവന്നത്. ദളിത് കുട്ടികളെ നിലത്തി
രുത്തുകയും അവരെ കൂട്ടത്തോടെ കളിയാക്കുകയും മര്‍ദ്ദിക്കുകയും
ചെയ്യുന്ന അവസ്ഥയുണ്ടായിരുന്നു. ഈ ഘട്ടത്തിലാണ് ദളിതര്‍ക്ക
വേണ്ടി മാത്രമായി സ്കൂള്‍ എന്ന ആശയവുമായി അയ്യങ്കാളി സര്‍ക്കാ
റിനെ സമീപിക്കുന്നത്. ഇതിനായി മിച്ചലിനെ കണ്ട് പ്രത്യേകം
അഭ്യര്‍ത്ഥിക്കുകയും, നിവേദനം നല്‍കുകയും ചെയ്തു. തുടര്‍ന്നാണ് 1914
ല്‍ വെങ്ങന്നൂരില്‍ പുതുവില്‍വിളാകത്ത് മലയാളം പള്ളിക്കൂടം അനു
വദിക്കുന്നതും പരമേശ്വരന്‍ പിള്ളയെന്ന അധ്യാപനെ അയ്യങ്കാളി
നിയമിക്കുകയും ചെയ്തത്. "അയിത്ത ജാതിക്കാരെ" പഠിപ്പിക്കുന്നതി
നാല്‍ പരമേശ്വരന്‍ പിള്ളക്കെതിരെ സവര്‍ണരുടെ ആക്രമണവും
വധശ്രമവുമൊക്കെ ഉണ്ടായിരുന്നു. എന്നാല്‍ അയ്യങ്കാളി അദ്ദേഹ
ത്തിന് സംരക്ഷണം കൊടുത്തു ഈ നീക്കങ്ങളെ പ്രതിരോധിച്ചു.

●

സാധുജന പരിപാലന സംഘം

പത്തൊമ്പതാം നൂറ്റാണ്ടിന്റെ അവസാനപാദത്തിലും, ഇരുപതാം നൂറ്റാണ്ടിന്റെ ആദ്യപാദത്തിലുമായി കേരളീയ സമൂഹം അതിശക്തമായ നവോത്ഥാന പ്രവർത്തനങ്ങൾക്ക് സാക്ഷ്യം വഹിച്ചു. നിരവധി സമുദായങ്ങളിൽ നിന്ന് ശക്തമായ ജാതി വിരുദ്ധ, സാമൂഹിക പരിഷ്കരണ ശ്രമങ്ങളും, അതിനു നേതൃത്വം നൽകുന്ന നായകന്മാരും ഉണ്ടായി. അയ്യാസ്വാമികൾ, വൈകുണ്ഠ സ്വാമികൾ, സദാനന്ദ സ്വാമികൾ, ക്രിസ്ത്യൻ മിഷണറിമാർ എന്നിവരുടെ സ്വാധീനം തെക്കൻ കേരളത്തിൽ വലിയ സാമൂഹിക മാറ്റങ്ങൾക്കു കാരണമായി.

സംസ്കൃതത്തിലും തമിഴിലും അഗാധ പാണ്ഡിത്യമുള്ള അയ്യാവു സ്വാമികളുടെ (1817-1909) ശിഷ്യന്മാരായിരുന്ന ചട്ടമ്പിസ്വാമികളും, ശ്രീനാരായണഗുരുവും. അയ്യങ്കാളിയിലും ഇദ്ദേഹത്തിന്റെ സ്വാധീനമുണ്ടായിരുന്നു. ക്രിസ്ത്യൻ മിഷണറിമാരുടെ പ്രവർത്തനം നാടാർ സമുദായത്തിനിടയിൽ സ്വാതന്ത്ര്യ ബോധം ഉയർന്ന വരുന്നതിനു കാരണമായി. തിരുവിതാംകൂറിന്റെ ചരിത്രത്തിലെ ഏറ്റവും പ്രധാന പ്പെട്ട "ചാന്നാർ ലഹള" എന്നറിയപ്പെടുന്ന "മാറുമറയ്ക്കൽ സമരം"(1822) ക്രിസ്ത്യൻ മിഷണറിമാരുടെ ഇടപെടലുകളുടെ കൂടി സ്വാധീനത്തിന്റെ ഫലമായിരുന്നു. ഇക്കാലയളവിൽ നിരവധി ദളിതർ ക്രിസ്തുമതം സ്വീകരിച്ചിരുന്നു. ഒപ്പം തന്നെ വൈകുണ്ഠസ്വാമികൾ (1809- 1851) ദളിത് സമുദായങ്ങളിൽ, പ്രധാനമായും പറയർ, പുലയർ, നാടാർമാർ

എന്നീ ജാതി സമുദായങ്ങളിൽ നടത്തിയ ആശയ പ്രചരണങ്ങളും ജാതി വിരുദ്ധ ആഹ്വാനങ്ങളും വലിയ ഉണർവ്വാണ് ജാതിക്കെതിരെ സമൂഹത്തിൽ ഉണ്ടാക്കിയത്. ചാന്നാർ മാറുമറയ്ക്കൽ സമരത്തിൽ ഇദ്ദേഹത്തിന്റെ പങ്ക് നിർണ്ണായകമായിരുന്നു.

അയ്യങ്കാളിയുടെ ജാതിവിരുദ്ധ പോരാട്ടങ്ങളെ ഈ നവോത്ഥാന നായകന്മാരുടെ ശക്തമായ സ്വാധീനം ഉണ്ടായിരുന്നുവെന്നു വേണം കരുതാൻ. ഹിന്ദുമതത്തിലെ അനാചാരങ്ങൾക്കെതിരെ പ്രവർത്തിച്ച, മതപുനരുദ്ധാരണത്തിനു ശ്രമിച്ച സദാനന്ദ സ്വാമികളുടെ പ്രവർത്ത നവും അയ്യങ്കാളിയെ ആകർഷിച്ചിരുന്നു. ക്രിസ്തുമതത്തിലേക്കുള്ള ദളിതരുടെ കൂട്ട പലായനത്തിലുള്ള ആശങ്കകൾ അദ്ദേഹത്തിന്റെ പ്രവർത്തനങ്ങളിൽ പ്രതിഫലിച്ചിരുന്നു. ജാതി വ്യത്യാസങ്ങൾ മറന്ന് എല്ലാവരും ഹിന്ദുക്കളായി നിൽക്കണമെന്നദ്ദേഹം ആഹ്വാനം ചെയ്തു. ബ്രഹ്മനിഷ്ഠാശ്രമം 'സംഘം' സ്ഥാപിച്ചുകൊണ്ടു തിരുവിതാം കൂറിൽ അദ്ദേഹം പ്രവർത്തിച്ചു. മറ്റുമായി ഒരു ഘട്ടത്തിൽ അയ്യ ങ്കാളി സഹകരിച്ചുവെങ്കിലും അയിത്ത ജാതിക്കാരുടെ സാമൂഹിക പോരാട്ടങ്ങളെ മുന്നോട്ടു കൊണ്ടുപോകാൻ ആത്മീയ സംഘങ്ങൾക്ക് കഴിയില്ല എന്ന തിരിച്ചറിവിലേക്ക് അയ്യങ്കാളി എത്തിച്ചേർന്നു.

1903 ൽ ശ്രീനാരായണ ഗുരുവിന്റെ നേതൃത്വത്തിൽ 'ശ്രീനാ രായണ ധർമ്മ പരിപാലന യോഗം' നിലവിൽ വന്നു. ഇത് ഈഴവർ ക്കിടയിൽ ശക്തമായ സംഘബോധം ഉണ്ടാക്കുവാനും ജാതിവിരുദ്ധ സമരങ്ങളിലും സമുദായ പരിഷ്കരണ പ്രവർത്തനങ്ങളിലും പുതിയ ദിശാബോധം ഉണ്ടാക്കുവാനും സാധിച്ചു. ഈ പ്രവർത്തനങ്ങൾ അയ്യ ങ്കാളിയിൽ ഒരു പുതിയ സംഘടന രൂപീകരിക്കുന്നതിനുള്ള തീരുമാ നങ്ങൾക്ക് ഊർജ്ജം പകർന്നു. തന്റെ പ്രവർത്തനങ്ങൾക്കു ചുക്കാൻ പിടിക്കുന്ന തോമസ് വാധ്യാർ, ഹാരീസ് വാധ്യാർ തുടങ്ങിയവരു മായി ചേർന്ന് 1907 ൽ അയ്യങ്കാളി സാധുജന പരിപാലന സംഘം രൂപീകരിച്ചു. തോമസ് വാധ്യാരുടെ നേതൃത്വത്തിൽ ഇരുപതാം നൂറ്റാ ണ്ടിന്റെ തുടക്കത്തിൽ ആരംഭിച്ച അയിത്താചാരവിരുദ്ധ പ്രസ്ഥാനം ഇതിനോട് ലയിക്കുകയായിരുന്നു. ശ്രീനാരായണഗുരു, മഹാകവി കുമാരനാശാൻ, ഗോവിന്ദൻ ജഡ്ജി എന്നിവരുടെ ഉപദേശങ്ങളും, നിർദ്ദേശങ്ങളും സംഘടനയുടെ ചട്ടക്കൂട് നിർമ്മിക്കാൻ ഉണ്ടായിരു ന്നു. അയ്യങ്കാളിയുടെ മാതൃസഹോദരിയുടെ പുത്രനായിരുന്ന തോമസ് വാധ്യാർക്കായിരുന്നു സംഘടനയുടെ പ്രധാന ചുമതല. നിരക്ഷരനായ

അയ്യങ്കാളിക്കവേണ്ടി എഴുത്തുകൾ തയ്യാറാക്കുന്നതും, നിവേദനങ്ങൾ തയ്യാറാക്കുന്നതും എല്ലാം അദ്ദേഹത്തിന്റെ മുഖ്യഉപദേഷ്ടാവും സെക്രട്ടറിയുമായിരുന്ന തോമസ് വാധ്യാരായിരുന്നു.

എല്ലാ ഞായറാഴ്ചകളിലും വെങ്ങാനൂരിൽ വെച്ച നടത്തുന്ന യോഗത്തിൽ സ്ത്രീകളടക്കമുള്ള ദളിതർ ആവേശത്തോടെ പങ്കെടുത്തു. ആഴ്ചയിൽ എല്ലാദിവസവും പണിയെടുക്കുന്ന ദളിതർ ഇനി 6 ദിവസം മാത്രം പ്രവർത്തിച്ചാൽ മതിയെന്നും ഞായറാഴ്ച ദിവസം വിശ്രമത്തിനും സംഘത്തിന്റെ പ്രവർത്തനങ്ങൾക്കും വേണ്ടി മാറ്റിവെയ്ക്കണമെന്നും തീരുമാനിച്ചു. "തിരുവിതാംകൂർ സാധുജന പരിപാലന സംഘം" എന്ന പേരിൽ സംഘം രജിസ്റ്റർ ചെയ്തു. പുത്തൻവൽവിളാകം സ്ഥലിനടത്തുള്ള സ്ഥലം വാങ്ങി അവിടെ ഓഫീസ് നിർമ്മിച്ചു. പുരുഷന്മാർക്ക് അരചക്രവും സ്ത്രീകൾക്ക് കാൽചക്രവും വരിസംഖ്യ നിശ്ചയിച്ചു. ചിട്ടയായ രീതിയിൽ സംഘം പ്രവർത്തിച്ചു. തിരുവിതാംകൂറിലുടനീളം സംഘത്തിന ശാഖകൾ ഉണ്ടാവുകയും, നിരവധി ദളിത് നേതാക്കൾ അതിലൂടെ ഉയർന്നുവരികയും ചെയ്തു. അയ്യങ്കാളിയുടെ അധ്യക്ഷതയിൽ ചേരുന്ന യോഗങ്ങളിൽ ദളിതരുടെ ജീവിത പ്രശ്നങ്ങളും സാമൂഹിക പ്രശ്നങ്ങളുമെല്ലാം സജീവമായി ചർച്ചചെയ്തിരുന്നു. ദളിതരുടെ ജീവിതാനുഭവങ്ങൾ സൂചിപ്പിക്കുന്ന പാട്ടുകളും ഈ യോഗങ്ങളിൽ ആലപിച്ചിരുന്നു.

  കേട്ടുഗ്രഹിച്ച കൊൾവിൻ
  സാധുക്കൾ തൻ കഷ്ടതകളെല്ലാം
  എങ്ങോട്ട പോയിടേണ്ട
  ദൈവമേ എന്ന കരഞ്ഞീട്ടന്ന
  വീട്ടകളൊന്നുമില്ല നാട്ടമില്ല
  കാട്ടകൾ തന്നെയുള്ള
  കാട്ടിൽ കിടന്നീടണം
  ദിനംപ്രതി കാട് തെളിച്ചീടണം
  കൊച്ചുവൃക്ഷങ്ങളെല്ലാം നട്ട
  കാഫലമായീട്ടമ്പോൾ
  പണമുള്ളോർ കൈവശമാക്കീട്ടന്ന

ദളിതരുടെ സവിശേഷ കലാരൂപമായ കമ്പടി, കോലടി, വിളയാട്ടം, കുറത്തിക്കളി, കാക്കരശി നാടകം എന്നിവ വിദ്യാഭ്യാസ പ്രചാരണത്തിനായി ഉപയോഗിച്ചിരുന്ന സംഘങ്ങൾക്കിടയിൽ നീതിബോധം

വളർത്താനായി "സമുദായകോടതി" എന്ന സംവിധാനവും ഏർപ്പെ ടുത്തി. തിരുവല്ലയില്ലുള്ള വെള്ളിക്കര ചോതി, ആറന്മുളയില്ലുള്ള കുറുമ്പൻ ദൈവത്താൻ തുടങ്ങിയ ഉശിരരായ പോരാളികൾ സാധുജ നപരിപാലന സംഘത്തിന്റെ പ്രവർത്തനങ്ങൾ മധ്യതിരുവിതാംകൂ റിലേക്ക് വ്യാപിപ്പിക്കുന്നതിന് ചുക്കാൻപ്പിടിച്ചു.

വി.ജെ.റ്റി ഹാളിൽ വെച്ചാണ് സാധുജന പരിപാലന സംഘത്തി ന്റെ വാർഷിക യോഗങ്ങൾ നടത്തിയിരുന്നത്. "ജൂബിലിഹാൾക്കൂട്ടം" എന്നാണിത് അറിയപ്പെട്ടുന്നത്. അതാത് കാലത്തെ ദിവാന്മാ രാണ് സമ്മേളനത്തിന്റെ അദ്ധ്യക്ഷന്മാരായിരുന്നത്. പ്രധാനപ്പെട്ട ഗവൺമെന്റ് ഉദ്യാഗസ്ഥന്മാരും സമ്മേളനത്തിൽ പങ്കെടുത്തിരുന്നു. സരസകവി മൂല്ലൂർ എസ്. പദ്മനാഭപ്പണിക്കർ രചിച്ച 'പുലവൃത്ത' ഗാനമാണ് പ്രാർത്ഥനാഗാനമായി പാടിയിരുന്നത്. കുറുമ്പൻ ദൈവത്താനും ചിലപ്പോൾ പുലയ വിദ്യാർത്ഥികളുമായിരുന്നു പ്രാർ ത്ഥനാഗാനം ആലപിച്ചിരുന്നത്.

സംഘത്തിന്റെ പ്രവർത്തനം മധ്യകേരളത്തിലേക്ക് വ്യാപിപ്പി ക്കാനുള്ള ശ്രമത്തിന്റെ ഭാഗമായി തിരുവല്ല, ചങ്ങനാശ്ശേരി, കോട്ടയം എന്നീ താലൂക്കുകളിൽ അയ്യങ്കാളി സഞ്ചരിച്ചു. ചങ്ങനാശ്ശേരിയിൽ പ്രവർത്തിക്കുന്ന കാലത്താണ് 1914 ൽ സാധുജന പരിപാലനി എന്ന ഒരു മാസിക ആരംഭിച്ചത്. ശ്രീ കാളി ചോതി കറുപ്പനെ പത്രാധി പരായി നിയമിച്ചു. അയ്യങ്കാളിയുടെ ചെറുമകനും കവിയുമായിരുന്ന വെങ്ങാന്നൂർ സുരേന്ദ്രനാണ് ഈ മാസികയെക്കുറിച്ചുള്ള വിവരങ്ങൾ പുറത്തു കൊണ്ടുവന്നത്. അദ്ദേഹത്തിന്റെ കണ്ടെത്തലുകൾ എല്ലാം ചേർത്താണ് അയ്യങ്കാളി സ്മാരകഗ്രന്ഥം എന്ന സുവനീർ പ്രസിദ്ധീ കരിച്ചത്. 18 വർഷത്തോളം ഈ മാസിക പ്രസിദ്ധീകരിച്ചുവെന്ന് പറയപ്പെട്ടുന്നു.

●

കല്ലയും മാലയും പൊട്ടിച്ചെറിയുന്നു

തിരുവിതാംകൂറിൽ 1818ൽ നടത്തിയ ഒരു വിളംബരത്തിൽ പുലയർ, പറയർ, കുറവർ തുടങ്ങിയ ജാതിക്കാർക്ക് സ്വർണ്ണം കൊണ്ടോ, വെള്ളികൊണ്ടോ ഉള്ള ആഭരണങ്ങൾ ധരിക്കാൻ പാടില്ല എന്ന് പരാമർശിക്കുന്നുണ്ട്. കാലങ്ങളായി ദളിത് സ്ത്രീകൾ കല്ലുകൊണ്ടുള്ള മാലകളും ഇരുമ്പ വളയങ്ങളുമാണ് ആഭരണങ്ങ ളായി ധരിച്ചിരുന്നത്. അടിമത്തത്തിന്റെ അടയാളങ്ങളായാണ് ഈ ആഭരണങ്ങൾ കാണപ്പെട്ടത്. അയ്യങ്കാളിയുടെ ആഹ്വാനമനുസരി ച്ച് തിരുവിതാംകൂറിലെ ദളിത് സ്ത്രീകൾ ധൈര്യത്തോടെ മുന്നോട്ട് വന്ന് കല്ലുമാലകൾ പൊട്ടിച്ചെറിഞ്ഞു തുടങ്ങി. അതു സവർണ്ണരെ വളരെയധികം പ്രകോപിപ്പിച്ചു. ജാതി മേലാളന്മാരുടെ കടുത്ത ആക്രമണങ്ങൾ ഇതിനെതിരെ ഉണ്ടായി. കൊല്ലം, മാവേലിക്കര, ചെന്നിത്തല എന്നിവിടങ്ങളിലേക്ക് ഈ സമരം പടർന്നു. അയ്യ ങ്കാളിയുടെ നിർദേശ പ്രകാരം പുലയയുവാക്കൾ സംഘടിക്കുകയും തങ്ങൾക്കെതിരെയുള്ള ആക്രമണങ്ങളെ പ്രതിരോധിക്കുകയും ചെയ്തു.

ഗോപാലദാസൻ എന്ന പുലയയുവാവിന്റെ നേതൃത്വത്തിൽ കൊല്ല ത്തിന്റെ പരിസരപ്രദേശങ്ങളിലെല്ലാം നിരവധി യോഗങ്ങൾ നടന്നു. ഈ യോഗങ്ങളിൽ വെച്ചെല്ലാം കല്ലുമാലകൾ തെരുവിൽ പൊട്ടിയടർ ന്നുവീണു. 1915 ഒക്ടോബർ 24ന് ഞായറാഴ്ച കൊല്ലത്തെ പെരിനാട്ടിൽ

ചെറ്റുമൂട് എന്ന സ്ഥലത്ത് പുലയർ ഒരു യോഗം വിളിച്ചുകൂട്ടി. ഏതാണ്ട് മൂവായിരത്തോളം പേർ പങ്കെടുത്ത ആ യോഗത്തിന്റെ അധ്യക്ഷൻ ഗോപാലദാസനായിരുന്നു. സാധുജന പരിപാലന സംഘത്തിന്റെ പ്രാർത്ഥനാഗാനം പാടാനായി വിശാഖൻ തേവൻ എഴുന്നേറ്റപ്പം സവർണ്ണ ഗുണ്ടകൾ അദ്ദേഹത്തെ ഇരുമ്പുവടികൊണ്ട് ആക്രമിച്ചു. യോഗസ്ഥലത്തുവെച്ച് സവർണ്ണരും, പുലയരും തമ്മിൽ കടുത്ത ഏറ്റുമുട്ടൽ നടന്നു. താരതമ്യേന ദുർബലരായിരുന്ന പുലയർ ക്രൂരമായി മർദ്ദിക്കപ്പെട്ടു. കുട്ടികളും സ്ത്രീകളുമൊന്നും ആക്രമണങ്ങളിൽ നിന്ന് ഒഴിവാക്കപ്പെട്ടില്ല. ലഹള പടരുകയും പെരിനാട്ട പ്രദേശത്തെ പുല യക്കുടിലുകളൊക്കെ അക്രമികൾ തീവെച്ച നശിപ്പിക്കുകയുമുണ്ടായി. സ്ത്രീകളെ മാനഭംഗപ്പെടുത്തി. പുലയർ ജീവനും കൊണ്ട് നാട്ടുവിട്ട പോയി. ചിലർ ഒളിവിലിരുന്ന സവർണ്ണരോട് ഏറ്റുമുട്ടി. ആത്മവീര്യം നഷ്ടപ്പെടാത്ത കരുത്തരായ പുലയ പോരാളികൾ വെങ്ങാന്നൂരിൽ ചെന്ന് അയ്യങ്കാളിയെ കണ്ട് സ്ഥിതിഗതികൾ അറിയിക്കാൻ തീരു മാനിച്ചു. ലഹളയുടെ ഭീകരത മനസിലാക്കിയ അയ്യങ്കാളി ഇങ്ങനെ പറഞ്ഞു. "എന്തെല്ലാം പ്രയാസങ്ങൾ ഉണ്ടായാലും സ്വന്തം സ്ഥലം ഉപേക്ഷിച്ച് ഓടിപ്പോകരുത്. നിലയില്ലാതാവുമ്പം മുട്ടിനു താഴെ വെട്ട്, കൊല്ലരുത്, അതേ മാർഗമുള്ളൂ." പിന്നീട് ഏകദേശം അഞ്ഞൂറ രൂപയോളം സമാഹരിച്ച് അദ്ദേഹം പെരിനാട് സന്ദർശിക്കുകയും ലഹളയിൽ സർവ്വതും നഷ്ടപ്പെട്ട തന്റെ സഹജീവികളെ ആശ്വസി പ്പിക്കുകയും, സഹായിക്കുകയും ചെയ്തു. അന്നത്തെ ദിവാനായ എം. കൃഷ്ണൻ നായരെക്കണ്ട് ലഹള അവസാനിപ്പിക്കാൻ മുൻകൈ എടു ക്കണമെന്ന് ആവശ്യപ്പെട്ടു. കേസിൽ പ്രതിചേർക്കപ്പെട്ട പുലയരുടെ ലിസ്റ്റ് തന്നാൽ അവരെ കോടതിയിൽ ഹാജരാക്കാം എന്നും അയ്യ ങ്കാളി ഉറപ്പുകൊടുത്തു. ആ പ്രദേശങ്ങളിൽ നിന്ന് പോലീസിനെ പിൻവലിക്കണമെന്ന് അയ്യങ്കാളി ദിവാനോട് ആവശ്യപ്പെട്ടു.

പെരിനാട്ടിൽ സമാധാന അന്തരീക്ഷം തിരിച്ചുകൊണ്ട വരുന്ന തിന് അയ്യങ്കാളി മുൻകൈ എടുത്തു. ഒരു അനുരഞ്ജന സമാധാന സമ്മേളനം വിളിച്ച ചേർക്കാൻ തീരുമാനിക്കുകയും അതിനുവേണ്ടി ദിവാൻ കൃഷ്ണൻ നായരോട് അദ്ദേഹം അഭ്യർത്ഥിക്കുകയും ചെയ്തു. എന്നാൽ സംഘർഷ സാധ്യത ഭയന്ന് ദിവാൻ സമ്മേളനത്തിന്

അനുമതി നിഷേധിച്ചു. ഒടുവിൽ കൊല്ലം ജില്ലാ സർക്കിൾ ഇൻസ്പെ
ക്ടർ ഗോപാലസ്വാമിയുടെ ഉറപ്പിൻമേൽ അദ്ദേഹം സമ്മേളനത്തിന്
അനുമതി നൽകി. വിശാഖൻ തേവനും അയ്യങ്കാളിയും സമ്മേളനം
വിജയിപ്പിക്കുവാൻ കഠിനമായി പരിശ്രമിച്ചു. 1915 ഡിസം 19
ഞായറാഴ്ച കൊല്ലം റെയിൽവേ സ്റ്റേഷൻ മൈതാനത്താണ് അനു
രഞ്ജന സമ്മേളനം നടന്നത്. സാധുജനപരിപാലന സംഘത്തിന്റെ
പ്രവർത്തകരും നായന്മാരും ഉൾപ്പെടെ നാലായിരത്തോളം ആളുകൾ
അവിടെ പങ്കെടുത്തതായി പറയപ്പെടുന്നു. അയ്യങ്കാളിയെക്കൂടാതെ,
ചങ്ങനാശ്ശേരി. കെ. പരമേശ്വരൻപിള്ള, ഗവ: സെക്രട്ടറി വിയർ,
രാമൻ തമ്പി, വെള്ളിക്കര ചോതി, കുറുമ്പൻ ദൈവത്താൻ, ഗോപാ
ലദാസൻ എന്നിവരാണ് സമ്മേളന വേദിയിൽ ഉണ്ടായിരുന്നത്.
സവർണ്ണ പ്രതിനിധിയായ ചങ്ങനാശ്ശേരി പരമേശ്വരൻ പിള്ളയാ
യിരുന്ന സമ്മേളനത്തിന്റെ അദ്ധ്യക്ഷൻ. ഈ പൊതുയോഗത്തെപ്പറ്റി
'മലയാളി" പത്രം ഇങ്ങനെ റിപ്പോർട്ട് ചെയ്തിരുന്നു.

"നാനാജാതി മതസ്ഥരായി സ്ഥലത്തുള്ള പ്രധാനപ്പെട്ട
പൗരന്മാരും, വക്കീൽമാരും, കച്ചവടക്കാരും, ഉദ്യോഗസ്ഥന്മാരും
പെരിനാട്ടനിന്നു വന്ന മറ്റു പല യോഗ്യന്മാരും, കൃത്യസമയം തന്നെ
സ്ഥലത്തു വന്നു ചേർന്നു. പെരിനാട്ടും, കൊല്ലത്തും മറ്റുമുള്ളവരായി
ഏകദേശം നാലായിരത്തോളം പുലയ സമുദായംഗങ്ങൾ സ്ഥല
ത്തെത്തി. അവരുടെ നേതാക്കന്മാരായ അയ്യങ്കാളി, ചോതി മുത
ലായവരുടെ ആജ്ഞാനുസരണം മൈതാനത്തു സഭാരംഗത്തിന്റെ
മുൻഭാഗത്തായി ഇരുത്തിയിരുന്നു. നടുവെ ഒരു കയറുകെട്ടി ഒരു
ഭാഗത്ത് സ്ത്രീകളും, മറ്റൊരു ഭാഗത്ത് പുരുഷന്മാരുമായി ഇരുന്ന പുലയ
ജനങ്ങളിൽ കുട്ടികളും, വയസ്സുചെന്നവരും മറ്റും ഉണ്ടായിരുന്നു. പുലയ
സ്ത്രീകൾ ശുചിയായ രീതിയിൽ വസ്ത്രധാരണം ചെയ്തു വന്നിരുന്നതും,
യോഗനടപടികൾ തുടങ്ങിയ ശേഷം ബദ്ധശ്രദ്ധരായിരുന്നതും
ജനങ്ങളുടെ പ്രശംസയ്ക്ക് പാത്രമായ സംഗതികളാണ്."

തികച്ചും അനുരഞ്ജനത്തിന്റെ ഭാഷയിലായിരുന്ന അയ്യങ്കാളിയുടെ
പ്രസംഗമെങ്കിലും, തികച്ചും, തന്ത്രപരമായിരുന്ന അദ്ദേഹത്തിന്റെ
നീക്കം. നൂറ്റാണ്ടുകളായി നിലനിന്നിരുന്ന ഒരു വേഷവിധാനരീതി
അടിച്ചേൽപ്പിക്കപ്പെട്ട ജനതയ്ക്ക് ആത്മവിശ്വാസത്തോടെ അത്

പരസ്യമായി ഉപേക്ഷിക്കാൻ ഉള്ള അവസരം സവർണ്ണരുടെ സമ്മതത്തോടെ നടപ്പിലാക്കാൻ അന്ന് ആ സമ്മേളനത്തിൽവെച്ച് അയ്യങ്കാളിക്ക സാധിച്ചു.

തന്റെ സമുദായ അംഗങ്ങളോട് ഈശ്വരവിശ്വാസം. പരിഷ്കൃത രീതിയിലുള്ള വസ്ത്രധാരണം, നായന്മാരോട്ടുള്ള അനുസരണം എന്നീ ഗുണഗണങ്ങൾ ഉള്ളവരായിരിക്കണമെന്ന് അയ്യങ്കാളി ഉപദേശിച്ച. ആചാര നടപടികളിലും, വേഷത്തിലും, നടപ്പിലും മറ്റും മാറ്റം വരുത്തു മ്പോൾ നായന്മാർക്ക് ചിലപ്പോൾ രസം ഉണ്ടായില്ലെന്ന വരാമെന്നും എന്നാൽ തങ്ങൾ ക്ഷമയോട്ടുകൂടി ഇരിക്കണമെന്നും അയ്യങ്കാളി പുലയരെ ഉപദേശിച്ചു. ഇടർന്നാണ് അദ്ദേഹം കല്ലമാല ധരിക്കുന്ന ആചാരത്തെ പരസ്യമായി ലംഘിക്കുവാനും, ഉപേക്ഷിക്കുവാനും പുലയസ്ത്രീകളോട് ആഹ്വാനം ചെയ്യുന്നത്.

"പുലയസ്ത്രീകൾ കല്ലയും മാലയും ആണല്ലോ പണ്ടുപണ്ടേ ധരിച്ച വന്നിരുന്നത്. തെക്കൻ തിരുവിതാംകൂറിൽ സാധുജനപരിപാലന സംഘത്തിന്റെ ശ്രമത്താൽ ഈ ആഭരണങ്ങൾ ഇപ്പോൾ ഒരു പുലയനും അണിഞ്ഞു വരുന്നില്ലെന്നും, അവർ റൗക്ക ധരിച്ച് അർദ്ധ നഗ്നതയെ ദൂരീകരിച്ചിരിക്കുന്നവെന്നും പെരിനാട്ട വച്ച് അങ്ങനെ ചെയ്യുന്നതിലുള്ള വിരോധം കൊണ്ടാണ് ചില നായന്മാർ വഴക്കുണ്ടാ ക്കിത്തീർത്തതെന്നും ഇപ്പോൾ ഈ മഹാസദസ്സിൽ വച്ചതന്നെ ആ കാര്യം നടത്തുന്നതിന് (കല്ലയും മാലയും അറുത്തുകളയുന്നതിന്) നായർ മഹാന്മാരോട് താൻ അനുവാദം ചോദിക്കുന്നവെന്നും മിസ്റ്റർ അയ്യങ്കാളി പ്രസ്താവിച്ച" മിസ്റ്റർ അയ്യങ്കാളി ആവശ്യപ്പെടുന്നതുപോലെ ഈ സദസ്സിൽ വെച്ച തന്നെ പുലയസ്ത്രീകൾ കല്ലയും മാലയും അറു ത്തുകളഞ്ഞു കൊള്ളുന്നതിന് ഈ യോഗത്തിലുള്ളവർക്കെല്ലാം പൂർ ണ്ണമായി സമ്മതമുണ്ടെന്ന് അദ്ധ്യക്ഷൻ അറിയിച്ച. (കേരള ഹിസ്റ്ററി അസ്സോസിയേഷൻ: കേരള ചരിത്രം 1270 മുതൽ) ഇതിനെ ഇടർന്ന് അയ്യങ്കാളി രണ്ടുപുലയ സ്ത്രീകളെ സദസ്സിലേക്ക വിളിച്ചവരുത്തി അവരുടെ കല്ലയും മാലയും അറുത്തുകളയാൻ ആവശ്യപ്പെട്ടു. ഉടനെ അവർ പിശ്ശാങ്കത്തികൊണ്ട മാല അറുത്ത കളഞ്ഞു. യോഗത്തിൽ എത്തിയ മറ്റ സ്ത്രീകളെല്ലാം മുന്നോട്ട വന്ന കല്ലമാല അറുത്ത കളയുകയും ആ വേദിയിൽ അത് ഒരു കുമ്പാരമായി മാറുകയും ചെയ്ത എന്നും ചരിത്രകാരൻമാർ രേഖപ്പെട്ടത്തിയിരിക്കുന്നു. 'കല്ലമാല'

സമരത്തിനുശേഷവും പുലയർക്കെതിരെയുള്ള സവർണ്ണരുടെ ആക്ര
മണങ്ങൾ അവസാനിച്ചിരുന്നില്ല എന്ന് മിതവാദി അടക്കമുള്ള പത്ര
ങ്ങൾ റിപ്പോർട്ട് ചെയ്തിട്ടുണ്ട്. 1916 ഫെബ്രുവരിയിൽ മിതവാദിയിൽ
വന്ന ഒരു വാർത്ത ഇങ്ങനെയാണ്.

"പുലയ സ്ത്രീകൾ കല്ലുമാല ധരിക്കാത്തതിനെപ്പറ്റിയും മറ്റുമായി
രുന്നല്ലോ തിരുവിതാംകൂർ പെരിനാട്ടുവെച്ചുണ്ടായ ഭയങ്കര ലഹള.
ഈയിടെ അവിടെവെച്ച വേറൊരു അതിക്രമം നടന്നിരുന്നു. ഒരു പുല
യസ്ത്രീ വഴിയിൽ കൂടിപ്പോകുമ്പോൾ "നിന്റെ കല്ലുമാല എവിടെ" എന്ന്
ചോദിച്ചവത്രെ. "അത് സഭയിൽ വെച്ച് അറുത്തു കളഞ്ഞു" എന്ന
മറുപടി പറഞ്ഞു. ഉടനെ കത്തിയെടുത്തു 'എന്നാൽ നിന്റെ ചെവിയും
ഇതാ ഞാൻ അറക്കുന്നു" എന്നു പറഞ്ഞ് ചെവി മുറിച്ച കളഞ്ഞതായി
കേട്ടു. ഞങ്ങൾ അത്യന്തം വ്യസനിക്കുന്നു. ഇത് ഒരു നാട്ട രാജാവിന്റെ
രാജ്യത്തുണ്ടായ സംഭവമാണെങ്കിലും ബ്രിട്ടീഷ സാമ്രാജ്യ ശക്തി നില
നിൽക്കുന്ന കാലത്തോളം ആശ്ചര്യപ്പെടത്തക്ക ഒരു സംഭവമാകുന്നു.

ഇത്തരം അനിഷ്ട സംഭവങ്ങൾക്കെതിരെ അയ്യങ്കാളി അടക്കമുള്ള
അധഃസ്ഥിത വിഭാഗങ്ങളുടെ നേതാക്കന്മാർ നടത്തുന്ന പ്രവർത്തന
ങ്ങളെക്കുറിച്ചും മിതവാദി റിപ്പോർട്ട ചെയ്യുന്നുണ്ട്. "കല്ലയും, മാലയും
കെട്ടിനടക്കാത്തയുകൊണ്ട് തിരുവിതാംകൂറിൽ കൊല്ലത്തിന
സമീപം വച്ച് ഒരു പുലയസ്ത്രിയുടെ കാതറുത്ത വിവരം മുമ്പുതന്നെ
ഞങ്ങൾ പ്രസ്താവിച്ചിട്ടുണ്ടല്ലോ? ഇമ്മാതിരിയുള്ള പല സംഭവങ്ങളും
തുടർന്നു നടന്നിരുന്നു. ഈ കടുംകൈകൾക്കെല്ലാം എതിരായി ഫലപ്ര
ദമായ നടപടികൾ സർക്കാറിനെകൊണ്ട് എടുക്കുന്നതിന് അവർണ്ണ
വിഭാഗത്തിൽപ്പെട്ട നേതാക്കന്മാർ അവിശ്രമം പ്രക്ഷോഭണങ്ങൾ
നടത്തുകയും നിവേദനങ്ങൾ സമർപ്പിക്കുകയും ചെയ്തുകൊണ്ടിരുന്നു.
അവർക്ക് തക്കതായ ഫലവമുണ്ടായി' (മിതവാദി 1916 ഏപ്രിൽ).

നൂറ്റാണ്ടുകളായി നിലനിന്നിരുന്ന ഒരു ദുരാചാരം ഇല്ലാതാക്കാൻ
അയ്യങ്കാളിക്കൊപ്പം മുന്നോട്ടുവന്ന പുലയസ്ത്രീകൾ കേരളത്തിലെ
നവോത്ഥാന ചരിത്രത്തിലെ പോരാട്ടനായികമാരാണ്. സ്ത്രീകളെ
യടക്കം വലിയ സമരങ്ങളിൽ ഭാഗഭാക്കാവാനും, ധൈര്യപൂർവ്വം
ജീവിക്കാനുമുള്ള കരുത്ത് പകരുവാനും അയ്യങ്കാളിയും, സാധുജന
പരിപാലന സംഘത്തിനും കഴിഞ്ഞിരുന്നുവെന്നതിന്റെ അടയാള
മാണ് 'കല്ലുമാല സമരം'. ഒപ്പം ഗോപാലദാസൻ എന്ന കരുത്താനായ

ദളിത് പോരാളിയുടെ ചരിത്രം കൂടിയാണത്. പെരിനാട് പോരാട്ടത്തിന് നേതൃത്വം വഹിച്ചതും മുഴുവൻ ദളിതരെയും ഒന്നിച്ച് നിർത്തി സവർണ്ണചട്ടമ്പികളുടെ ആക്രമണത്തെ ചെറുത്തു നിർത്തിയതും ഗോപാലദാസന്റെ അപാരമായ നേതൃഗുണമായിരുന്നുവെന്ന് കാണാം. അദ്ദേഹം പിന്നീട്ടും സവർണ്ണരുടെ ക്രൂരമായ മർദ്ദനങ്ങൾക്ക് ഇരയായതായിപറയപ്പെടുന്നു. ഈ ദളിത് പോരാളി പിന്നീട് ചരിത്ര വിസ്മൃതിയിൽ മറഞ്ഞുപോയതായി കാണാം.

●

നിയമനിർമ്മാണസഭയിലെ അയ്യങ്കാളി

ദളിതരുടെ മനുഷ്യാവകാശ പോരാട്ടങ്ങളിലൂടെ അവരുടെ അനിഷേധ്യ നേതാവായി അയ്യങ്കാളി ജ്വലിച്ച നിൽക്കുന്ന കാലത്താണ് അദ്ദേഹം തിരുവിതാംക്കൂറിലെ ശ്രീമൂലം പ്രജാസഭയി ലേക്ക് നോമിനേറ്റ് ചെയ്യപ്പെടുന്നത്. 1888 ൽ ആണ് ഇന്ത്യയിലെ തന്നെ ആദ്യത്തെ നാട്ടുരാജ്യ നിയമനിർമ്മാണ സഭ തിരുവിതാംക്ക റിൽ രൂപം കൊണ്ടത്. 8 അംഗങ്ങൾ മാത്രമുണ്ടായിരുന്ന ഈ സഭ പിന്നീട് 1904 -ൽ 7 അംഗങ്ങളെ കൂടി ഉൾപ്പെടുത്തി വികസിപ്പി ക്കുകയും ശ്രീമൂലം പ്രജാസഭ എന്ന പേര് സ്വീകരിക്കുകയും ചെയ്തു. ഓരോ മതക്കാരനും, ജാതിക്കാരനും, ജന്മിക്കും മറ്റും അവരവരുടെ സമൂഹത്തിന്റെ പ്രശ്നങ്ങൾ സഭയിൽ അവതരിപ്പിച്ച് പരിഹാരം നേടാൻ പ്രത്യേകം പ്രതിനിധികൾ ഉണ്ടായിരുന്നു. ആദ്യകാലങ്ങ ളിൽ ഈഴവ സമുദായംഗങ്ങൾക്ക് സഭയിൽ പ്രാതിനിധ്യം ഉണ്ടാ യിരുന്നു. എന്നാൽ പുലയരുൾപ്പെടുന്ന ദളിത് സമുദായക്കാരുടെ പ്രശ്നങ്ങൾ സഭയിൽ അവതരിപ്പിച്ചിരുന്നത് നായർ സമുദായത്തിലെ കെ. ഗോവിന്ദപ്പിള്ളയായിരുന്നു.

സാധുജനപരിപാലന സംഘത്തിന്റെ നേതാവായി അയ്യങ്കാളി വളരെ സജീവമായി പ്രവർത്തിക്കുകയും പുലയരുൾപ്പെടുന്ന കർഷ കത്തൊഴിലാളികളുടെ പ്രശ്നങ്ങൾ ഭരണാധികാരികൾക്കുമുമ്പിൽ നിവേദനങ്ങളായി എത്തിക്കുകയും ചെയ്തിരുന്നു. വിദ്യാഭ്യാസം, ഭൂമി അയിത്താചാരങ്ങളും ഇടർന്നുള്ള സവർണ്ണ ആക്രമണങ്ങൾ ഇടങ്ങി

സമുദായത്തിന്റെ എല്ലാ പ്രശ്നങ്ങളും അദ്ദേഹം ദിവാനടക്കമുള്ള ഉയർന്ന ഉദ്യോഗസ്ഥന്മാരുടെ മുമ്പിൽ എത്തിക്കുമായിരുന്നു. ഈ അവസരത്തിലാണ് അയിത്തജാതിക്കാർ നേരിടുന്ന പ്രശ്നങ്ങൾ അവതരിപ്പിക്കാൻ അതേ സമുദായത്തിൽപ്പെട്ടവർ തന്നെ വേണ മെന്നുള്ള നിർദ്ദേശങ്ങൾ സഭയിലുയർന്നു വന്നത്. പുലയരുടെയും, മറ്റ അധഃസ്ഥിത സമുദായക്കാരുടെയും നേതാവായിരുന്ന അയ്യങ്കാളി യുടെ പേര തന്നെയാണ് ഈ സ്ഥാനത്തേക്ക് ഏറ്റവും കൂടുതൽ ഉയർ ന്നുവന്നത്. അയ്യങ്കാളിയുടെ പ്രവർത്തനങ്ങളോട് ഏറെ താൽപര്യം കാണിച്ച തഹസിൽദാർ പ്രാക്കളും പത്മനാഭപ്പിള്ളയടക്കമുള്ള പ്രമുഖർ ഈ കാര്യം ദിവാനോട്ട സൂചിപ്പിച്ചിരുന്നു. അങ്ങനെ 1911 ഡിസംബർ 5 ലെ സർക്കാർ ഗസറ്റിലൂടെ ഗവൺമെന്റ് അയ്യങ്കാളിയെ ശ്രീമൂലം പ്രജാസഭ മെമ്പറായി നോമിനേറ്റു ചെയ്തതായി പ്രഖ്യാപി ച്ചു. 1912 ഫെബ്രുവരി 27-ാം തീയ്യതി കൂടിയ ശ്രീമൂലം പ്രജാസഭയുടെ 8-ാമത് യോഗത്തിൽ അയ്യങ്കാളി പങ്കെടുത്തു സംസാരിച്ചു. തന്റെ സമുദായമടക്കമുള്ള അധഃസ്ഥിത സമൂഹം നേരിടുന്ന ബഹുമുഖ പ്രശ്നങ്ങൾ ആർജ്ജവത്തോടെ സഭയിൽ അവതരിപ്പിക്കാനും ലക്ഷ്യം കാണാനും നിരക്ഷരനായ അയ്യങ്കാളിക്ക സാധിച്ചിരുന്നു. ഭൂമിയുടെയും, വിദ്യാഭ്യാസത്തിന്റെയും വിഷയങ്ങൾക്കാണ് അദ്ദേഹം ഏറ്റവും കൂടുതൽ പ്രാധാന്യം നൽകിയത്. സഭയിൽ എത്തിയ ഉടൻ തന്നെ തങ്ങളുടെ സമുദായത്തിൽ നിന്ന് കൂടുതൽ പ്രതിനിധികളെ സഭയില്ൾപ്പെടുത്തണമെന്ന് അദ്ദേഹം ദിവാനോട് അഭ്യർത്ഥിച്ചു. "ഞങ്ങൾ ആറു ലക്ഷം ആളുകളുണ്ട്. ഓരോ ലക്ഷത്തിനും ഓരോ പ്ര തിനിധിയെ വീതം നൽകാൻ ദയവുണ്ടാകണം" ഇതിനെ തുടർന്ന് വ്യത്യസ്ഥജാതികളിൽ നിന്നുള്ള പ്രതിനിധികളെ സഭയില്ൾപ്പെട്ട ത്തി. 1912 ഫെബ്രുവരി 27-ാം തീയ്യതി അയ്യങ്കാളി പ്രജാസഭയിൽ ആദ്യമായി സംസാരിച്ചത് പുതുവൽഭൂമി അഥവാ പുറമ്പോക്ക് ഭൂമി പതിച്ച നൽകുന്നതിനെക്കുറിച്ചായിരുന്നു.

"പുലയജാതിക്കാരുടെ പ്രതിനിധിയായി സഭായോഗത്തിൽ ഒരു സമാജികനായി എന്നെ നിയമിച്ചതിന് ഗവൺമെന്റിനോട്ടും ഇത്തവണ പുലയജാതിക്കാരുടെ പ്രതിനിധിയായി ഒരു പുലയനെ തന്നെ നിയമിക്കണം എന്നുമുള്ള അപേക്ഷയെ ഏകാഭിപ്രായമായി സ്വീകരിച്ചതിനായി കഴിഞ്ഞ സഭായോഗത്തിലെ സമാജികന്മാ രോട്ടും ഞാൻ നന്ദി പറയുന്നു. പുതുവൽ ഭൂമികളെ പുലയന്മാരുടെ

പേരിൽ പതിക്കുന്നതിനെ സംബന്ധിച്ച് കഴിഞ്ഞ യോഗത്തിൽ ചെയ്ത നിവേദനത്തിന് കിട്ടിയ മറുപടി അനുസരിച്ച് നെയ്യാറ്റിൻക്കര, മിളവംകോട്, തിരുവനന്തപുരം, നെടുമങ്ങാട് താലൂക്കുകളിൽ ചില പുതുവൽ ഭൂമികളെ ഞങ്ങളുടെ പേരിൽ പതിച്ചുകിട്ടാനായി അനേകം ഹർജികൾ ബോധിപ്പിച്ചിരുന്നു. എന്നാൽ യാതൊരു ഫലവും ഉണ്ടാ യില്ല. ഈ പ്രദേശങ്ങളിലെ നിവാസികൾ ഞങ്ങളുടെ പ്രയത്നത്തിന് അനേകം തടസ്സങ്ങൾ വരുത്തി, അതിൽ അവർക്ക് റവന്യൂ ജീവന ക്കാരുടെ സഹായവും ഉണ്ടായിരുന്നു. ഇതിന്റെ ഫലമായി ഇതിന മുൻപിൽ ജനങ്ങൾ അറിഞ്ഞിട്ടില്ലാതിരുന്നിട്ടും എന്നാൽ പുലയന്മാർ അന്വേഷിച്ച് അറിഞ്ഞതുമായ പുതുവൽ ഭൂമികൾ ധനികന്മാരായ ഉയർന്ന ജാതിക്കാർക്ക് ലഭിച്ചു. പുലയരെ ഹിംസിക്കുകയും, അവരെ പാർപ്പിടങ്ങളിൽ നിന്ന് വെളിയിലാക്കപ്പെടുകയും ചെയ്യപ്പെട്ടു. എന്ന തന്നെയുമല്ല മുമ്പ് ഉണ്ടായിരുന്നതുകൂടി ഇപ്പോൾ ഞങ്ങൾക്ക് ഇല്ലാ തായിതീർന്നു. കൃത്യതുല്യമായ ഗവൺമെന്റിന്റെ കരുണയ്ക്കായി അപേ ക്ഷിക്കുകയല്ലാതെ ഞങ്ങൾക്ക് ഗത്യന്തരമില്ല. എന്റെ ജാതിക്കാർക്ക് കുറേയെങ്കിലും പുതുവൽഭൂമികൾ പതിച്ച തരണം എന്നും, പേരിൽ ചതിക്കപ്പെട്ട തരിശ്രുഭൂമികളിൽ ഉപയോഗമില്ലാതെ കിടക്കുന്നവ യിൽ ചിലതിനെ പരീക്ഷണാർത്ഥം ഞങ്ങളുടെ സൗഖ്യത്തിനും, സൗകര്യത്തിനുമായിതരണം എന്നും അപേക്ഷിക്കുന്നു. ധനികന്മാ രുടെ വസ്തു ഉടമസ്ഥന്മാരുടെ പക്കൽ നിന്നും ഞങ്ങൾ സങ്കടങ്ങൾ അനുഭവിച്ചു വരുന്നുണ്ട്. എന്തെന്നാൽ ഞങ്ങൾ ഇതുവരെ വാക്കാൽ സമ്മതിക്കപ്പെട്ടിരുന്നതും ഞങ്ങളുടെ സ്വന്തം പ്രയത്നത്താൽ വസി ക്കപ്പെട്ടതും, ഫലപ്രദമാക്കപ്പെട്ടതുമായ ഭൂമികളിൽ നിന്ന് ഞങ്ങളെ അവർ വെളിയിലാക്കിയിരിക്കുന്നു. ഇതുമാത്രമല്ല വനം ഡിപ്പാർ ട്ട്മെന്റിലെ ചില ഉദ്യോഗസ്ഥന്മാർ ആ പ്രദേശത്തിലെ ഏതാനും ധനികൻമാരോട് യോജിച്ച് കൊണ്ട്, ഒഴിച്ചിടപ്പെട്ട വനങ്ങളാണെ ന്നുള്ള വാദത്തെ പുറപ്പെടുവിച്ച് വനങ്ങളിലുള്ള ഞങ്ങളുടെ കുടിലുക ളിൽ നിന്നും പോകാൻ ഞങ്ങളെ നിർബന്ധിച്ച വരികയും അതേ സമയത്തുതന്നെ മറ്റുള്ളവർ ആ പ്രദേശങ്ങളെ കൈവശപ്പെടുത്തുവാൻ അനുവദിക്കുകയും ചെയ്യുന്നു. ഈ മാതിരിയുള്ള സ്വേച്ഛാ പ്രവർത്തി പ്രധാനമായും ചെങ്ങന്നൂർ താലൂക്കിൽ റാന്നി പ്രവൃത്തിയിൽ വലിയ കാവുങ്കലിലും, ചങ്ങനാശ്ശേരി താലൂക്കിൽ ആലപ്രാമുറിയിലല്ലും തിരുവല്ലാ താലൂക്കിൽ പെരുമ്പാത്ത് മുറിയിലും ആണ് നടന്ന

വരുന്നത്. ഇപ്രകാരമുള്ള സങ്കടങ്ങളെ നിവർത്തിക്കണം എന്ന് ഞാൻ അപേക്ഷിക്കുന്നു."

ഈ അപേക്ഷയിൻമേൽ ദിവാൻ ഇങ്ങനെ മറുപടി നൽകി."പുല യരെ സഹായിക്കുന്നതിന് കഴിവുള്ളതെല്ലാം ഗവൺമെന്റ് ചെയ്യുന്നു ണ്ട്. പുതുവൽവസ്തുക്കളെ പേരിൽ പതിക്കാനായി പുലയർക്കു വേണ്ടി കൊടുത്തിട്ടുള്ള 779 ഹർജ്ജികളിൽ 769 എണ്ണത്തോളവും പേരിൽ പതിച്ചകൊട്ടക്കാൻ പാടില്ലാത്ത പുറം പോക്ക് ഭ്രമികളെ സംബന്ധി ച്ചവ ആകുന്നു. പേരിൽ പതിച്ചകൊട്ടക്കാവുന്നവയായി വിളപ്പിൽ പകുതിയിൽ 500 ഏക്കറിൽപരം വിസ്താരമുള്ള തരിശ്ശുഭ്രമികൾ കിടപ്പുണ്ട്. അവിടെ പോകുന്നതിന് പുലയന്മാർക്ക് മനസ്സാണെ ങ്കിൽ പേഷ്കാരോട് അപേക്ഷിക്കാവുന്നതാണ്. അയ്യങ്കാളിയുടെ ഈ അപേക്ഷയുടെ ഫലമായി തിരുവനന്തപുരം താല്ക്കിൽ പള്ളിപ്പുറം പകുതിയിൽ 5000 ഏക്കറും നെയ്യാറ്റിൻകര താല്ക്കിൽ വിളപ്പിൽ പകുതിയിൽ 300 ഏക്കറും പുറമ്പോക്ക് ഭ്രമി തറവില, തടിവില കൂടാതെ കുടി ഒന്നിന് ഒരേക്കർ വീതം പതിച്ച കൊട്ടക്കുന്നതിന് ഉത്തരവുണ്ടായി. വിളപ്പിൽ പകുതിയിൽ അനുവദിച്ച 300 ഏക്കറും, കുടിയൊന്നിനു ഒരേക്കർ വീതം പതിച്ച കൊട്ടക്കുകയും, പള്ളിപ്പുറം പകുതിയിൽ അനുവദിച്ച 500 ഏക്കറും റദ്ദ് ചെയ്ത് അതിനു പകരം നെട്ടമങ്ങാട്ടു താല്ക്കിൽ ഉഴവലയ്ക്കൽ പകുതിയിൽ പുതുവൽ ഭ്രമി അനുവദിച്ചകൊട്ടക്കുകയും ചെയ്തു.

1912 ഫെബ്രുവരി 12 നു നടന്ന രണ്ടാമത്തെ പ്രജാസഭയോഗത്തിൽ തന്റെ നിവേദനത്തെ പരിഗണിച്ചതിൽ അയ്യങ്കാളി നന്ദി രേഖപ്പെ ടുത്തുന്നുണ്ട്.

"പുലയർക്ക് കെട്ടിടം വച്ച് കൊട്ടക്കുന്നതിനായി നെയ്യാറ്റിൻകര താല്ക്കിൽ വിളപ്പിൽ പകുതിയിൽ തറവില കൂടാതെ 500 ഏക്കർ തരിശ്ശുഭ്രമി കൊടുത്ത് കഴിഞ്ഞ സഭായോഗത്തിൽ ഈ വിഷയത്തെ പ്പറ്റി ഞാൻ ബോധിപ്പിച്ച നിവേദനത്തെ ആദരിച്ചതിലേക്കും ഞാൻ ഗവൺമെന്റിനോട് എന്റെ കൃതജ്ഞത ബോധിപ്പിച്ച കൊള്ളുന്നു.

പള്ളിപ്പുറം പകുതിയിലും, കഴക്കൂട്ടം പകുതിയിലും 1000 ൽ പരം പുലയപാർപ്പിടങ്ങൾ ഇല്ലാതായിരിക്കുന്നു. കിടപ്പുള്ള തരിശ്ശ ഭ്രമികളെ അവരുടെ പേരിൽ പതിച്ച കിട്ടുന്നതിന് അവരിൽ ചിലർ റവന്യൂ ഡിപ്പാർട്ട്മെന്റിൽ അപേക്ഷകൾ കൊട്ടത്തിട്ടുണ്ട്. പേരിൽ പതിവ് സംബന്ധിച്ച നടപടികളെ വേഗം പൂർത്തിയാക്കുന്നതിനും

ആ ഭൂമികളെ അവർക്ക് കൊടുക്കുന്നതിനും വേണ്ട ഉത്തരവുകൾ സംബന്ധിച്ച റവന്യൂ ഡിപ്പാർട്ട്മെന്റിൽ അയച്ച് സംസ്ഥാനത്തിൽ ആ ഭാഗത്തുള്ള എന്റെ വർഗ്ഗക്കാരുടെ സങ്കടങ്ങളെ തീർക്കണമെന്ന് ഞാൻ പ്രാർത്ഥിക്കുന്നു. ഞങ്ങളുടെ പാർപ്പിനായി സംസ്ഥാനത്തിലെ പല ഭാഗങ്ങളിലും ഇതുപോലെയുള്ള ഭൂമികളെ എന്റെ വർഗ്ഗക്കാർക്ക് പതിച്ച കൊടുക്കുന്നതിന് വ്യവസ്ഥകൾ ചെയ്യണമെന്ന് പൊതുവായി ഞാൻ അപേക്ഷിച്ചുകൊള്ളുന്നു."

1916 ലും, 1918 ലും പ്രജാസഭയിൽ നടത്തിയ പ്രസംഗത്തിൽ സാങ്കേതിക പ്രശ്നങ്ങൾ പറഞ്ഞ് ദളിതർക്ക് ഭൂമി പതിച്ച നൽകാത്ത, ഉദ്യോഗസ്ഥന്മാർക്കെതിരെ നടപടിയെടുക്കണമെന്ന് ആവശ്യപ്പെട്ട നുണ്ട്. എല്ലാ യോഗങ്ങളിലും നിരന്തരമായി ഭൂപ്രശ്നം ഉന്നയിച്ചിട്ടും വേണ്ടത്ര രീതിയിൽ ഭൂമി വിതരണം നടന്നിട്ടുണ്ടായിരുന്നില്ല. 1923 ൽ നടന്ന പ്രജാസഭയുടെ 19-ാമത്തെ കൂടിച്ചേരലിൽ പുലയരുടെ ഭൂപ്രശ്നങ്ങളോടൊപ്പം അവർ നേരിടുന്ന മറ്റു പല തരത്തിലുള്ള വിവേ ചനങ്ങളെയും കുറിച്ച് അയ്യങ്കാളി അവതരിപ്പിച്ചിട്ടുണ്ട്.

വെള്ളയാണി കായലിനു സമീപം തിരുവല്ലം വില്ലേജിൽ നെയ്യാറ്റിൻകര താലൂക്കിൽ ഉൾപ്പെടുന്ന 172 ഏക്കർ കരഭൂമിയിൽ 50 സെന്റ് ഭൂമി വീതം ഓരോ പുലയ കുടുംബത്തിനും പതിച്ച നൽകണം. സവർണ ഹിന്ദുക്കളിൽ നിന്നും പുലയർക്ക് കാര്യമായ സഹായങ്ങൾ ഒന്നും തന്നെ ലഭ്യമല്ല എന്നും അദ്ദേഹം പരാതി ഉന്നയിച്ചു. ക്രിസ്ത്യൻ മിഷണറിമാർ പുലയർക്ക ആവശ്യമായ സഹായം നൽകുന്നതിനാൽ അവരെല്ലാം തന്നെ പ്രസ്തുത മതത്തിലേക്ക് ആകർഷിക്കപ്പെടുക യാണ്. ദാരിദ്ര്യവും തൊട്ടുകൂടായ്മയും കാരണം അധഃസ്ഥിതർ മറ്റും മതങ്ങളിൽ അംഗങ്ങളാകുന്നു. റോഡ്, കിണർ, വാസസ്ഥലങ്ങൾ എന്നിവയുടെ കാര്യത്തിലും, വിദ്യാഭ്യാസ സാമ്പത്തിക അഭിവൃദ്ധി യുടെ കാര്യത്തിലും, സാംബവരുടെ ആവശ്യങ്ങളിൻമേൽ അടിയന്തര നടപടി സ്വീകരിക്കണം എന്നും അദ്ദേഹം ആവശ്യപ്പെട്ടു.

തങ്ങൾക്ക കിട്ടിയ ഭൂമിയിൽ നിന്ന് കൈവശക്കാരെ ഒഴിപ്പിച്ചെടു ക്കാൻ ദളിതർക്ക നിയമനടപടികളിലേക്ക പോകേണ്ട അവസ്ഥയു ണ്ടായിരുന്നു. സൗജന്യമായി കിട്ടിയ ഭൂമിയുടെ ഉടമസ്ഥ അവകാശം സ്ഥാപിക്കാൻ വലിയ തുക മുടക്കി കോടതിയിൽ കേസ് നടത്തേണ്ട ദളിതരുടെ ഗതികേട് അയ്യങ്കാളി നിയമസഭയിൽ അവതരിപ്പിച്ച

"സർക്കാർ ദയവുകൊണ്ട് പുതവലുകൾ പതിച്ചുകിട്ടിയ പലർക്കും

കൈവശക്കാരനെ ഒഴിപ്പിച്ചെടുക്കുന്നതിനായി കോടതി കയറിയിറ
ങ്ങേണ്ട അവസ്ഥയിലാണിപ്പോൾ. എന്റെ പാവപ്പെട്ട ജനങ്ങൾക്ക്
ഇതുമൂലം ഒരുപാട് കഷ്ടനഷ്ടങ്ങൾ ഉണ്ടാകുന്നുണ്ട്. അതുകൊണ്ട്
സൗജന്യപ്രതിവുകൾക്ക് കൈവശവകാശത്തിനുവേണ്ടി കേസുകൾ
കൊടുക്കേണ്ടി വരുമ്പോൾ അവരെ കോർട്ട ഫീസു കൊടുക്കുന്നതിൽ
നിന്നും ഒഴിവാക്കിത്തരുമാറാകണം. ഈ ആവശ്യം അംഗീകരിക്കാൻ
സാധ്യമല്ലെങ്കിൽ കോർട്ട്ഫീസ് ഇല്ലാതെ തന്നെ കേസ് സ്വീകരിക്ക
കയും, എതിർകക്ഷിയിൽ നിന്നും അത് ഈടാക്കുകയും ചെയ്യണമെ
ന്നും ഭ്രമിക്ക വേണ്ടിയുള്ള അപേക്ഷകളിൽ കോർട്ട് ഫീസ് സ്റ്റാമ്പ്
ഒട്ടിക്കുന്നതിൽ നിന്നും ഒഴിവാക്കണമെന്നും അപേക്ഷിക്കുന്നു"

ദളിതന് ഈ മണ്ണിൽ ആത്മാഭിമാനത്തോടെ തലയുയർത്തിജീ
വിക്കുന്നതിന് ഭ്രമിയും, വിദ്യാഭ്യാസവും ആണ് ഏറ്റവും അത്യാവശ്യം
എന്ന് അയ്യൻകാളി തിരിച്ചറിഞ്ഞിരുന്നു. അതിനു വേണ്ടിയുള്ള പോരാ
ട്ടങ്ങൾക്കാണ് ആ മനുഷ്യ സ്നേഹി ജീവിതം മുഴുവൻ സമർപ്പിച്ചത്.
തന്റെ സമുദായത്തിൽ നിന്ന് പത്തു ബിഎക്കാരെയെങ്കിലും കണ്ട്
മരിക്കണമെന്ന ആഗ്രഹത്തിനുവേണ്ടി അദ്ദേഹം പ്രജാസഭയിൽ
നിരന്തരം പോരാടിയിരുന്നു.

1912 മാർച്ച് 4-ാം തീയ്യതി പ്രജാസഭയിൽ അദ്ദേഹം ഉന്നയിച്ച
പ്രശ്നങ്ങൾ വിദ്യാഭ്യാസം നേടുന്നതിനുവേണ്ടി പുലയർ നേരിടുന്ന
സ്വാതന്ത്ര്യമില്ലായ്മയെക്കുറിച്ചായിരുന്നു.

"വെങ്ങാനൂർ എലിമെന്ററി പള്ളിക്കൂടത്തിൽ പുലയ വിദ്യാർ
ത്ഥികളെ ചേർക്കുന്ന കാര്യത്തിൽ എന്റെ വർഗ്ഗക്കാരുടെ നേർക്ക്
ദയവായി ചെയ്തിട്ടുള്ള സഹായത്തിനായി പുലയന്മാരുടെ പ്രതിനിധി
യായി ഞാൻ ഗവൺമെന്റിനു നേർക്കുള്ള കൃതജ്ഞത ബോധിപ്പിച്ചു
കൊള്ളുന്നു. തെക്കൻ തിരുവിതാം കോട്ടിൽ ഏഴു പള്ളിക്കൂടങ്ങളിൽ
മാത്രമേ ഇപ്പോൾ പുലയർക്ക് പ്രവേശനം നൽകുന്നുള്ളൂ. സംസ്ഥാന
ത്തെ എല്ലാ പള്ളിക്കൂടങ്ങളിലും അവർക്ക് പ്രവേശനം കൊടുക്കുന്നത്
അഭിലഷണീയമാണെന്ന് ഞാൻ ബോധിപ്പിക്കുന്നു. പുലയ വിദ്യാർ
ത്ഥികൾക്ക് പ്രത്യേകിച്ചും ഫീസ് ആനുകൂല്യങ്ങൾ കൊടുക്കേണ്ടതാ
കുന്നു. ഇലോം മുന്നിട്ടു നിൽക്കുന്ന മുഹമ്മദന്മാർക്ക് കൊടുത്തിട്ടുള്ള
ഫീസിലെ ആനുകൂല്യങ്ങൾപോലും ഞങ്ങൾക്ക് അനുവദിച്ചിട്ടില്ല.

വിദ്യാഭ്യാസം, എഞ്ചിനീയറിംഗ്, മെഡിക്കൽ ഈ ഡിപ്പാർ
ട്ട്മെന്റ് ജീവനക്കാരനായി പുലയന്മാരെ നിയമിക്കാവുന്നതാണ്.

വിദ്യാഭ്യാസ ഡിപ്പാർട്ട്മെന്റിൽ ജോലി ചെയ്യാൻ ശേഷിയുള്ള ആളുകൾ ഉണ്ട്."

അയ്യങ്കാളിയുടെ ഈ നിർദ്ദേശങ്ങൾ ദിവാൻ സ്വീകരിക്കുകയും പുലയക്കുട്ടികളെ പഠിപ്പിക്കാൻ ശേഷിയുള്ള പുലയർ വല്ലവരും ഉണ്ടെങ്കിൽ അവരുടെ ലിസ്റ്റ് തയ്യാറാക്കി ഡയറക്ടറുടെ പക്കൽ കൊടുക്കണമെന്ന് അദ്ദേഹത്തോടെ അവശ്യപ്പെടുകയും ചെയ്തു.

ഗവൺമെന്റിൽ നിന്നും അനുകൂലമായ നിരവധി ഉത്തരവുകൾ ഉണ്ടായിട്ടുണ്ടെങ്കിലും, സാമൂഹികമായ എതിർപ്പുകൾ സവർണ്ണരിൽ നിന്ന് ഏറെ നേരിട്ടു. സ്കൂൾ അധികൃതർ പുലയക്കുട്ടികളെ സ്കൂളിൽ നിന്നും ആട്ടിയോടിക്കുന്ന നടപടികൾ തുടർന്നു കൊണ്ടേയിരുന്നു. ഈ പ്രശ്നങ്ങൾ അയ്യങ്കാളി നിരന്തരം സഭയിൽ ഉന്നയിച്ചു. ഈ സാഹചര്യത്തിൽ 1916 ഫെബ്രുവരി 29-ാം തീയ്യതി നടന്ന യോഗത്തിൽ അയ്യങ്കാളി ഇങ്ങനെ സംസാരിച്ചു.

"ഗവൺമെന്റിന്റെ സഹായത്തോടും, അനുവാദത്തോടും കൂടി പുലയരുടെ വിദ്യാഭ്യാസത്തിൽ ഇനിയും അഭിവൃദ്ധി ഉണ്ടാക്കാൻ കഴിയുന്നതാണെന്ന് കഴിഞ്ഞ ആണ്ടിൽ പുലയസമുദായത്തിന് ഉണ്ടായി ട്ടുള്ള വിദ്യാഭിവൃദ്ധിയിൽ നിന്ന് കാണുന്നു. എല്ലാ പബ്ലിക്ക് സ്ഥലങ്ങളും, മിക്ക ഡിപ്പാർട്ട്മെന്റ് പാഠശാലകളും അവർക്ക് പ്രവേ ശ്യമായിരിക്കുന്നു എന്ന് വരികിലും യഥാർത്ഥത്തിൽ ഇരുപത്തു ഞ്ചിൽ കവിയാത്ത പാഠശാലകളിൽ മാത്രമേ അവരെ ചേർക്കുന്നുള്ളൂ. പുലയരുടെ ഉന്നതിക്കുള്ള ഏക പ്രതിബന്ധം ഇതര സമുദായങ്ങളിലെ വിദ്യാഭ്യാസമില്ലാത്തവരായ ആളുകളിൽ നിന്ന് ഉണ്ടാകുന്നതത്രെ. പഠിപ്പുള്ള ആളുകളും, ഗവൺമെന്റും പുലയരുടെ നേർക്ക് അനുഭാവം കാണിക്കുകയാണെങ്കിൽ പ്രതിബന്ധം വേഗത്തിൽ മാറിപ്പോകും. പള്ളിക്കൂടത്തിൽ ഇരിക്കുമ്പോൾ ഒരു പുലയക്കുട്ടി ഒരിക്കലും മലി നനായിരിക്കില്ല. അതുകൊണ്ട് പുലയക്കുട്ടികളെ പള്ളിക്കൂടത്തിൽ ചേർക്കാതിരിക്കാനുള്ള ഒരു കാരണം അവരുടെ മലിന ശീലങ്ങളാ ണെന്ന് പറയുന്നത് ശരിയല്ല. അപരിഷ്കൃത നിലയിൽ ഇരിക്കുന്നു എന്നുള്ള കാരണത്തിൻമേൽ അവരെ ബഹിഷ്കരിക്കുന്നത് അന്യ മതങ്ങളിൽ ചേരുന്നതിന് അവരെ പ്രേരിപ്പിക്കുകയായിരിക്കും. എന്തുകൊണ്ടെന്നാൽ, അപ്രകാരം ചെയ്ത ഉടൻ സ്കൂൾ പ്രവേശനം ലഘുവായി ലഭിക്കുന്നു. പുലയർക്ക് പഠിപ്പുണ്ടായാൽ നിലങ്ങളിൽ വേല ചെയ്യാൻ തക്ക വേലക്കാരുടെ എണ്ണം കുറഞ്ഞു പോകുമെന്ന

ആശങ്ക അടിസ്ഥാനരഹിതമാകുന്നു. എന്തുകൊണ്ടെന്നാൽ അടിമ ക്കച്ചവടം നിർത്തലാക്കിയപ്പോൾ വ്യാവസായിക അഭിവൃദ്ധിയും കൃഷിസംബന്ധിതമായ അഭിവൃദ്ധിയും ഉണ്ടായി. സംസ്ഥാനമൊ ട്ടുക്ക് അവർക്കായി പ്രത്യേകം പാഠശാലകൾ ഏർപ്പെടുത്തുന്നത് യുക്തമല്ല, എന്ന മാത്രമല്ല അപ്രകാരം ചെയ്യുന്നതുകൊണ്ട് പബ്ലിക്ക് പാഠശാലകളിൽ പുലയർക്ക് പ്രവേശനം നിഷേധിക്കപ്പെട്ടും. പകുതി ഫീസ് കുറച്ച കൊടുത്തിരിക്കുന്ന ആനുകൂല്യം വാസ്തവത്തിൽ പുല യർക്ക് ഗുണകരമായിരിക്കുന്നില്ല. എന്തുകൊണ്ടെന്നാൽ ഇപ്പോൾ ആനുകൂല്യങ്ങൾ അനുഭവിക്കുന്നവരായിട്ട് 30 ഹിന്ദു പുലയക്കുട്ടികളും, ഒരു പെൺകുട്ടിയും മാത്രമേയുള്ളൂ. ഉയർന്ന വിദ്യാഭ്യാസം നേടുന്ന അനേകം വിദ്യാർത്ഥി വേതനങ്ങൾ പുലയരെ വളരെ സഹായിക്കും. ധന സമൃദ്ധിയുള്ള മുഹമ്മദ് സമുദായത്തിന് പകുതി ഫീസ് മുതലായ ആനുകൂല്യങ്ങൾ നൽകിയിരിക്കുമ്പോൾ പുലയരെ സംബന്ധിച്ചിട ത്തോളം മുഴുവൻ ഫീസും കുറച്ച കൊടുക്കണം എന്നുള്ള പ്രാർത്ഥന ക്ര മത്തിൽ കൂടുതലല്ല. പെൺപള്ളിക്കൂടങ്ങളിൽ പ്രവേശനം ലഭിക്കാൻ ഇതിലധികം വൈഷമ്യങ്ങൾ ഉണ്ട്. സാമാന്യ വിദ്യാഭ്യാസത്തോടു കൂടി പുലയക്കുട്ടികളെ വല്ല തൊഴിലോ കൈത്തൊഴിലോ കൂടി പരി ശീലിപ്പിക്കണം"

പുലയർ വിദ്യാഭ്യാസം നേടുന്നതിനെതിരെയുള്ള സവർണ്ണ മേലാ ളന്മാരുടെ എതിർപ്പുകളെ സാമൂഹികമായിനേരിട്ടന്നതിനോടൊപ്പം തന്നെ നിയമപരമായി തന്റെ സമുദായത്തിനെ സംരക്ഷിക്കാൻ ഉള്ള ശ്രമവും പ്രജസഭയിലെ അംഗത്വം ഉപയോഗിച്ച് അയ്യങ്കാളി നടത്തിയിരുന്ന എന്നതിന്റെ തെളിവുകളാണ് അദ്ദേഹത്തിന്റെ നിയമസഭയിലെ പ്രസംഗങ്ങൾ. 20 വർഷത്തോളം അദ്ദേഹം അതിനുവേണ്ടിയുള്ള ശ്രമങ്ങൾ നിരന്തരം നടത്തി. വിദ്യാഭ്യാസ ത്തോടൊപ്പം തന്നെ അവർക്ക് ജോലി ഉറപ്പിക്കുന്നതിനും, ആനു കൂല്യങ്ങൾ നേടികൊടുക്കുന്നതിനും വേണ്ടി അദ്ദേഹം ശക്തമായി വാദിച്ചു. അയ്യങ്കാളി നിയമസഭയിൽ ആദ്യം മുതൽ അവസാനം വരെ നടത്തിയ പ്രസംഗങ്ങൾ പരിശോധിച്ചാൽ എത്രയൊക്കെ നിയമങ്ങ ളും, ഭരണവർഗ്ഗത്തിന്റെ പിന്തുണയുമുണ്ടായിട്ടും പുലയരുടെയും മറ്റ 'അയിത്തജാതി' ക്കാരുടെയും സാമൂഹികവും, സാമ്പത്തികവുമായ അവസ്ഥകൾക്ക് വലിയ രീതിയില്ലുള്ള മാറ്റങ്ങളൊന്നും ഉണ്ടായിട്ടില്ല എന്ന കാര്യം വ്യക്തമാണ്. 1932 മാർച്ച് 18 ന് അദ്ദേഹം നടത്തിയ

പ്രസംഗത്തിൽ ആവശ്യങ്ങൾ ആവർത്തിക്കുന്നതു കാണാം. ആ പ്രസംഗം ഇപ്രകാരമാണ്.

"വിദ്യാഭ്യാസം, സർക്കാർ സർവ്വീസുകളിൽ നിയമനം എന്നീ കാര്യങ്ങളിൽ പുലയ സമുദായത്തിന് ഇപ്പോൾ നൽകിയിട്ടുള്ള നിരവധി ഇളവുകൾക്ക് നന്ദിപറയാതെ വയ്യെങ്കിലും സമുദായത്തി ന്റെ ഇന്നത്തെ അവസ്ഥ പരിഗണിക്കമ്പോൾ ഇവ മതിയാവുന്നതല്ല. വിദ്യാഭ്യാസം, തൊഴിൽ എന്നീ മേഖലകളിൽ കൂടുതൽ ഇളവുകൾ അനുവദിക്കേണ്ടതുണ്ട്. സ്കൾ ഫീസ്, പരീക്ഷാ ഫീസ് എന്നിവയിൽ പുലയസമുദായത്തിന് ഇളവ് വരുത്തേണ്ടതുണ്ട്. വിദ്യാഭ്യാസ വിഷയ ത്തിൽ സമുദായം ഇന്നു വളരെ പിന്നിലാണ്. ഒരു ബിരുദധാരിപോലും സമുദായത്തിലില്ലെന്നത് പ്രത്യേകം ശ്രദ്ധയർഹിക്കുന്നു. കോളേജ് വിദ്യാഭ്യാസത്തിനായി ചുരുങ്ങിയത് അഞ്ച് പുലയ വിദ്യാർത്ഥികൾ ക്കെങ്കിലും വർഷാവർഷം ആനുകൂല്യം ലഭ്യമാക്കണം. കോളേജ് വിദ്യാഭ്യാസത്തിന് യോഗ്യത നേടിയ പലരും സമുദായത്തില ണ്ടെങ്കിലും സാമ്പത്തിക ബുദ്ധിമുട്ടുകൾ കാരണം പഠനം തുടരാൻ സാധിക്കുന്നില്ല. റോസ ഹെന്റി എന്ന പുലയ വിദ്യാർത്ഥിനിയുടെ കാര്യം ഇവിടെ ശ്രദ്ധേയമാണ്. മാതാപിതാക്കൾ സമ്പത്തിക ബുദ്ധിമുട്ടിലായതിനാൽ വിദ്യാഭ്യാസം തുടരുന്നതിനുള്ള സഹായം സർക്കാറിൽ നിന്നും ചെയ്തുകൊടുക്കണം. സർക്കാർ സർവ്വീസുകളിൽ നിയമനം ലഭിക്കുന്നതിന് യോഗ്യരായ പുലയ സമുദായാംഗങ്ങൾക്ക് പ്രത്യേക പരിഗണന നൽകേണ്ടതുണ്ട്. ഈ ഇളവുകൾ വരുന്ന 15 വർഷത്തേക്ക് തുടരണമെന്നും എനിക്ക് അഭിപ്രായമുണ്ട്. മാതൃഭാഷാ സ്കൂളുകളിൽ പഠിച്ച് ആറും, ഏഴും ക്ലാസ്സുകളിൽ എത്തിയ പുലയ സമുദായാംഗങ്ങളെ സർക്കാർ ഡിപ്പാർട്ട്മെന്റുകളിൽ പ്യൂൺ നിയമന ത്തിന് പരിഗണിക്കണം. മലയാളം സ്കൂളുകളിൽ ആറാം ക്ലാസ് വിദ്യാ ഭ്യാസം പൂർത്തിയാക്കിയതും ഇംഗ്ലീഷ് സ്കൂളുകളിൽ രണ്ടാം ഫോറം കഴിഞ്ഞവരുമായ പുലയ വിദ്യാർത്ഥികൾക്ക് സ്കോളർഷിപ്പുകൾ അനുവദിക്കണം. സർവ്വേ പരിശീലനത്തിന് തിരഞ്ഞെടുക്കപ്പെട്ട പുലയ വിദ്യാർത്ഥികൾക്ക് സൗജന്യപരിശീലനം നൽകണം. സമു ദായത്തിന്റെ ആഭിമുഖ്യത്തിൽ നടക്കുന്ന നെയ്ത്ത് പരിശീലന കേന്ദ്ര ത്തിൽ സർക്കാറിൽ നിന്ന് പ്രത്യേക ധനസഹായം ലഭ്യമാക്കണം. നെയ്ത്ത്, കരകൗശല പരിശീലനം എന്നിവയിൽ ഏർപ്പെട്ടിരിക്കുന്ന പുലയ സമുദായത്തിലെ ആൺകുട്ടികൾക്കും പെൺകുട്ടികൾക്കും

ധനസഹായം ലഭ്യമാക്കുന്ന കാര്യവും സർക്കാർ പരിഗണിക്കണം."

'ഹരിജനങ്ങൾക്ക് സർക്കാർ സർവ്വീസിൽ നിയമനം ലഭിക്ക
ന്നതിന് അയ്യങ്കാളി വേണ്ട ഇടപെടൽ നടത്തിയതിന്റെ ഫലമായി
ഏതാനം പേരെ സർക്കാർ സർവ്വീസിൽ പ്രവേശിപ്പിക്കുന്നതിനായി
സാധിച്ചു. ഇംഗ്ലീഷ് പരിജ്ഞാനമുള്ളവർക്കും, മലയാളം താഴ്തരം
പരീക്ഷകൾ പാസ്സായ ഏതാനം പേരെയാണ് ആദ്യമായി സർക്കാർ
സർവ്വീസിൽ പ്രവേശിപ്പിക്കാൻ കഴിഞ്ഞത്. 1974 ൽ അയ്യങ്കാളിയുടെ
മകളുടെ മകൻ വെങ്ങാനൂർ സുരേന്ദ്രൻ തയ്യാറാക്കിയ ശ്രീ അയ്യങ്കാളി
സ്മാരക ഗ്രന്ഥത്തിൽ ഇങ്ങനെ രേഖപ്പെടുത്തുന്നു.

"രണ്ട പേരെ മുൻസിഫ് കോർട്ട ടൈപ്പിസ്റ്റമാരായും നാല്വപേരെ
സ്കൂൾ അധ്യാപകരായും, ഒരാളെ രജിസ്റ്റർ കച്ചേരി ക്ലാർക്കായും
ഒരാളെ കീപ്പറുമായാണ് ഉദ്യോഗത്തിൽ രംഗപ്രവേശം ചെയ്യിപ്പിച്ചത്.
ഇവരിൽ ഒരാളൊഴികെ ബാക്കി എട്ടുപേരും ക്രിസ്തമതാവലംബിക
ളായിരുന്നു." ക്രൈസ്തവമതാവലംബികളായ സ്വസ്സമുദായാംഗങ്ങളെ
വ്യത്യസ്തമായ നിലയിൽ അയ്യങ്കാളി കണ്ടിരുന്നില്ല എന്നതിന്റെ
മറ്റൊരു തെളിവുകൂടിയായിരുന്നു ഇത്.

സവർണ്ണഹിന്ദുക്കളിൽ നിന്നുള്ള നിരന്തരമായ പീഡനങ്ങളും
ദാരിദ്ര്യവും മൂലം നിരവധി ദളിത് സമുദായാംഗങ്ങൾ കൂട്ടത്തോടെ
ക്രിസ്തമതത്തിലേക്ക് പരിവർത്തനം നടത്തിയിരുന്നു. ക്രിസ്ത്യൻ
മിഷണറിമാരുടെ സാമ്പത്തിക ധനസഹായങ്ങളും, സൗജന്യ
വിദ്യാഭ്യാസ പരിപാടികളുമെല്ലാം ദളിതരെ കൂട്ടത്തോടെ ക്രിസ്തമ
തത്തിലേക്ക് ആകർഷിച്ചു. ഏതു മതത്തിലായാല്യം ദളിതരോട്ടുള്ള
സാമൂഹിക മനോഭാവത്തിന് യാതൊരു മാറ്റവും ഉണ്ടായിട്ടില്ല എന്ന
തിരിച്ചറിവ് അയ്യങ്കാളിക്കുണ്ടായിരുന്നു. മതപരിവർത്തനത്തിനെ
അദ്ദേഹം അനുകൂലിച്ചിരുന്നില്ലെങ്കില്യം എതിർത്തിരുന്നില്ല. 1923
മാർച്ച് 21-ാം തീയ്യതി അയ്യങ്കാളി പ്രജാസഭയിൽ നടത്തിയ പ്രസംഗം
മതപരിവർത്തിനത്തോട്ടുള്ള അദ്ദേഹത്തിന്റെ സമീപനം വ്യക്തമാ
ക്കുന്നതായിരുന്നു.

"ഇപ്പോൾ സംസ്ഥാനത്ത് നാല്വലക്ഷം പുലയരാണുള്ളത്.
എന്നാൽ കഴിഞ്ഞ സെൻസസ് പ്രകാരം അമ്പതുശതമാനത്തോളം
പേർ മാറ്റ മതങ്ങളിലേക്ക പോയി എന്നാണ് കാണുന്നത്. ഇതിനുള്ള
പ്രധാന കാരണം ദാരിദ്ര്യവും അയിത്തവുമാണ്. സവർണ്ണ ഹിന്ദുക്ക
ളിൽ നിന്നും അവർക്ക് യാതൊരു സഹായവവും കിട്ടാത്തുകൊണ്ടും

അവർ ക്രിസ്തുമതത്തിലേക്ക് വളരെയേറെ ആകർഷിക്കപ്പെട്ടുകയാണ്. മൃഗങ്ങളേക്കാൾ മോശമായ രീതിയിൽ പരിഗണിക്കപ്പെടുന്ന പുലയർ ക്രിസ്തുമതത്തിലോ ഇസ്ലാം മതത്തിലോ ചേർന്ന് കഴിഞ്ഞാൽ ഈ വിധത്തിലുള്ള പരാധീനതകൾ പെട്ടെന്നുതന്നെ മാറുന്നു. ഇപ്പോൾ നിലനിൽക്കുന്ന അയിത്തം യാതൊരു ദൈവവിശ്വാസത്തിന്റെയും അടിസ്ഥാനത്തിലല്ല. എന്റെ ആളുകൾക്ക് വീടോ, പൂജ നടത്താൻ ക്ഷേത്രങ്ങളോ, കുടിവെള്ളത്തിന് കിണറോ ഇല്ല. അതുകൊണ്ട് ഇക്കാര്യത്തിൽ മറ്റ് സമുദായങ്ങൾക്ക് ചെയ്യുന്നതിനേക്കാൾ കൂടുതൽ ഞങ്ങൾക്ക സർക്കാർ ചെയ്തു തരണമെന്നപേക്ഷിക്കുന്നു. കുറേ കിണറുകളും, അമ്പലങ്ങളും ഞങ്ങളുടെ ആവശ്യത്തിനു നിർ മ്മിച്ച തരണമെന്നും കുറച്ച പുലയരെയെങ്കിലും കോടതി പോലുള്ള സർക്കാർ സ്ഥാപനങ്ങളിൽ ശിപായിമാരായി നിയമിക്കണമെന്നും, പുലയക്കുട്ടികളെ ഒന്നും രണ്ടും ക്ലാസ്സുകളിൽ ടൃഷൻ പഠിപ്പിക്കുന്ന തിന് അദ്ധ്യാപകർക്ക് ഗ്രാന്റ് നൽകണമെന്നും അപേക്ഷിക്കുന്നു."

മതപരിവർത്തനത്തിനെ അയ്യങ്കാളി എതിർത്തിരുന്നുവെങ്കിലും പരസ്യമായി അതു തടയാൻ ശ്രമിച്ചിരുന്നില്ല. മതപരിവർത്തനം നടക്കുന്ന സാമൂഹ്യ സാഹചര്യത്തെക്കുറിച്ചുള്ള വ്യക്തമായ ബോധം അദ്ദേഹത്തിനുണ്ടായിരുന്നു. നിയമസഭയിൽ എല്ലാ ദളിതർക്കും വേണ്ടി തന്നെയായിരുന്നു അദ്ദേഹം പോരാടിയത്. 1912 മുതൽ ഇരുപത്തഞ്ച് വർഷത്തിലേറെ ശ്രീമൂലം പ്രജാസഭയിൽ അംഗമായി രുന്ന അയ്യങ്കാളിക്ക് നിയമസഭക്കകത്തും പുറത്തുമുള്ള പോരാട്ടങ്ങളെ ഏകോപിപ്പിച്ച പ്രവർത്തിക്കാൻ സാധിച്ചിരുന്നു.

●

നമ്മളെ കൊല്ലമ്പം കാണാത്ത ദൈവത്തെ നമുക്കും വേണ്ടെടാ മക്കളെ

ഗാന്ധിജിയുമായൊരു കുടിക്കാഴ്ച

ക്ഷേത്ര പ്രവേശന വിളംബരത്തോടനുബന്ധിച്ച് 1937 ജനവരിയിലാണ് ഗാന്ധിജി തിരുവിതാംകൂർ സന്ദർശിച്ചത്. ജനവരി 14ന് അദ്ദേഹം വെങ്ങാന്നൂർ ഹരിജൻ കേന്ദ്രം സന്ദർശിച്ചു. ഹിന്ദു പരിഷ്കരണവാദത്തിന്റെ ഭാഗമായി കോൺഗ്രസ്സിന്റെ മുൻകൈയ്യിൽ നടന്ന ക്ഷേത്ര പ്രവേശന സമരത്തിൽ ദളിതരെയും, ഈഴവരെയും ഒന്നിച്ച് നിർത്താനുള്ള ശ്രമങ്ങളുടെ ഭാഗമായിട്ടാണ് ഈ കുടിക്കാഴ്ചയെ കാണേണ്ടത്. വെങ്ങാന്നൂരിൽ ഗാന്ധിജി നടത്തിയ പ്രസംഗത്തിൽ ഏറ്റവും കൂടുതൽ ഊന്നൽ നൽകിയതും ക്ഷേത്രത്തെ ക്കുറിച്ചും ശരീരശുദ്ധിയെക്കുറിച്ചും ആയിരുന്നു. 'തൊട്ടുകൂടായ്മയെ' പ്രായോഗികമായി ഇല്ലാതാക്കുന്ന ഒരു വിളംബരമായാണ് ഗാന്ധിജി ക്ഷേത്രപ്രവേശന വിളംബരത്തെ കണ്ടത്. പക്ഷേ അടിസ്ഥാനപ രമായ ജാതി വ്യവസ്ഥയെ ഇല്ലാതാക്കുന്ന സവർണ്ണ മേധാവിത്വം തകർക്കാനുതകുന്ന ഒരു ശ്രമവും ഇതിനോടനുബന്ധിച്ചുണ്ടായിട്ടില്ല. മറിച്ച് ദളിതരെ ഹിന്ദുമതത്തിന്റെ ചട്ടക്കൂടിലേക്ക് ഒതുക്കുവാനുള്ള ഒരു ശ്രമമായാണ് മനസിലാക്കേണ്ടത്. അതുകൊണ്ട തന്നെയാവണം ഈ ശ്രമങ്ങളിലൊന്നും അയ്യങ്കാളി നേരിട്ട പങ്കെടുക്കാതിരുന്നത്. ആധുനികതയുടെ ഭാഗമായുണ്ടായ സാമൂഹിക മാറ്റങ്ങളോടാണ് അയ്യങ്കാളി ആഭിമുഖ്യം പുലർത്തിയത്. അതിൽ ഏറ്റവും പ്രധാനം സ്കൂൾ വിദ്യാഭ്യാസം തന്നെയായിരുന്നു. തികഞ്ഞ ജനാധിപത്യവാ ദിയായ അയ്യങ്കാളി തന്റെ സംഘത്തിൽപ്പെട്ട ഇളം തലമുറക്കാർ

ഹിന്ദുമത പരിഷ്കാരപ്രവർത്തനങ്ങളോട് സഹകരിക്കുന്നതിനെ വിലക്കിയിരുന്നില്ല. ക്ഷേത്ര പ്രവേശനമെന്നത് ഒരിക്കലും അയ്യങ്കാളിയുടെ അജണ്ടയിലേ ഉൾപ്പെട്ടിരുന്നില്ല. ക്ഷേത്ര പ്രവേശന വിളംബരത്തെക്കുറിച്ച് കേട്ടപ്പോൾ അയ്യങ്കാളി സാധുജനങ്ങളോട് "നമ്മളെ കൊല്ലമ്പം കാണാത്തെ ദൈവത്തെ നമുക്ക വേണ്ടെടാ മക്കളെ" എന്നാണ് പറഞ്ഞത്.

ക്ഷേത്ര പ്രവേശനത്തോട്ടുള്ള ദളിതരുടെയും, അയ്യങ്കാളിയുടെയും താൽപര്യമില്ലായ്മയും ദളിതരെ കോൺഗ്രസ്സിലേക്ക് അട്ടപ്പിക്കുവാന ഉള്ള ശ്രമവുമാണ് ഗാന്ധിജിയുടെ സന്ദർശനത്തിന് പ്രേരകമായത്. ആയിരക്കണക്കിന് സാധുജനങ്ങളും, ഇതര ജാതി മതസ്ഥരും ഗാന്ധിജിയെക്കാണാൻ വെങ്ങാനൂരിൽ എത്തിച്ചേർന്നു. ദളിതർ ക്കുവേണ്ടിയുള്ള തന്റെ പോരാട്ടങ്ങൾക്ക് പിന്തുണ നൽകണമെന്ന് ഗാന്ധിജിയോട് അയ്യങ്കാളി അവശ്യപ്പെട്ടു. ഈ പ്രസംഗത്തിലാണ് ഗാന്ധിജി 'പുലയരാജാവ്' എന്ന് വിശേഷിപ്പിച്ചത്.

"പാതി നേരംപോക്കിലും, പാതി വാത്സല്യത്തിലും "പുലയരാ ജാവ്" എന്ന നിങ്ങൾ വിളിക്കുന്ന അയ്യങ്കാളിയിൽ നിങ്ങൾക്ക് അക്ഷീണനായ ഒരു പ്രവർത്തകനുണ്ട്. അദ്ദേഹത്തിന്റെ നേതൃത്വ ത്തിൽ നിങ്ങൾ സ്ഥിരമായ പുരോഗതി പ്രാപിച്ചു വരുന്നുണ്ടെന്ന് ഞാൻ മനസിലാക്കുന്നു."

അയ്യങ്കാളിയെക്കുറിച്ച ഇത്രയും പറഞ്ഞതിനുശേഷം ക്ഷേത്ര പ്രവേശന വിളംബരത്തിന്റെ മാഹാത്മ്യത്തെക്കുറിച്ചാണ് തന്റെ പ്ര സംഗത്തില്ലുടനീളം ഗാന്ധിജി പറഞ്ഞത്. " മഹത്തായ വിളംബരം നിങ്ങളുടെ പുരോഗതി ത്വരിതപ്പെടുത്തുമെന്നുള്ളതിനെപ്പറ്റി എനിക്ക യാതൊരു സംശയവുമില്ല....." ക്ഷേത്രങ്ങളിൽ പോകുന്നതിനുള്ള ഈ അവസരത്തെ ബുദ്ധിപൂർവ്വമായും മതപരമായും നിങ്ങൾ ഉപയോഗി ക്കുമെന്നും ഞാൻ ആശിക്കുന്നു. ക്ഷേത്രങ്ങളിൽ പോകുന്നതുകൊണ്ട് നാം എന്തെങ്കിലും ആർജ്ജിക്കുകയോ ഒന്നും തന്നെ ആർജ്ജിക്കാ തിരിക്കുകയോ ചെയ്യുന്നത് നമ്മുടെ മനഃസ്ഥിതിയെ ആശ്രയിച്ചാണി രിക്കുന്നത്. നമുക്ക് ഈ ക്ഷേത്രങ്ങളെ സമീപിക്കേണ്ടത് എളിയതും, പശ്ചാത്താപപൂർണ്ണവുമായ ഒരു മനസ്ഥിതിയോട കൂടിയാണ്. അവ ദൈവത്തിന്റെ അനേക ആലയങ്ങൾ ആണ്. നിശ്ചയമായും ദൈവം ഓരോ മനുഷ്യ ആകാരത്തിലും, അദ്ദേഹത്തിന്റെ സൃഷ്ടിയിലെ ഒരോ അണുവിലും ഈ ഭൂമിയില്ലുള്ള സകലതിലും നിവസിക്കുന്നു. എന്നാൽ

വളരെ തെറ്റുകൾ ചെയ്യുന്ന മനുഷ്യരായ നാം ദൈവം എല്ലായിടത്തും ഉണ്ടെന്നുള്ള സംഗതിയെ ആദരിക്കാത്തതിനാൽ ക്ഷേത്രത്തിന് പ്രത്യേക മാഹാത്മ്യം കൊടുത്ത് ദൈവം അവിടെ വസിക്കുന്നുവെന്നു വിചാരിക്കുന്നു. അതുകൊണ്ട് നാം ഈ ക്ഷേത്രങ്ങളെ സമീപിക്കുമ്പോൾ നമ്മുടെ ശരീരത്തേയും, മനസ്സിനേയും, ഹൃദയത്തേയും ശുദ്ധമാക്കണം. നാം ക്ഷേത്രങ്ങളിൽ പ്രാർത്ഥനാപരമായ മനഃസ്ഥിതിയോട്ടുകൂടി പ്രവേശിക്കുകയും, അവിടെ പ്രവേശിച്ചതിനാൽ നമ്മെ കൂടുതൽ വിശുദ്ധരായ സ്ത്രീകളും, പുരുഷന്മാരും ആക്കുന്നതിനു ദൈവത്തോട്ട പ്രാർത്ഥിക്കുകയും ചെയ്യണം. ഒരു വൃദ്ധന്റെ ഈ ഉപദേശത്തെ നിങ്ങൾ കൈക്കൊള്ളുന്ന എങ്കിൽ നിങ്ങൾക്കു ലഭിച്ചിട്ടുള്ള ഈ ശാരീരികമായ വിമോചനം ആത്മാവിന്റെ വിമോചനംകൂടി ആയിരിക്കും"

അയ്യങ്കാളിയാവട്ടെ ഈ സമ്മേളനത്തില്ലും ഊന്നൽ നൽകിയത് 'വിദ്യാഭ്യാസ'ത്തിനായിരുന്നു. ഒരു സ്ഥിര ജോലിയും വരുമാനവുമുണ്ടെങ്കിലേ ദളിതർ സാമൂഹികമായും, സാമ്പത്തികമായും ഉന്നമനം നേടുകയുള്ള എന്ന യാഥാർത്ഥ്യബോധത്തിൽ നിന്നു കൊണ്ടാണ് അയ്യങ്കാളി തന്റെ പ്രവർത്തനങ്ങൾ സംഘടിപ്പിച്ചത്. അതുകൊണ്ട് തന്നെയാണ് "സ്വസമുദായത്തിൽ നിന്ന് പത്തു ബി.എക്കാരെ കാണണ"മെന്ന ആഗ്രഹം അയ്യങ്കാളി ഗാന്ധിജിയോട് പ്രകടിപ്പിച്ചത്.

●

അയ്യങ്കാളിയുടെ അവസാനം സംഘത്തിന്റെയും

1933 അയ്യങ്കാളി ശ്രീമൂലം പ്രജാസഭാംഗത്വത്തിൽ നിന്നം, സജീവ പൊതുപ്രവർത്തന രംഗത്തുനിന്നും വിരമിച്ച വെങ്കിലും, സംഘടനാപരമായ പ്രവർത്തനങ്ങളിൽ ഇടപെട്ടു പ്രവർ ത്തിച്ചിരുന്നു. ജാതിമത നിരപേക്ഷമായ ഉള്ളടക്കത്തിൽ മുഴുവൻ ദളിതരുടെയും വിമോചനമെന്ന സ്വപ്ന സാക്ഷാത്കാരത്തിനായി അയ്യങ്കാളി രൂപം കൊടുത്ത സാധുജന പരിപാലന സംഘം ഏതാണ്ടു തകർച്ചയുടെ വക്കിലായിരുന്നു. 1917-ൽ 'ഹിന്ദു പുലയ സമാജം' എന്ന സംഘടന രൂപീകരിച്ച് കുറുമ്പൻ ദൈവത്താൻ സാധുജന സംഘം വിട്ടു പോകുന്നതോടെയാണ് സംഘടനയിലെ ആന്തരിക ഭിന്നത പ്രകടമായി പുറത്തുവന്നത്. സരസ കവി മൂല്ലൂർ എസ് പത്മനാഭ പണിക്കരുടെ ശിഷ്യനായിരുന്ന കുറുമ്പൻ ദൈവത്താൻ സാധുജന പരിപാലന സംഘത്തിന്റെ ശക്തനായ പ്രവർത്തകനായിരുന്നു. എന്നാൽ ദളിതരുടെ ക്രിസ്തുമത പരിവർത്തനത്തോട്ടുള്ള അയ്യങ്കാളി യുടെ തണുത്ത പ്രതികരണത്തിൽ അദ്ദേഹം അസ്വസ്ഥനായിരുന്നു. അതിനെയടർന്നുണ്ടായ അഭിപ്രായ ഭിന്നതകളാണ് 'ഹിന്ദുപുലമ ഹാസഭ' യുടെ രൂപീകരണത്തിന വഴി തെളിച്ചത്. എന്നാൽ ഇത് അവർ തമ്മില്ലുള്ള വ്യക്തിപരമായ അട്ടുപ്പത്തിനെ ബാധിച്ചിരുന്നില്ല എന്ന മാത്രമല്ല സാധുജന പരിപാലന സംഘത്തിന്റെ യോഗത്തിൽ പങ്കെടുക്കുവാനും പാട്ടുവാനമെല്ലാം കുറുമ്പൻ ദൈവത്തിന് സർവ്വ സ്വാതന്ത്ര്യവും ഉണ്ടായിരുന്നു.

അയ്യങ്കാളിയുടെ അടുത്ത സുഹൃത്തും സാധുജന പരിപാലന സംഘ ത്തിന്റെ സജീവ പ്രവർത്തകനുമായ പാമ്പാടി ജോൺജോസഫ് 1921ൽ രൂപം കൊടുത്ത തിരുവിതാംകൂർ "ചേരമർ മഹാസഭ" സാധുജന പരിപാലന സംഘത്തെ വലിയ പിളർപ്പിൽ കൊണ്ടെ ത്തിച്ചു. 'പുലയർ എന്ന ജാതിനാമം ഉപേക്ഷിക്കാൻ ആവശ്യപ്പെട്ടു കൊണ്ടാണ് ജോൺ ജോസഫ് ഹിന്ദുക്കളെയും ക്രിസ്ത്യാനികളെയും ഉൾപ്പെടുത്തിക്കൊണ്ട് ചേരമർ മഹാജനസഭ രൂപീകരിച്ചത്, പിന്നീട് അദ്ദേഹം ചേരമൻ ക്രിസ്ത്യൻസഭ എന്ന സംഘടനക്കൂടി രൂപീകരിച്ചു. സുറിയാനി ക്രിസ്ത്യാനികളിൽ നിന്ന് വിവേചനം അനുഭവിച്ച ദളിതരെ സംഘടിപ്പിച്ചാണ് അദ്ദേഹം ഈ സംഘടനയുണ്ടാക്കിയത്. 'മതം നോക്കാതെ കുലം നോക്കി സംഘടിപ്പിൻ' എന്ന ആശയത്തിനാണ് ജോൺ ജോസഫ് പ്രാധാന്യം നൽകിയത്. സാധുജന പരിപാലന സംഘത്തെവിട്ട ദളിതർ ഹിന്ദു പുലയസമാജത്തിലേക്കും, ചേരമർ മഹാജന സഭയിലേക്കും അതിവേഗം ചേക്കേറിക്കൊണ്ടിരുന്നു. അയ്യങ്കാളിയുടെ ജാതി- മത നിരപേക്ഷ കാഴ്ചപ്പാടിനെ പാടെ നിരാ കരിച്ചുകൊണ്ടാണ് ജാതി സ്വത്വത്തിൽ ഊന്നികൊണ്ടുള്ള നിരവധി ദളിത് സംഘടനകൾ രൂപീകരിക്കപ്പെട്ടത്.

അയ്യങ്കാളിയുടെ മകളുടെ ഭർത്താവും ശ്രീമൂലം പ്രജാസഭ അംഗവും കൂടിയായിരുന്ന ടി. കേശവശാസ്ത്രി 1929ൽ സമസ്ത തിരുവിതാംകൂർ പുലയ മഹാസഭ രൂപീകരിച്ചതോടെ സാധുജന പരിപാലന സംഘ ത്തിന്റെ തകർച്ച പൂർണമായി. പുലയമഹാസഭയുടെ രൂപീകരണത്തെ അയ്യങ്കാളി ശക്തമായി എതിർത്തു. അയിത്ത ജാതികളിൽപ്പെട്ട എല്ലാ വിഭാഗക്കാർക്കും വേണ്ടിയാണ് താൻ സാധുജന പരിപാലനസംഘം രൂപീകരിച്ചതെന്നും അതിൽ നിന്ന് വേറിട്ട് പുലയർക്ക മാത്രമായി ഒരു സംഘടന രൂപീകരിക്കുന്നത് അംഗീകരിക്കാൻ തനിക്ക് കഴി യില്ലെന്നും അദ്ദേഹം കേശവൻ ശാസ്ത്രിയോട് തുറന്നു പറഞ്ഞതായി കന്നുകഴി. എസ്. മണിയും, പി.എസ്. അനിരുദ്ധനും, ചേർന്നെഴുതിയ അയ്യങ്കാളിയുടെ ജീവിതചരിത്രത്തിൽ രേഖപ്പെടുത്തിയിരിക്കുന്നു. പക്ഷേ ഭൂരിപക്ഷം പുലയയുവാക്കളും ശാസ്ത്രിയെ പിന്തുണച്ചു. 1930 കളോടെ കേരളത്തിൽ കമ്യൂണിസ്റ്റ് പ്രസ്ഥാനങ്ങൾ ശക്തിപ്പെട്ടുവരി കയും കർഷകത്തൊഴിലാളി പ്രസ്ഥാനങ്ങൾ രൂപീകരിക്കപ്പെടുകയും ചെയ്ത സാഹചര്യത്തിൽ ദളിതരായ കർഷകത്തൊഴിലാളികൾ ഈ പ്രസ്ഥാനത്തിലേക്ക് ആകർഷിക്കപ്പെട്ടു. ജന്മിത്ത വ്യവസ്ഥയിൽ

അടിമകളെപ്പോലെ പണിയെടുത്തിരുന്ന ദളിതരായ കർഷകത്തൊ
ഴിലാളികൾ തങ്ങളുടെ വിമോചനത്തിനുള്ള മാർഗ്ഗമായി കമ്മ്യൂണിസ്റ്റ്
പാർട്ടിയെ സ്വീകരിച്ചു. ഈ ഘട്ടത്തിലാണ് സാധുജന പരിപാലന
സംഘത്തിന്റെ പള്ളാത്തുരുത്തി ശാഖയുടെ പ്രസിഡന്റായിരുന്ന
കെ.സി. ശീതങ്കനും, സെക്രട്ടറിയായിരുന്ന മൂലയിൽ സോമനാഥനും
ചേർന്ന് 1939-ൽ 'കർഷകസംഘത്തിന രൂപം കൊടുത്തത്.

അധഃസ്ഥിത ജനതയുടെ വിമോചനത്തെ ലക്ഷ്യം വെച്ചിരുന്ന
അയ്യങ്കാളി എല്ലാ മർദ്ദിത ജാതി വിഭാഗങ്ങളുടെയും ഒരുമയും,
ഐക്യവും അനിവാര്യമാണെന്നു തിരിച്ചറിഞ്ഞിരുന്നു. എന്നാൽ
ഇതിന വിരുദ്ധമായി വ്യത്യസ്ത ജാതികളുടെയും, ഉപജാതികളുടെയും
പേരിൽ തന്നെ ദളിതർ സംഘടിക്കാൻ തുടങ്ങിയതോടെ അയ്യങ്കാളി
മുന്നോട്ട വെച്ചിരുന്ന ലക്ഷ്യങ്ങൾ ശിഥിലമാകാൻ തുടങ്ങി. അയ്യങ്കാ
ളിക്കുണ്ടായിരുന്ന വിശാലമായ കാഴ്ചപ്പാട്ടം സംഘാടക മികവും
ഏറ്റെടുക്കാനും, മാറി വരുന്ന കാലത്തിനനുസൃതമായി വികസിപ്പി
ക്കുവാനുമുള്ള പുതിയ നേതൃത്വത്തിന്റെ അഭാവമാണ് സാധുജന
പരിപാലന സംഘത്തിന്റെ തകർച്ചക്ക് ഇടവരുത്തിയത്. ജാതി
ഉപജാതി സ്വത്വങ്ങളിലേക്കുള്ള ഉൾവലിയൽ ദളിതരുടെ സംഘടിത
സമരശേഷിയും വിശാലമായഐക്യബോധവും തകർക്കുകയും ചെയ്യ
മെന്നതിന്റെ ചരിത്ര സാക്ഷ്യമാണ് അയ്യങ്കാളി പ്രസ്ഥാനത്തിന്റെ
ശൈഥില്യം. കടുത്ത ആസ്ത്മരോഗം അയ്യങ്കാളിയുടെ ആരോഗ്യത്തെ
വല്ലാതെ ബാധിച്ചു. സജീവമായി സമുദായ പ്രവർത്തനങ്ങളിൽ പങ്കെ
ടുക്കുവാൻ അദ്ദേഹത്തിന കഴിയാതായി. 1941 മെയ് മാസത്തോടെ
അദ്ദേഹം തീർത്തും കിടപ്പിലായി. വെങ്ങാനൂർ എൽ.പി സ്കൂളിന്
സമീപത്തെ സാധുജന പരിപാലന സംഘം ഓഫീസ് കെട്ടിടത്തി
ന്റെ മുകളിലത്തെ നിലയിലായിരുന്ന അദ്ദേഹം കിടന്നത്. മഴക്കാലം
തുടങ്ങിയതോടെ അദ്ദേഹത്തിന്റെ ആരോഗ്യനില വഷളായി 1941
ജൂൺ 18-ാം തീയ്യതി തന്റെ 77-ാമത്തെ വയസ്സിൽ അയ്യങ്കാളി അന്ത
രിച്ചു. അദ്ദേഹത്തിന്റെ മരണത്തോടെ കേരളീയ നവോത്ഥാന പ്ര
സ്ഥാനങ്ങളിൽ ഏറ്റവും ശക്തമായിരുന്ന ജാതി വിവേചനത്തിന്റെയും
അടിമത്തത്തിന്റെയും നുകങ്ങളിൽ നിന്ന് ദളിതരെ വിമോചിപ്പിക്ക
വാൻ അയ്യങ്കാളി നേതൃത്വം കൊടുത്ത സാധുജന പരിപാലന സംഘം
എന്ന സംഘടനയുടെ അന്ത്യവും കുറിച്ചു.

●

സഹായക ഗ്രന്ഥങ്ങൾ

1. *മഹാത്മാഅയ്യങ്കാളി, അയ്യങ്കാളിയുടടെ അറിയപ്പെടാത്ത ചരിത്രം* കുന്നുകഴി എസ്. മണി, പി.എസ്. അനിരുദ്ധൻ(2013) ഡി.സി. ബുക്സ്

2. *അയ്യങ്കാളി സ്മാരക സുവനീർ* (1974) വെങ്ങാന്നൂർ സുരേന്ദ്രൻ

3. *അയ്യങ്കാളി*, ടി.എച്ച്.പി. ചെന്താരശ്ശേരി (1979) പ്രഭാത് ബുക്സ്

4. *അയ്യങ്കാളിയ്ക്ക് ആദരത്തോടെ* ചെറായിരാമദാസ് (2006)

5. *അയ്യങ്കാളി ജീവിതവും, ഇടപെടലുകളും* (എം.ആർ രേണുകുമാർ)

6. *അയ്യങ്കാളി കേരളചരിത്രത്തിൽ* കെ.കെ. എസ് ദാസ് (2009) കേരള ഭാഷ ഇൻസ്റ്റിറ്റ്യൂട്ട്

7. *കേരള ചരിത്രവും, സമൂഹ രൂപീകരണവും*, കെ.കെ. കൊച്ച് (2012) കേരളഭാഷാ ഇൻസ്റ്റിറ്റ്യൂട്ട്

8. *ജാതി വ്യവസ്ഥയും കേരള ചരിത്രവും*, പി.കെ. ബാലകൃഷ്ണൻ (2010) ഡി.സി ബുക്സ്

9. *കേരള ചരിത്ര പഠനങ്ങൾ*, വേലായുധൻ പണിക്കശ്ശേരി (2007) കറന്റ് ബുക്സ്

10. *മഹാനായ അയ്യങ്കാളി ജീവിതവും, ദർശനവും*, ദളിത് ബന്ധു (2010) ബഹുജൻ വാർത്ത പ്രസിദ്ധീകരണം.

11. *പുലവൃത്തം*, (മൂല്ലൂർ എസ് പത്മനാഭപ്പണിക്കർ (1999)ഇലവൃ ത്തിട്ട സരസകവി മൂല്ലൂർ സ്മാരകമ്മിറ്റി

12. *കേരളത്തിന്റെ ഇന്നലെകൾ*, കെ.എൻ ഗണേശ് (1997) സാംസ്കാരിക പ്രസിദ്ധീകരണ വകുപ്പ്

13. *കേരളചരിത്രം* ശ്രീ. എ ശ്രീധരമേനോൻ, കേരള ഹിസ്റ്ററി അസോസിയേഷൻ.

അനുബന്ധം

അയ്യങ്കാളി: ജനാധിപത്യ കേരളത്തിന്റെ ശിൽപി

സണ്ണി എം. കപിക്കാട്

കേരളീയ നവോത്ഥാനം ഏകമുഖമായി സംഭവിച്ച ഒരു കാര്യ മല്ല, മറിച്ച് വ്യത്യസ്തമായ തലങ്ങളിൽ ഒരു സമൂഹത്തെ പുതിയ ചില അവബോധങ്ങളിലേക്ക് പരിവർത്തനപ്പെടുത്തിയ ആയിരക്കണക്കിന് ധാരകളുടെ സമാഹരണത്തെയാണ് നമ്മൾ കേരളീയ നവോത്ഥാനം എന്ന ഒറ്റവാക്കകൊണ്ട് അർത്ഥമാക്കുന്നത്. അതുകൊണ്ടുതന്നെ ഈ നവോത്ഥാന പ്രക്രിയയെ പലരൂപത്തിൽ വായിച്ചെടുക്കേണ്ട ബാധ്യത, ഉത്തരവാദിത്തം നമുക്കുണ്ട്. ഏകമുഖ മായ ഒരു വായനക്ക വഴങ്ങിത്തരുന്നതല്ല കേരളത്തിന്റെ ജനാധിപ ത്യ പ്രക്രിയയും, നവോത്ഥാന പ്രക്രിയയും.

മഹാത്മാ അയ്യങ്കാളിയുടെ പ്രവർത്തനങ്ങളെ സംബന്ധിച്ച വളരെ കൃത്യമായ കുറേ വിവരങ്ങൾ കേരളീയ സമൂഹത്തിന് ലഭിച്ചിട്ടുണ്ട്. ചരിത്രത്തിലാദ്യമായി അയ്യങ്കാളിയെക്കുറിച്ചുള്ള ഒരു ലേഖനം പ്രത്യക്ഷപ്പെടുന്നത് 1953 ലെ എസ്.എൻ.ഡി.പി പ്രസിദ്ധീകരിച്ച ഒരു സുവനീറിലാണ്. അതിനശേഷം അദ്ദേഹത്തിന്റെ തന്നെ കൊച്ച മകൻ വെങ്ങാനൂർ സുരേന്ദ്രനാണ് ആദ്യമായി അയ്യങ്കാളി സുവനീർ പ്രസിദ്ധീകരിക്കുന്നത്. അയ്യങ്കാളി എന്ന മനുഷ്യൻ കേര ളത്തിൽ സുപ്രധാനമായ ചില പ്രവർത്തനങ്ങൾ നടത്തിയിട്ടുണ്ടെ ന്ന് രേഖപ്പെടുത്തുന്ന ആദ്യത്തെ പുസ്തകം വെങ്ങാനൂർ സുരേന്ദ്രൻ എഡിറ്ററായിട്ടുള്ള അയ്യങ്കാളി സുവനീർ ആയിരുന്നു. വെങ്ങാനൂർ സുരേന്ദ്രൻ സമാഹരിച്ചിട്ടുള്ള ഓർമ്മകളും രേഖാചിത്രങ്ങളും സംഭവ

പരമ്പരകളുമാണ് പിൽക്കാലത്ത് അയ്യങ്കാളിയെ സംബന്ധിച്ച നിരവധിയായ രചനകൾക്ക് ആധാരമായി എല്ലാവരും ആശ്രയി ച്ചിട്ടുള്ളത്. അയ്യങ്കാളിയെക്കുറിച്ചുള്ള സമഗ്രമായ ഒരു ജീവചരിത്രം 1979-ൽ പ്രഭാത് ബുക്ക് പുറത്തിറക്കിയ ടി.എച്ച്.പി. ചെന്താരശ്ശേരി എഴുതിയ പുസ്തകമാണ്. 1941-ൽ അന്തരിച്ച അയ്യങ്കാളിക്ക് സമഗ്രമായ ഒരു ജീവചരിത്രമുണ്ടാകുന്നത് 1979-ൽ മാത്രമാണ്. അതിനുശേഷം നിരവധിയായി പുസ്തകങ്ങൾ പ്രസിദ്ധീകരിക്കപ്പെട്ടു. കുന്നുകുഴി എസ്. മണിയും അനിരുദ്ധനും ചേർന്ന രചിച്ച 'മഹാത്മാ അയ്യ ങ്കാളി' ഉൾപ്പെടെ നിരവധി രചനകൾ അയ്യങ്കാളിയെ സംബന്ധിച്ച് പുറത്തുവന്നിട്ടുണ്ട്. കേരള സംസ്ഥാന സർക്കാറിന്റെ സാംസ്കാരിക വകുപ്പ് തന്നെ 1990ൽ അഭിമന്യൂ എഴുതിയ അയ്യങ്കാളിയുടെ ജീവ ചരിത്രം പുറത്തിറക്കിയിട്ടുണ്ട്. ലഭ്യമായ ചരിത്രങ്ങളിലൂടെ മുഴുവൻ കടന്നുപോയാൽ മനസിലാവുന്ന ഒരു കാര്യം, ഒരു കഥ തന്നെയാണ് വീണ്ടും വീണ്ടും പൊലിപ്പിച്ചോ ആവർത്തിച്ചോ ഒക്കെ പറഞ്ഞു കൊണ്ടിരിക്കുന്നത്. പുതിയ വിവരങ്ങൾ വളരെ അത്യപൂർവ്വ മായി മാത്രമേ നമുക്ക കാണാൻ കഴിയൂ. വെങ്ങാനൂർ സുരേന്ദ്രന്റെ സുവനീറിലും ചെന്താരശ്ശേരിയുടെ പുസ്തകത്തിലും വന്നിട്ടുള്ള വിവ രങ്ങൾ തന്നെയാണ് വീണ്ടും വീണ്ടും പരത്തി പരത്തി പറഞ്ഞു കൊണ്ടിരിക്കുന്നത്. ഇതിലെല്ലാമുള്ള പ്രധാനപ്പെട്ട പരിമിതി അയ്യ ങ്കാളി തിരുവിതാംകൂറിൽ 19-ാം നൂറ്റാണ്ടിന്റെ അവസാനപാദത്തി ലും ഇരുപതാം നൂറ്റാണ്ടിന്റെ ആദിമ ദശകങ്ങളിലും ജീവിച്ചിരുന്ന, സക്രിയമായ സാമൂഹിക ഇടപെടലുകൾ നടത്തിയിട്ടുള്ള ഒരു പൊതു വ്യക്തിത്വമെന്ന നിലയിൽ അയ്യങ്കാളി 1891 ൽ നടത്തിയ വില്ലുവണ്ടി സമരം മുതൽ ഏറ്റവും അവസാനം വരെ നടത്തിയ നിയമസഭാ പ്രവർ ത്തനങ്ങൾവരെ രേഖീയമായി പറഞ്ഞുപോകുന്ന രീതിയാണ് കണ്ടു വരുന്നത്. ഇത്തരം രചനകളുടെ ഒരു പ്രധാനപ്പെട്ട പരിമിതി ഏതു ചരിത്ര സാഹചര്യത്തിലാണ് അയ്യങ്കാളി പ്രസ്ഥാനം ഇടപെടാൻ ശ്രമിച്ചത് എന്നത് ചരിത്രവൽക്കരിക്കാൻ കഴിയാതിരിക്കുകയും അയ്യങ്കാളിയുടെ പ്രവർത്തനങ്ങൾ മൊത്തത്തിൽ തന്നെ ആത്മ പ്ര ചോദിതമായ ഒരു പ്രവർത്തനമായി ചുരുക്കിയെടുക്കുകയും ചെയ്യുന്ന ഒരു പ്രശ്നം ഈ രചനകൾക്കുണ്ട് എന്നതാണ്. ഈ ജീവചരിത്രങ്ങൾ തെറ്റാണെന്ന് അഭിപ്രായമില്ല. മറിച്ച് അയ്യങ്കാളിയുമായി ബന്ധ പ്പെട്ട ജീവചരിത്രങ്ങളുടെ പൊതുവായ ഒരു പരിമിതി അയ്യങ്കാളി

ഇടപെടാൻ ശ്രമിച്ച സമൂഹത്തിന്റെ വസ്തുനിഷ്ഠമായ സാഹചര്യത്തെ മനസിലാക്കികൊണ്ട് അത്തരം സാഹചര്യം ചരിത്രപരമായി എങ്ങനെ രൂപപ്പെട്ടുവന്നു എന്ന വിശകലനത്തിലൂടെ അയ്യങ്കാളിയുടെ ജീവിതത്തെ നോക്കിക്കാണാൻ ശ്രമിക്കാതെ പോയതുകൊണ്ട് അയ്യങ്കാളിയുടെ പ്രവർത്തനങ്ങളെല്ലാം തന്നെ ആത്മ പ്രചോദിത മായ സാഹസികമായ പ്രവർത്തനങ്ങളായി നമ്മുടെ മുന്നിൽ ഇതൾ വിരിയുകയും അയ്യങ്കാളിക്ക് ശേഷം കേരളത്തിൽ ആരും തന്നെ ജീവിച്ചിരുന്നിട്ടില്ലെന്ന ഒരു തോന്നലിലേക്ക് കേരളം മാറുകയുംചെ യ്യുന്നുണ്ട്. ഒരു ചരിത്രപുരുഷൻ എന്ന നിലയിൽ 19-ാം നൂറ്റാണ്ടിലെ കേരളത്തിന്റെ ചരിത്രത്തിനകത്ത് ഏതൊക്കെ സന്ദർഭങ്ങളെയാണ് അയ്യങ്കാളി അഭിസംബോധന ചെയ്യാൻ ശ്രമിച്ചത്, അത്തരം അഭി സംബോധനയിലൂടെ കേരളത്തിലെ ദളിതർക്കുമാത്രമല്ല, കേരളീയ സമൂഹത്തിനു പൊതുവിൽ എന്തു സംഭാവനയാണ് അയ്യങ്കാളിയുടെ ജീവിതം കൊണ്ട് കിട്ടിയിട്ടുള്ളത് എന്ന് നമുക്ക് വസ്തുനിഷ്ഠമായി അന്വേഷിക്കാൻ കഴിയണം.

കേരളീയ നവോത്ഥാനത്തെപ്പറ്റിയുള്ള പ്രബലമായ ചില സങ്കൽപ്പനങ്ങൾ കേരളത്തിലെ സാമൂഹിക ശാസ്ത്രത്തിലും ചരിത്ര രചനയിലും ഒക്കെ തന്നെയുണ്ട്. 1888 ലെ ശ്രീനാരായണഗുരുവിന്റെ പ്രതിഷ്ഠയിൽ തുടങ്ങിയ, കേരളത്തിലെ വിവിധ സാമുദായ രൂപീ കരണത്തിന്റെ ചരിത്രത്തിലൂടെ കേരളീയ സമൂഹം ഒരു പുതിയ സമൂഹമായി മാറിയെന്നുള്ള ഒരു പരമ്പരാഗതമായ ചരിത്ര വായന നമ്മുടെ മുന്നിലുണ്ട്. യഥാർത്ഥത്തിൽ കേരളീയ സമൂഹത്തെക്കുറിച്ച് നാം പഠിക്കാൻ ശ്രമിക്കുമ്പോൾ എവിടെ നിന്നാണ് നാം തുടങ്ങേ ണ്ടത് എന്നത് വളരെ പ്രധാനപ്പെട്ട കാര്യമാണ്. നമ്മൾ 1893ലെ വില്ലുവണ്ടി സമരത്തിൽ നിന്നാണ് തുടങ്ങുന്നതെങ്കിൽ ആകാശത്തു നിന്നും ഭസ്മമെടുക്കുക പോലുള്ള ഒരു അത്ഭുതപ്രവൃത്തിയായി മാത്രമേ കാണാൻ കഴിയുകയുള്ളൂ. മറിച്ച് 18-19 നൂറ്റാണ്ടുകളിൽ ഈ തിരുവി താംകൂർ സമൂഹത്തിൽ എന്തൊക്കെയാണ് നടന്നുവന്നിരുന്നതെന്ന് നമ്മൾ പരിശോധിക്കുമ്പോഴാണ് അയ്യങ്കാളിയുടെ പ്രവർത്തനം യഥാർത്ഥത്തിൽ ദളിതനം മാത്രമല്ല കേരളീയ സമൂഹത്തെയാകെ മുന്നോട്ടനയിക്കുന്ന ഒരു പ്രക്രിയയായി മനസിലാക്കാൻ കഴിയുക. അതുകൊണ്ട് 1893 ലെ വില്ലുവണ്ടി സമരത്തെക്കുറിച്ച പരിശോധി ക്കുന്നതിനു മുമ്പ് തിരുവിതാംകൂർ സമൂഹത്തെ സംബന്ധിച്ച് ഒരു

പൊതുവായ ധാരണ നാം പങ്കുവേക്കേണ്ടതുണ്ട്. അതിലൊന്ന് ഇന്ത്യ ക്കകത്ത് ഒരു പക്ഷേ ഹിന്ദുരാഷ്ടമെന്ന് സ്വയം പ്രഖ്യാപിതമായ ഒരു സ്ഥലമായിരുന്ന തിരുവിതാംക്കൂർ. തിരുവിതാംക്കൂർ രാജാക്കന്മാർ ശ്രീപദ്മനാഭന്റെ ദാസന്മാരായി പ്രവർത്തിക്കുന്നവരാണ്. അവരുടെ പ്രധാനപ്പെട്ട ഉത്തരവാദിത്തമായി അവർ കണ്ടത് ബ്രാഹ്മണരെ സേവിക്കുക എന്നുള്ളതു മാത്രമായിരുന്നു. ഇതൊന്നും അന്നത്തെ നീതിശാസ്ത്രത്തിലോ സമൂഹത്തിലോ തെറ്റൊന്നുമായിരുന്നില്ല. തിരുവിതാംക്കൂർ മഹാരാജാക്കന്മാരുടെ പ്രധാനപ്പെട്ട ചെലവ് 12 വർഷത്തിലൊരിക്കൽ നടത്തിയ മുറജപമായിരുന്നു. ലക്ഷക്കണ ക്കിന രൂപ ചെലവഴിച്ചാണ് മുറജപമഹോത്സവം നടത്തിയിരുന്നത്. കേരളീയ സമൂഹം കർശനമായ ജാതി നിയമങ്ങൾ പാലിക്കുന്നുവെ ന്ന് ഉറപ്പുവരുത്തുക എന്നുള്ളതായിരുന്ന തിരുവികാംക്കൂർ രാജാക്കൻ മാരുടെ ഉത്തരവാദിത്തമായി കണ്ടിരുന്നത്. നിരവധിയായ ഊട്ട പുരകളിലൂടെ ബ്രാഹ്മണർക്ക് സൗജന്യമായി ഭക്ഷണം കൊട്ടുക്കുക എന്നുള്ളതായിരുന്നു. ഇതിനിടക്ക് ജനങ്ങൾക്ക് പ്രത്യേകിച്ച് എന്തെങ്കിലും ചെയ്യണമെന്ന് പോലും യഥാർത്ഥത്തിൽ രാജാക്കന്മാർ വിചാരിച്ചിട്ടുണ്ടോ എന്ന് അന്വേഷിച്ചാൽ 1850ന് മുമ്പ് പറയത്തക്ക ചരിത്രമൊന്നും ഇല്ലാ എന്നതന്നെയാണ് ഉത്തരം. 1800 കളുടെ മധ്യം വരെയെങ്കിലും തിരുവിതാംക്കൂർ സമൂഹം ജീവിച്ചിരുന്നത് കർശന മായ ജാതി നിയമങ്ങൾ നിയന്ത്രിതമായ ഒരു സമൂഹമായിട്ടാണ്. ഓരോ ഗ്രാമ പ്രദേശങ്ങളിലും വ്യത്യസ്തമായ ജാതി വഴക്കങ്ങൾ നിലനിന്നിരുന്നു. അതുകൊണ്ടതന്നെ രാജാക്കന്മാർ നികുതി പരി ക്കുന്നതിനപ്പുറത്തേക്ക് പ്രജകളോടെന്തെങ്കിലും ബാധ്യതയുള്ള, ഉത്ത രവാദിത്തമുള്ളവരായി പെരുമാറിയതായുള്ള ചരിത്രമില്ല എന്നും നാം കരുതേണ്ടതുണ്ട്. ഈ നിലക്കുള്ള, വളരെ നിശ്ചലമായ ഒരു ഹിന്ദു രാഷ്ടം. വ്യത്യസ്ത സമൂഹങ്ങൾ ജീവിക്കുന്ന ഗ്രാമങ്ങളിൽ, ജാതി വഴക്ക ങ്ങൾ ജീവിതത്തിന്റെ പ്രമാണമായി മാറുമ്പോൾ അത് കാലത്തെ നിശ്ചലമാക്കുന്ന ഒരു ജാതി സമൂഹമായി മാറുന്നു. ഒരു പുലയൻ എന്ത ചെയ്യണമെന്നും ഒരു പറയൻ എന്തുചെയ്യണമെന്നും ഒരു ബ്രാഹ്മണൻ എന്ത ചെയ്യണമെന്നും നേരത്തെ തീരുമാനിക്കപ്പെട്ട ഒരു സമൂഹ ത്തിൽ കാലം നിശ്ചലമായി തുടരുന്നു. പി.കെ. ബാലകൃഷ്ണനൊക്കെ ഇതു കൃത്യമായി പറഞ്ഞിട്ടുണ്ട്. കാറൽ മാർക്സ് ഇന്ത്യയെക്കുറിച്ച് പറയുമ്പോൾ "ഒരു തുണ്ട ഭൂമിയിലെ കാട്ടാള സംതൃപ്തി" എന്നൊരു വാക്കുപയോഗിക്കുന്നുണ്ട്. എന്ന പറഞ്ഞാൽ സാമൂഹികമായ ഒരു

ചലനക്ഷമതയില്ലാത്ത, നിശ്ചലമായ ഒരു സമൂഹമായാണ് യാഥാർ
ത്ഥത്തിൽ കേരളീയ സമൂഹം ഏറ്റവും കുറഞ്ഞപക്ഷം 19-ാം നൂറ്റാണ്ടു
വരെയുള്ള കാലത്തിൽ നിലനിന്നിരുന്നത്. ഈ ഇടത്തിലേക്കാണ്
കൊളോണിയൽ ശക്തികൾ കടന്നവരുന്നത്.

കൊളോണിയൻ ശക്തികളുടെ ഇടപെടലാണ് കേരളീയ
സമൂഹത്തെ ചലനക്ഷമമമാക്കിയത് എന്നതിന് തർക്കിക്കേണ്ട
കാര്യമില്ല. അതല്ലാതെ കേരളീയ സമൂഹത്തിനകത്ത് രൂപപ്പെട്ട
ഏതെങ്കിലും ഒരു സാമൂഹിക ധാരയാണ് കേരളീയ സമൂഹത്തെ
ചലനക്ഷമമമാക്കിയത് എന്ന് പറഞ്ഞാൽ അത് തീർച്ചയായും
ഏകപക്ഷീയമായ ഒരു വിലയിരുത്തലാകും. മറിച്ച് കൊളോണിയൽ
ശക്തികളാണ്, അതായത് കൊളോണിയൽ അധിനിവേശമാണ്
യഥാർത്ഥത്തിൽ കേരളീയ സമൂഹത്തിന്റെ പരമ്പരാഗത ഘടനയെ
അടിസ്ഥാനപരമായി ഉലയ്ക്കുന്നത്. ഈ കൊളോണിയൽ ഇടപാടിന്
രണ്ട് മുഖങ്ങളുണ്ടായിരുന്നു. ഒന്ന് അത് ഭരണ നവീകരണത്തെയും
സാമ്പത്തിക മണ്ഡലത്തിലെ നവീകരണത്തെയും മുന്നോട്ടുവെച്ചി
രുന്നു. കേരളത്തിന്റെ സമ്പദ്ഘടന നൂറ്റാണ്ടുകളോളം കാർഷിക
അടിമത്തം ഉണ്ടായിരുന്ന കൃഷിയെ മാത്രം ആശ്രയിച്ചിരുന്നു, കാട്ടിൽ
നിന്നുള്ള വിഭവങ്ങളെ ആശ്രയിച്ചിട്ടായിരുന്നു. ബോധപൂർവ്വമായി,
മൂലധനം ഇറക്കിക്കൊണ്ടുള്ള ഒരു കൃഷി കേരളത്തിൽ നടത്തിയിട്ട
ണ്ടായിരുന്നില്ല. മറിച്ച് കാർഷിക അടിമകളെ വ്യാപകമായി ഉപയോ
ഗിച്ചുകൊണ്ട് അവരെ ഭീകരമായി ആക്രമിച്ചുകൊണ്ട്, അവരെ കാള
കൾക്കൊപ്പം പൂട്ടികൊണ്ട്, അവരെ വിറ്റ് വില വാങ്ങികൊണ്ടുള്ള
വളരെ പ്രാകൃതമായിട്ടുള്ള, ഒട്ടും വികസിച്ചിട്ടില്ലാത്ത ഒരു സമ്പദ്ഘട
നയാണ് കേരളത്തിൽ ഉണ്ടായിരുന്നത്. ഈയൊരു സാഹചര്യത്തി
ലേക്കാണ് ഭരണനവീകരണത്തിന്റെയും സാമ്പത്തിക പരിഷ്കാരത്തി
ന്റെയും പദ്ധതികളുമായി യൂറോപ്പിൽ നിന്ന് അധിനിവേശശക്തികൾ
വരുന്നത്. അതിന്റെ മറുഭാഗം എന്നു പറയുന്നത് മിഷണറിമാരുടെ
പ്രവർത്തനമാണ്. മിഷണറി പ്രവർത്തനങ്ങളെ സംബന്ധിച്ച് കേര
ളത്തിൽ ഒട്ടനവധിയായ തെറ്റിധാരണകൾ, നിലനിൽക്കുന്നുവെന്ന്
എനിക്ക് പലപ്പോഴും ചരിത്രഗ്രന്ഥങ്ങൾ വായിക്കുമ്പോൾ തോന്നാറു
ണ്ട്. കേരളത്തിനകത്ത് മിഷണറി പ്രവർത്തനമെന്നാൽ കേവലമായ
മതപരിവർത്തനത്തിന്റെ പ്രവർത്തനം മാത്രമല്ല. മിഷണറി
പ്രവർത്തനത്തെ തീർച്ചയായും അവരുടെ ഉദ്ദേശ്യം ആത്മാക്കളെ

രക്ഷിക്കുക എന്നതായിരുന്നു. ഒരിക്കലും കേരളത്തെ രക്ഷിക്കുക എന്നതായിരുന്നില്ല. അങ്ങനെ വെറുതെയങ്ങ് രക്ഷപ്പെടുത്താവുന്ന സാഹചര്യത്തെയല്ല അവർക്ക് അഭിസംബോധന ചെയ്യേണ്ടിവന്നത് എന്നു കാണാൻ കഴിയും. മലയാളഭാഷയെ ആധുനികവൽക്കരിച്ചത്, മലയാളഭാഷക്കൊരു നിഘണ്ടു ഉണ്ടാക്കി തന്നത്, മലയാളഭാഷയ്ക്ക് പ്രിന്റ് മീഡിയായിലൂടെ ഒരു ഏകീകരണം നടത്തിയത്, വിദ്യാഭ്യാസ മൊക്കെത്തന്നെ ഈ മിഷണറി പ്രവർത്തനങ്ങളുടെ ഭാഗമാണെമെ ന്നു നമ്മൾ കാണേണ്ടിയിരിക്കുന്നു. അതിന്റെ ഒരു ആകത്തുകയാണ് മതപരിവർത്തനവും എന്നു നാം മനസിലാക്കേണ്ടിവരും. പക്ഷേ മിഷണറി പ്രവർത്തനമെന്നാൽ മതപരിവർത്തനം മാത്രമാണെ ന്നും. മനസിലാക്കിയാൽ കേരളീയ സമൂഹം എങ്ങനെയാണ് 19-ാം നൂറ്റാണ്ടിൽ പരിവർത്തനപ്പെട്ടത് അതിന്റെ അടിസ്ഥാന ബലം എവിടെ നിന്നാണ് രൂപപ്പെട്ടു വന്നത് എന്നു നമുക്കു മനസ്സിലാകാതെ പോകുന്നു എന്നതാണ് കാര്യം. ഇത്തരത്തിലുള്ള കൊളോണിയൽ ശക്തികളുടെ ബഹുമുഖമായ ഇടപെടലുകളാണ് വളരെ നിശ്ചലമായ കേരളീയ സമൂഹത്തെ മാറ്റിമറിച്ചത് എന്ന് നമ്മൾ മനസ്സിലാക്കും. ഇത്തരമൊരു പുതിയ സാഹചര്യത്തോടുള്ള കേരളത്തിലെ പരമ്പ രാഗത ജാതി സമുദായങ്ങളുടെ പ്രതികരണവും കൊടുക്കൽ വാങ്ങലു കളുമാണ് യഥാർത്ഥത്തിൽ നവോത്ഥാനം എന്നു പറയുന്ന പ്രക്രിയ.

കേരളീയ നവോത്ഥാനത്തിന്റെ മറ്റൊരു മൗലികമായ പ്രത്യേകത ഇന്ത്യയിലെ മറ്റ സംസ്ഥാനങ്ങളിൽ നിന്ന് ഭിന്നമായി അത് കീഴ് ട്ടിൽ നിന്നാണ്, അതായത് കീഴാളരിൽ നിന്നാണ് ആരംഭിച്ചത് എന്നതാണ്. കേരളത്തിൽ ഏറ്റവും അവസാനം നവോത്ഥാന ത്തിനു വിധേയമാകുന്ന സമുദായം നമ്പൂതിരിമാരാണ്. കേരളത്തിൽ ആദ്യമായി നവോത്ഥാനത്തിനുവേണ്ടി സ്വന്തം നിലക്ക് സംഘട നയുണ്ടാക്കിക്കൊണ്ട് രംഗത്തുവരുന്നത്, സാമൂഹിക ഇടപെടൽ നടത്തുന്നത്, 1888 ശ്രീനാരായണഗുരുവിന്റെ ശിവപ്രതിഷ്ഠ മുതലി ങ്ങോട്ട് കേരളത്തിലെ ബഹിഷ്കൃത സമൂഹം, അഥവാ അവർണരെന്ന വിളിക്കപ്പെട്ടുന്ന സമുദായങ്ങളാണ്. അതുകൊണ്ട് കേരളീയ നവോ ത്ഥാനത്തിന്റെ പ്രധാനപ്പെട്ട ഒരു ആശയ പ്രപഞ്ചമായി അയിത്തം, അടിമത്തം എന്നീ കാറ്റഗറികൾ പ്രധാനമായി മാറുന്നുണ്ട്. ഇന്ത്യ യിലെ മറ്റെല്ലായിടത്തും പ്രത്യേകിച്ചും ബംഗാളിനെ യെടുത്താൽ അവിടെ ബംഗാളി ബ്രാഹ്മണരാണ് നവോത്ഥാനത്തിന്റെ ശില്പികൾ.

മലയാളികളെ മറ്റുള്ളവരിൽ നിന്ന് വ്യത്യസ്ഥമാക്കുന്നത് യഥാർത്ഥ ത്തിൽ കീഴാളരിൽ നിന്നാരംഭിച്ച നവോത്ഥാനമാണ്. കീഴാളരിൽ നിന്ന് ആരംഭിച്ചതുകൊണ്ടതന്നെ 'സാമൂഹികമായ അടിമത്തം' അതിന്റെ ഒരു പ്രധാന അജണ്ടയായിമാറി. അതുകൊണ്ടാണ് കേര ളത്തിൽ ഒരു വൈക്കം സത്യാഗ്രഹം സംഭവിച്ചത് എന്ന നമുക്ക മനസിലാക്കാൻ കഴിയും. ഗാന്ധി വരെ വന്നാണ് വൈക്കം സത്യാ ഗ്രഹം നയിച്ചതെങ്കിലും ഗാന്ധിജിയുടെ നാട്ടിൽ ഒരു ക്ഷേത്രത്തിൽ പോല്യം ഇത്തരമൊരു സത്യാഗ്രഹം നടന്നിട്ടില്ലാത്തത് നമ്മൾ അറിയേണ്ടതുണ്ട്. ഇത് കേരളത്തിൽ നടക്കാൻ കാരണമെന്താണെ ന്ന ചോദിച്ചാൽ കേരളത്തിലെ കീഴാളരുടെ, അടിത്തട്ടിലെ മനുഷ്യ രുടെ പ്രശ്നങ്ങൾ അഭിസംബോധന ചെയ്യാതെ കേരളത്തിൽ ഒരു രാഷ്ട്രീയം സാധ്യമല്ല എന്നതുകൊണ്ടാണ് കേരളത്തിൽ വൈക്കം സത്യാഗ്രഹം പോല്യുള്ള ഒരു സമരം സാധ്യമാകുന്നത്

കേരളീയ സമൂഹത്തെ പിൽക്കാലത്ത് രൂപപ്പെടുത്തുന്നതിൽ വലിയ ഒരു ആശയ സംഭാവന, അതായത്, മലയാളി സംസാരി ക്കേണ്ട പ്രധാനപ്പെട്ട കാര്യങ്ങളിലൊന്ന് മനുഷ്യരുടെ അടിമത്ത ത്തെപ്പറ്റിയാണ്, ജാതീയമായ ബഹിഷ്കരണത്തെക്കുറിച്ചാണ് എന്ന ഒരവബോധം നവോത്ഥാനത്തില്യണ്ടായത് നവോത്ഥാനം രൂപപ്പെ ട്ടത് കീഴേട്ടിലാണ് എന്നതുകൊണ്ടാണ്. ഇതിന്റെ വേറൊള വശം നമ്മൾ ഇന്ത്യയിലെ മറ്റ സംസ്ഥാനങ്ങളിലെ മിഷണറി പ്രവർത്തന ങ്ങൾ ഉണ്ടായിരുന്ന ഇടങ്ങൾ പരിശോധിക്കുമ്പോൾ മനസിലാകും ആദ്യമായി മിഷണറി പ്രവർത്തനം ആരംഭിക്കുന്നത് ചെന്നെയില്യം കൽക്കട്ടയില്യമൊക്കെയാണ്. അവിടെയൊന്നം കീഴേട്ടുമായി ഈ മിഷണറിമാർ ബന്ധപ്പെട്ടിരുന്നില്ല. ഇപ്പോഴും ബംഗാളിലെ കീഴേട്ട് ഇത്തരം മിഷണറി പ്രവർത്തനങ്ങളുടെ ഐശ്വര്യങ്ങൾ അനുഭവിച്ചി ട്ടുള്ളവരല്ല. ചെന്നെയിൽ നടന്നിട്ടുള്ള മിഷണറി പ്രവർത്തനങ്ങളുടെ റിസൽട്ടിനെക്കുറിച്ച് ഡോ. ബി.ആർ അംബേദ്ക്കർ ഒരു ലേഖനമെ ഴുതിയിട്ടുണ്ട്. അതിൽ അവിടെ മിഷണിമാർ നടത്തിയിട്ടുള്ള മുഴുവൻ വിദ്യാഭ്യാസ സ്ഥാപനങ്ങളുടെയും ഗുണഭോക്താക്കൾ അവിടത്തെ ബ്രാഹ്മണരായിരുന്ന എന്ന് ആ ലേഖനത്തിൽ അംബേദ്ക്കർ അടിവരയിട്ട പറയുന്നുണ്ട്. എന്നാൽ കേരളത്തിലെ ഈ മിഷണ റിമാരുടെ പ്രവർത്തനങ്ങളുടെ ഗുണഭോക്താക്കൾ സവർണ്ണർ മാത്ര മായിരുന്നില്ല. ഇങ്ങനെ കേരള നവോത്ഥാനമെന്ന പറയുന്ന ഒരു

പ്രക്രിയ ഈ അടിത്തട്ടിന്റെ പ്രശ്നങ്ങൾ ഏറ്റെടുക്കുന്നത് യാദൃശ്ചികമാ
യിരുന്നില്ലെന്നും മറിച്ച് അത് നവോത്ഥാന പ്രക്രിയതന്നെ കീഴ്ത്തട്ടിൽ
നിന്നാരംഭിച്ചതിന്റെ ഫലമായിരുന്നു എന്നു നാം കാണേണ്ടതുണ്ട്.
കേരളീയ നവോത്ഥാനത്തിന്റെ ഇത്തരം ചില പ്രത്യേകതകൾ വെച്ചു
കൊണ്ടുവേണം അയ്യങ്കാളി പ്രസ്ഥാനത്തെ നമ്മൾ വിലയിരുത്താൻ.
ഇങ്ങനെ 1850 മുതൽ കേരളത്തിൽ ചില അടിസ്ഥാനപരമായ മാറ്റ
ങ്ങൾ സംഭവിക്കുന്നുണ്ട്. ആദ്യമായി 1893ൽ അദ്ദേഹം നടത്തിയ
വില്ലവണ്ടി സമരത്തെക്കുറിച്ച് പരിശോധിക്കാം. വില്ലവണ്ടി സമരം
എന്നത് കേരളത്തിലെ ദളിതർകാണിച്ച അതി ഭയങ്കരമായ ഒരു
സാഹസികതയുടെയും, സവർണ്ണ ധാർഷ്ട്യത്തെ അടിച്ചമർത്തിയ
തിന്റെയും, അയ്യങ്കാളിയുടെ പ്രസ്ഥാനത്തിന്റെ തന്നെ മെയ്ക്കരുത്തി
ന്റെയും ഒക്കെയുള്ള ഒരു വീരകഥയായിട്ടാണ് അവതരിപ്പിച്ചിട്ടുള്ളത്.
ഇങ്ങനെയുള്ള വീരകഥകൾ ആവർത്തിക്കുന്നു. ഇതിൽ വലിയ
കഥയുണ്ടെന്ന് എനിക്ക തോന്നിയിട്ടില്ല. മറിച്ച് യഥാർത്ഥത്തിൽ
ചരിത്രത്തിൽ സംഭവിച്ച ഒരു കാര്യം 1893 ൽ അയ്യങ്കാളി വില്ലവ
ണ്ടിയാത്ര നടത്തുന്നത് കേരളത്തിലെ റോഡുകളുടെ ചരിത്രവുമായി
ബന്ധപ്പെടുത്തിക്കൂടിയാണ്. ഇതു മനസിലാക്കിയാൽ മാത്രമേ അയ്യ
ങ്കാളി കേരളത്തെ ജനാധിപത്യവൽക്കരിക്കുവാൻ വേണ്ടി നടത്തി
യിട്ടുള്ള പ്രവർത്തനങ്ങളുടെ ആഴം നമുക്ക് തിരിച്ചറിയാൻ കഴിയുക
യുള്ളൂ. 1860-ൽ ആണ് കേരളത്തിൽ ഒരു പൊതുമരാമത്ത് വകുപ്പ്
തിരുവിതാംകൂറിൽ രൂപപ്പെട്ടുന്നത്. ഇതിനശേഷം കേരളത്തിൽ
റോഡുപണിയാൽ വന്ന വിദേശിയായിട്ടുള്ള ഒരു എഞ്ചിനീയർ കേര
ളത്തിന്റെ പരിസരം മൊത്തം കണ്ടിട്ട പറഞ്ഞത് മലയാളികൾക്ക്
യഥാർത്ഥത്തിൽ റോഡിന്റെ ആവശ്യമില്ലയെന്നാണ്. കാരണം
അങ്ങനെ ആവശ്യമുള്ള ഒരു ജീവിതമല്ല അവരുടേത്. കേരളത്തിൽ
തെക്കുവടക്കൊരു റോഡു നിർമ്മിക്കണമെന്ന് ശ്രീമൂലം തിരുനാളി
നോട് ആവശ്യപ്പെട്ടുന്നുണ്ട്. ശ്രീമൂലം തിരുനാൾ പറഞ്ഞത് ഇങ്ങ
നെയാണ്. "മുറജപ മഹോത്സവം വരികയാണ്. ഇതിന് പണം
ആവശ്യമുണ്ടെന്നു മാത്രമല്ല അതിന്റെ തയ്യാറെടുപ്പുകൾക്ക വേണ്ടി
എല്ലാ ഗ്രാമങ്ങളിലുമുള്ള ജനങ്ങളുടെ 'ഊഴിയവേല'(ഒരു പൈസയും
കൊടുക്കാതെ സർക്കാറിനുവേണ്ടി ജോലിയെടുക്കുന്ന പണി) വേണ്ട
തുകൊണ്ട് ഒരു പൈസയും റോഡിനുവേണ്ടി ചിലവഴിക്കാൻ പറ്റില്ല"
ഇങ്ങനെ ഒരു ഭരണാധികാരി പറഞ്ഞ ഇടമാണ് തിരുവിതാംകൂർ.

എന്തുകൊണ്ടായിരിക്കും രാജാവ് അങ്ങനെ പറഞ്ഞത്? അതിന്റെ കാരണം കേരളത്തിലെ അടിമ ജാതികൾക്ക് നടക്കാൻ റോഡുവേണ്ട എന്നതുകൊണ്ട് മാത്രമായിരുന്നില്ല. കേരളത്തിൽ ആർക്കും നടക്കാൻ റോഡു വേണ്ടായിരുന്നു. കേരളത്തിൽ സഞ്ചരിക്കേണ്ട ആവശ്യം ആർക്കുമുണ്ടായിരുന്നില്ല. ആകെക്കൂടി നാട്ടുവഴികളിൽ മാത്രമേ സഞ്ചരിച്ചിരുന്നുള്ളൂ. അവരാകട്ടെ പല്ലക്കിലായിരുന്ന യാത്ര. റോഡ് ആവശ്യമില്ലാത്തൊരിടത്തു റോഡു വെട്ടുക എന്നത് ഒരു വലിയ പണിയായിരുന്നു. ഇത് കേരള സമൂഹത്തെത്തന്നെ അടിമുടി മറിച്ച ഒരു കാര്യമാണെന്നു നമ്മൾ അറിയണം.

റോഡു വെട്ടാൻ വന്ന സായിപ്പ് പറഞ്ഞൊരു കാര്യം, റോഡു വെട്ടാൻ ആളെയും സാധനസാമഗ്രികളും ഒന്നും തന്നെ കിട്ടിയിരുന്നി ല്ല എന്നാണ്. ആകെക്കൂടി 37500 രൂപ മാത്രമേ റോഡ് പണിക്കായി ഒരു വർഷത്തേക്ക് അനുവദിക്കപ്പെട്ടിരുന്നുള്ളൂ. കേരള സമൂഹം മനു ഷ്യർക്ക് നടക്കാൻ റോഡ് വേണമെന്ന് അറിയാൽ പാടില്ലാത്ത ഒരു സമൂഹം മാത്രമല്ല വഴിയേ ആവശ്യമില്ലാത്ത ജീവിതം ജീവിച്ച ഒരു സമൂഹം കൂടി ആയിരുന്നു. അവിടെ നിന്നാണ് കേരളത്തിൽ യഥാർത്ഥത്തിൽ ഈ വഴിവെട്ട് ആരംഭിക്കുന്നത്. ഈ വഴിവെട്ടുന്ന സമയത്ത് ഉണ്ടായ ഒരു കാര്യം അന്ന് റോഡിന്റെ പണിയെടു ത്തവർക്ക് പൈസ കൂലിയായി കൊടുത്തിരുന്നു. നൂറ്റാണ്ടുകളായി പണിയെടുക്കുന്നവർക്ക് ധാന്യങ്ങളായി പ്രതിഫലം കൊടുത്ത ഒരു സമൂഹത്തിലേക്കാണ് പൈസ കടന്നുവന്നത്. ധാന്യത്തിന്റെ പ്രശ്നം അതിന് നിശ്ചിതമായ ഒരു ഉപയോഗം മാത്രമെയുള്ളൂ. പക്ഷേ പണം, എന്തു സാധനവും വാങ്ങാവുന്ന ഒരു സാധനമാണ് തൊഴിലാളിയിലേ ക്കു വന്നു ചേർന്നത്. ഇത് കേരളത്തിന് പരിപൂർണ്ണമായും അജ്ഞാ തമായ ഒരു കാര്യമായിരുന്നു. അതുകൊണ്ടാണ് പി.ഡബ്ലിയു.ഡി യുടെ കൈയ്യിൽ നിന്ന് പണം കിട്ടിയ ചില കീഴ്ജാതിയില്ലുള്ളവർ ചാലകമ്പോളത്തിൽ വന്നു സാധനങ്ങൾ വാങ്ങിയപ്പോൾ അതിനെ തുടർന്നു വലിയ കലാപമാണവിടെ ഉണ്ടായത്. തിരുവിതാംകൂറിന്റെ ചരിത്രത്തിലാദ്യമായി രാജകൊട്ടാരത്തിനെതിരെ കല്ലെറിഞ്ഞ സംഭവം അന്നു രാത്രിയില്ലുണ്ടായി. ഈ ചാല കമ്പോളത്തിൽ ചെറുമനും പുലയനും കയറി എന്നു പറഞ്ഞു നായന്മാർ ഉണ്ടാക്കിയ കലാപത്തിലാണ് ചരിത്രത്തിലാദ്യമായും അവസാനമായും രാജ കൊട്ടാരത്തിനെതിരെ കല്ലേറുണ്ടായത്. ഇങ്ങനെ പണമായി കൂലി

കൊട്ടത്തപ്പോൾ പണിക്ക വരുന്ന സ്ത്രീകൾ മേൽമുണ്ട ധരിച്ചിട്ടേ വരാൻ പാട്ടുള്ള എന്ന ഒരു നിബന്ധന കൂടി വെച്ചിരുന്നു. 'മേൽമുണ്ട് കലാപം' എന്നത് വെറുമൊരു ചാന്നാർമാർ നടത്തിയ കലാപം മാത്ര മല്ല. ഇത് കേരളത്തിൽ നടന്ന ഒരു പക്രിയയുടെ ഭാഗം കൂടിയാണ്. 1875ൽ പി.ഡബ്ല്യു.ഡി യുടെ കീഴിൽ പതിനായിരത്തോളം ഈഴവരും, അയിത്ത ജാതിക്കാരുമായുള്ള തൊഴിലാളികൾ ഉണ്ടാ യിരുന്നു. രണ്ടുതരം റോഡുകളാണ് അക്കാലത്ത് നിർമ്മിച്ചത്. രാജ വീഥികളും ഗ്രാവീഥികളും. ഇതിൽ രാജവീഥികൾ പൊതുറോഡുകളും, മറ്റേത് സ്വകാര്യ റോഡുകളുമായി മാറി. ഈ രാജവീഥികൾ 1886 ൽ തന്നെ എല്ലാജാതിമതസ്ഥർക്കും നടക്കാനുള്ളതാണെന്ന് ഗവൺ മെന്റ് പ്രഖ്യാപനം നടത്തിയിരുന്നു. പക്ഷേ നടക്കാൻ അനുവദിച്ചി രുന്നില്ല എന്നതാണ് യഥാർത്ഥ്യം. കേരളീയ നവോത്ഥാനത്തിന്റെ വികാസത്തിൽ ഒരു വൈരുദ്ധ്യം നിലനിൽക്കുന്നത് യഥാർത്ഥത്തിൽ ഗവൺമെന്റും ജനങ്ങളും തമ്മില്ലുള്ള യുദ്ധത്തിലല്ല, സമൂഹത്തിനക ത്താണ് ഉരസല്യകൾ രൂപപ്പെടുന്നത്. ഇങ്ങനെ ഗവൺമെന്റ് പ്രഖ്യാ പിച്ചിട്ടു നടക്കാൻ കഴിയാത്ത ഒരു സാഹചര്യത്തെയാണ് 1893 ൽ അതിസമർത്ഥമായി അയ്യങ്കാളി അഭിസംബോധന ചെയ്യുന്നത്. രാജവീഥിയിലേക്ക് അദ്ദേഹം പ്രവേശിക്കുമ്പോൾ യഥാർത്ഥത്തിൽ അദ്ദേഹം ചെയ്യൊരു കാര്യം കേരളീയ സമൂഹത്തെ ജനാധിപ ത്യവൽക്കരിക്കുകയാണ്. ജനാധിപത്യ പ്രക്രിയ സമൂഹത്തിന്റെ ഏറ്റവും കീഴ്ട്ടിൽവരെ എത്തിക്കുക എന്ന മഹത്തായ ഒരു പ്രവർ ത്തനമാണ് യഥാർത്ഥത്തിൽ അയ്യങ്കാളി ഏറ്റെടുക്കുന്നത്. അയ്യങ്കാളി നേതൃത്വം കൊടുത്തുകൊണ്ട ഇത്തരമൊരു വില്ലുവണ്ടി സമരവും, ഒരു രാജപാതയിലേക്കുള്ള ബഹുജനങ്ങളുടെ ഒരു ഇരച്ചുകയറ്റവും നടന്നില്ലയെങ്കിൽ, അടിമ ജാതികൾ ഇപ്പോഴും ഈ രാജപാതയുടെ വെളിയിലാണെങ്കിൽ കേരളത്തിലെ ജനാധിപത്യം എവിടെ നിൽ ക്കുമെന്ന് ആലോചിക്കുമ്പോഴാണ് അയ്യങ്കാളി ചെയ്ത പ്രവർത്തനം കേരളീയ സമൂഹത്തെ എത്രമാത്രം മുന്നോട്ടെടുത്തു എന്ന നമ്മൾ മനസിലാക്കേണ്ടത്. അതല്ലാതെ അയ്യങ്കാളി അയിത്തജാതിക്കാരെ കൈപിടിച്ചു വഴി നടത്തിയ സാഹസികതയുടെ പ്രശ്നമല്ലിത്. മറിച്ച കേരളീയ സമൂഹത്തിന് തികച്ചും അജ്ഞാതമായിരുന്ന ഒരു ജനാ ധിപത്യ ബോധത്തെ, ഒരു ജനാധിപത്യ പ്രക്രിയയെ വളരെ ത്യാ ഗോജ്ജ്വലമായൊരു സമരത്തിലൂടെ മുന്നോട്ടെടുക്കുക എന്ന വളരെ

പ്രധാനപ്പെട്ട ഒരു കാര്യമാണ് അയ്യങ്കാളി യഥാർത്ഥത്തിൽ ചെയ്തത്. അങ്ങനെ റോഡ് വേണ്ടാത്ത തിരുവിതാംകൂറിനെ എല്ലാവരും നടക്കുന്ന റോഡുണ്ടാക്കുന്ന ജനാധിപത്യപരമായ ഒരിടമാക്കി മാറ്റുന്നതിൽ കേരളത്തിലെ സാമൂഹിക പരിഷ്ക്കർത്താക്കളിൽ ആരാണ് മഹത്തായ സംഭാവന നൽകിയതെന്ന ചോദിച്ചാൽ അയ്യങ്കാളിയാണെന്ന നിസംശയം നമുക്ക പറയേണ്ടിവരും, അതു ദളിതർ മാത്രമല്ല കേരളത്തിന്റെ സമൂഹം തന്നെ പറയണം. ഇതിനനബന്ധമായി മറ്റൊരു കാര്യം 1924 നടന്ന വൈക്കം സത്യാഗ്രഹത്തിൽ അയ്യ ങ്കാളി പങ്കെടുത്തിരുന്നില്ല. അദ്ദേഹം അങ്ങോട്ട പോയിരുന്നില്ല. ഈ അടുത്ത കാലത്തിറങ്ങിയ ഒരു പുസ്തകത്തിൽ അതിനെപ്പറ്റി ഒരു പരാതിയായി പറയുന്നത്, സമരം നടത്തിയ കോൺഗ്രസ്സുകാരായ സവർണ്ണർ അദ്ദേഹത്തെ അങ്ങോട്ടേക്കടുപ്പിച്ചിട്ടില്ല എന്നതായിരുന്നു. ഞാൻ മനസിലാക്കിയിടത്തോളം അത്തരമൊരു പരാതിയുടെ പ്രശ്ന മില്ല. കാരണം 1924 ൽ വൈക്കം സത്യാഗ്രഹം ആരംഭിക്കമ്പോൾ ആദ്യമായി അറസ്റ്റ ചെയ്യപ്പെട്ടന്നത് കെ പി കേശവമേനോനം, ടി.കെ. മാധവനം അടങ്ങുന്ന സംഘത്തെയാണ്. ഇവരെ അറസ്റ്റ ചെയ്ത് കോടതിയിൽ ഹാജരാക്കുമ്പോൾ ടി.കെ. മാധവൻ കോട്ടയം കോടതിയിൽ കൊട്ടത്ത സ്റ്റേറ്റ്മെന്റിൽ ഇങ്ങനെ പറഞ്ഞു." ഞങ്ങൾ ക്ക് അമ്പലത്തിൽ കയറണമെന്ന് യാതൊരു ആഗ്രഹവുമില്ല. പക്ഷേ പൊതുഖജനാവിൽ നിന്ന് പണംമുടക്കി നിർമ്മിക്കകയും നിലനിർ ത്തുകയും ചെയ്യുന്ന ഈ റോഡില്ലൂടെ നടക്കാൻ എല്ലാ പൗരന്മാർക്കും അവകാശമുണ്ട്". വൈക്കത്ത് തീണ്ടൽപ്പലക വെച്ചിരുന്ന ആ പ്ര ദേശത്ത് ഒരു അന്വേഷണ കമ്മീഷൻ പോയപ്പോൾ തീണ്ടൽപ്പല വെച്ചിട്ടുള്ള മരത്തിൽ പലകയുടെ അടിയിലെല്ലാം പി.ഡബ്ലിയു.ഡി എന്ന് എഴുതിവച്ചതായി കണ്ടു. ഇതിനർത്ഥം പി.ഡബ്ലിയു.ഡിയുടെ റോഡാണ് അത് എന്ന തന്നെയാണ്. ക്ഷേത്രത്തിന്റെ റോഡല്ല അത് എന്നം മുൻസിപ്പാലിറ്റിയുടെ റോഡാണ് അഥവാ പൊതുറോഡാണ് എന്നാണ് ടി കെ മാധവൻ കോടതിക്ക കൊട്ടക്കുന്ന മൊഴി. ഇതേയു ക്തിയാണ് 1893 ൽ അയ്യങ്കാളി ഇവിടെ പ്രദർശിപ്പിച്ചത്. ഇത് തിരി ച്ചറിയാനുള്ള ഒരു വിവേകം മലയാളി കാണിക്കേണ്ടതുണ്ട്. യഥാർ ത്ഥത്തിൽ 1893-ൽ അദ്ദേഹം ആ യാത്രയിൽ നടത്തുന്ന അവകാ ശവാദം ഈ റോഡ് രാജപാതയാണെന്നം, അതു പൊതു വീഥി യാണെന്നം അതില്ലൂടെ സഞ്ചരിക്കാൻ ഒരു പൗരനായ എനിക്കും

അവകാശമുണ്ടെന്ന് തന്നെയായിരുന്നു. ഇതേ കാര്യം തന്നെയാണ് പത്തുമുപ്പത് വർഷം കഴിഞ്ഞ് ടി. കെ മാധവൻ കോടതിയിൽപ്പറയു ന്നത്. അതുകൊണ്ട് അയ്യങ്കാളിയെസംബന്ധിച്ചിടത്തോളം വൈക്കം സത്യാഗ്രഹം കാലഹരണപ്പെട്ട സമരമായതുകൊണ്ടാണ് അദ്ദേഹം അവിടെ പോകാതിരുന്നത് എന്ന വേണം നാം മനസിലാക്കേണ്ടത്. അല്ലാതെ നായന്മാരെ പേടിച്ചതുകൊണ്ടല്ല. അത്തരമൊരു ഭയം അദ്ദേഹത്തിനുണ്ടായിരുന്നേയില്ല. അതുകൊണ്ട് നമ്മൾ വില്ലുവണ്ടി സമരത്തെ ഒരു സാഹസിക പ്രവർത്തനത്തിനപ്പുറം ചരിത്രത്തിൽ റോഡുകളില്ലാത്ത തിരുവിതാംക്കൂറിന് എല്ലാവരും നടക്കുന്ന റോഡ് എന്ന ജനാധിപത്യ ബോധത്തിലേക്ക് നയിച്ച മഹത്തായ ഒരു സാമൂഹിക മുന്നേറ്റമായി നമ്മൾ മനസ്സിലാക്കേണ്ടതാണ്.

രണ്ടാമത് അയ്യങ്കാളിയുടെ ജീവിതത്തിൽ പറയുന്ന പ്രധാനപ്പെട്ട ഇടപെടൽ വിദ്യാഭ്യാസ പ്രക്ഷോഭമാണ്. ഇതിന്റെ ഭാഗമായാണ് ഒരു വർഷം നീണ്ടുനിൽക്കുന്ന കാർഷിക പണിമുടക്ക് ഉണ്ടാകുന്നത്. ഇതിനകത്തുള്ള ഒരു പ്രധാനപ്പെട്ട കാര്യം, ഈ കാർഷിക സമരത്തെ ക്കുറിച്ച് ഏറെ തെറ്റിദ്ധാരണാജനകമായ വസ്തുതകൾ കേരളത്തിൽ പ്രചരിക്കപ്പെട്ടിട്ടുണ്ട്. അതിൽ ഒന്ന് ഇത് ഒരു കർഷകത്തൊഴിലാളി സമരമായിരുന്നു വെന്നാണ്. കർഷകത്തൊഴിലാളി പ്രസ്ഥാന ത്തിന്റെ പിതാവാണ് അയ്യങ്കാളി എന്നും കാർഷിക വിപ്ലവകാരി എന്നൊക്കെയാണ് ഈ സമരത്തെ വിശേഷിപ്പിച്ചത്. എന്നാൽ ഒരു പ്രക്ഷോഭത്തെ വിലയിരുത്തേണ്ടത് അത് എന്തിനെയാണ് ലക്ഷ്യം വെക്കുന്നത് എന്നതിന്റെ അടിസ്ഥാനത്തിലാണ്. അങ്ങനെ വിലയി രുത്തുകയാണെങ്കിൽ അയ്യങ്കാളി ആ പ്രക്ഷോഭം നടത്തേണ്ടിവന്നത് ദളിതരായ കുട്ടികളുടെ കലാലയ പ്രവേശനവുമായി ബന്ധപ്പെട്ടിട്ടാണ്. യഥാർത്ഥത്തിൽ കേരളത്തിൽ വിദ്യാഭ്യാസത്തിനൊരു ചരിത്രമുണ്ട്. ഈ ചരിത്രത്തിനകത്തുവെച്ചാണ് അയ്യങ്കാളിയുടെ പ്രവർത്തനങ്ങളെ മനസിലാക്കേണ്ടത്.

കേരളത്തിൽ ഇന്ന് എല്ലാവരും സാക്ഷരരാണ് എന്നകാര്യ ത്തിൽ അഭിമാനം കൊള്ളുന്നുണ്ടല്ലോ. ഇതെങ്ങനെയാണ് സംഭ വിച്ചതെന്ന കാര്യത്തിനുള്ള ഒരുത്തരം കൂടിയാണീ സമരങ്ങൾ. മലയാളികളെല്ലാം സ്ക്കൂളിൽ പോകുന്നവരും വിദ്യാഭ്യാസം നേടി യവരുമായി മാറിയത് യാദൃശ്ചികമല്ല. അതിനൊരു ചരിത്രമുണ്ട്. കേരളത്തിലെ വിദ്യാഭ്യാസത്തിന്റെ ചരിത്രം മിഷണറിമാരിൽ

നിന്നു തന്നെ ആരംഭിക്കേണ്ടിവരും. അതിനുമുമ്പുള്ളത് ചില ഗുരു കുലങ്ങളും, പ്രമാണിമാരുടെ മക്കൾക്കമാത്രം ആശ്രയിക്കാവുന്ന ചില വിദ്യാഭ്യാസ സമ്പ്രദായങ്ങളും മാത്രമാണ് കേരളത്തിൽ നില നിന്നിരുന്നത്. ഇതിൽ നിന്നും ഭിന്നമായി ആധുനിക സ്കൂൾ എന്നു പറയുന്ന സമ്പ്രദായം കേരളത്തിൽ ആദ്യമായി ആവിഷ്കരിക്കുന്നത് മിഷണറിമാരാണ്. കൊളോണിയൽ ഇടപെടലിന്റെ ഭാഗമായിട്ടാണ് 1800 കളുടെ തുടക്കത്തിൽ തന്നെ ചെറിയ സ്കൂളുകളും, അതിനോട്ട ചേർന്നുള്ള പള്ളികളൊക്കെ ധാരാളമായി സ്ഥാപിക്കപ്പെട്ടിരുന്നു. പക്ഷേ തിരുവിതാം കൂറിലെ മഹാരാജാവ് 1836ൽ മാത്രമാണ് ആദ്യമായി സ്കൂൾ ആരംഭിക്കുന്നത്. കേരളത്തിൽ മിഷണറിമാർ കോളേജ് ആരംഭിച്ചതിനു ശേഷം മാത്രമാണ് മഹാരാജാവ് സ്കൂൾ രൂപീകരിച്ചതെന്നോർക്കണം. അതിനു കൊല്ലത്തൊരു ബ്രാഞ്ചു മുണ്ടായിരുന്നു. ഇതല്ലാതെ മറ്റൊരു സ്കൂളും തിരുവിതാംങ്കൂർ രാജാ ക്കന്മാർ സ്ഥാപിച്ചിരുന്നില്ല. 1850കൾക്കു ശേഷം കേരളത്തിൽ വിദ്യാഭ്യാസം ശക്തിപ്പെട്ടവന്നതോടെ മാധവറാവ്വ ദിവാനായിരുന്ന സമയത്ത് 'ഇനിമുതൽ സർക്കാർ ജോലിയുടെ മാനദണ്ഡം വിദ്യാ ഭ്യാസ യോഗ്യതയായിരിക്ക്'മെന്ന് ഒരു പ്രഖ്യാപനം നടത്തി. അന്നുവരെ പരമ്പരാഗതമായി നായന്മാരോ പരദേശ ബ്രാഹ്മണരോ ആയിരുന്നു ഉദ്യോഗസ്ഥരായിരുന്നിട്ടുള്ളത്. ശ്രീമൂലം തിരുനാൾ രാജാവ് മലയാളി ശൂദ്രരോട് തങ്ങളുടെ കുട്ടികൾക്ക് വിദ്യാഭ്യാസം കൊട്ടുക്കുവാൻ ആഹ്വാനം ചെയ്തു. മാധവറാവ്വ എന്ന പരദേശി ബ്രാഹ്മണനാവട്ടെ സ്വസമുദായത്തിലുള്ളവരെ വിദ്യാഭ്യാസത്തിന്റെ ആവശ്യകതയെക്കുറിച്ച് ബോധവൽക്കരിച്ചു. ബാക്കിയുള്ളവരോട് ആരും ഒന്നും പറഞ്ഞിരുന്നില്ല. ആകെ കൂടി തിരുവിതാംങ്കൂറിൽ 267 രജിസ്റ്റർ ചെയ്ത വിദ്യാർത്ഥികളേ അക്കാലത്ത് ഉണ്ടായിരുന്നുള്ളൂ. ഇത് 1900 ആകുമ്പോഴേക്കും ഒരു ലക്ഷമായി വർദ്ധിച്ചു. ഇതിനു പ്രധാന കാരണം ശ്രീപദ്മനാഭന്റെ പത്തുകാശു കിട്ടുക എന്ന ലക്ഷ്യം മാത്ര മായിരുന്നു. നായന്മാരും ഈഴവന്മാരുമൊക്കെ മത്സരിച്ച കുട്ടികളെ സ്കൂളിലയച്ചു. ഇങ്ങനെ മത്സരിക്കുമ്പോൾ തന്നെ തൊട്ടതാഴെയുള്ള ജാതിക്കാർ പള്ളിക്കൂടത്തിൽ വരുന്നില്ല എന്ന കാര്യം അവൻ ഉറപ്പി ക്കുകയും ചെയ്യുന്നുണ്ട്. ഈഴവക്കുട്ടികൾ ക്ലാസിൽ വരുമ്പോൾ നായർ കുട്ടികളും പുലയകുട്ടികൾ ക്ലാസിൽ വരുമ്പോൾ ഈഴവക്കുട്ടികളും ജനലിൽക്കൂടി ചാടിപ്പോകുന്ന വിചിത്രമായ കാര്യത്തിന് കേരളം

സാക്ഷ്യം വഹിച്ചിട്ടുണ്ട്. ജാതികളുടെ വലിയ സംഘർഷഭൂമിയായി രുന്ന കേരളത്തിലെ സ്ഥലങ്ങൾ. ഈയൊരുഘട്ടത്തിൽ ഇത്തരമൊരു മത്സരത്തിൽ പങ്കെടുക്കാൻ കഴിയുന്ന സ്ഥിതിയായിരുന്നില്ല കേരള ത്തിലെ അടിമജാതികൾക്ക് എന്ന് നമ്മൾ മനസിലാക്കണം. ഈ സമയത്ത് പക്ഷേ ഈഴവർ അടക്കമുള്ള സാമൂഹിക വിഭാഗങ്ങൾ ഈ വിദ്യാഭ്യാസ മത്സരത്തിൽ ഏറിയും കുറഞ്ഞും പങ്കെടക്കുന്നുണ്ട്. ഡോ. പല്പ്പുവിന്റെ ചേട്ടന്ന ജോലി വേണമെന്ന പറഞ്ഞപ്പോൾ 'നീ പോയി ചെല്ല്' എന്ന് തിരുവിതാംകൂർ രാജാവ് പറഞ്ഞ ഒരു കഥ നമ്മൾ കേട്ടിട്ടുണ്ട്. ഇത് യഥാർത്ഥത്തിൽ അദ്ദേഹത്തോട മാത്രമല്ല പറഞ്ഞത്. കേരളത്തിൽ ആദ്യമായി ഡിഗ്രിയെടുത്തൊരു സുറിയാനി ക്രിസ്ത്യാനിയോട്ടം മഹാരാജാവ് പറഞ്ഞത് ഇവിടെ പണിയില്ല എന്നതന്നെയാണ്.

ഈ വിദ്യാഭ്യാസ സമരത്തിൽ കേരളത്തിന്റെ പൊതു സ്ഥലിൽ ഞങ്ങളുടെ കുട്ടികളെ പഠിപ്പിക്കണമെന്നാണ് അയ്യങ്കാളി ആവശ്യ പ്പെട്ടത്. അല്ലാതെ ദലിതർക്കമാത്രമായൊരു സ്ഥൾ എന്നായിരുന്നില്ല. മറ്റുള്ളവർ എന്ത പഠിക്കുന്നോ അത് എന്റെ കുട്ടികൾ പഠിക്കണമെന്ന തന്നെയായിരുന്ന അദ്ദേഹത്തിന്റെ ആവശ്യം. ഇത് ജനാധിപത്യ ത്തിന്റെ ഉയർന്ന ഒരു ബോധ്യമാണ്. മനുഷ്യർ തുല്യരായിരിക്കണമെ ന്നും ഒരു വ്യവസ്ഥയ്ക്കത്ത തുല്യാവകാശത്തോടെ ജീവിക്കണമെന്ന മുള്ള മഹത്തായ ഒരു ബോധ്യമുള്ള ഒരാൾക്ക് മാത്രമേ അത്തരമൊരു വാദം മുന്നോട്ട വെയ്ക്കാൻ കഴിയുകയുള്ളൂ. ഇത് അയ്യങ്കാളി ആലോചിച്ച് കണ്ടുപിടിച്ച കാര്യമല്ല. ഇത് ചരിത്രവുമായി ബന്ധപ്പെട്ട, ഈ മത്സര വുമായി ബന്ധപ്പെട്ട് 1906 ൽ നടക്കുന്ന വിദ്യാഭ്യാസ അവകാശ പ്ര ക്ഷോഭമാണ്. യഥാർത്ഥത്തിൽ ഒരു വർഷമെന്നും രണ്ട വർഷമെന്നും നീണ്ട നിന്ന എന്ന പറയുന്ന ഈ കാർഷിക പണിമുടക്ക്. കൂലിക്ക ട്ടുതൽ ചോദിച്ചിട്ടേയില്ല; അത്തരമൊരു പ്രചരണം അടുത്തകാലത്ത് നടക്കുന്നുണ്ട്. വിദ്യാഭ്യാസം ചെയ്യിക്കുക എന്നത് മർമ്മപ്രധാനമാണ്. എന്ന തിരിച്ചറിവുള്ള ആളായിരുന്ന അയ്യങ്കാളി. അയ്യങ്കാളിക്കൊപ്പം തോമസ് വാദ്ധ്യാർ എന്നൊരാളണ്ടായിരുന്ന. അദ്ദേഹത്തിന്റെ ബന്ധു കൂടിയായിരുന്ന തോമസ്. തോമസ് ക്രിസ്തുമതം സ്വീകരിച്ചയാളാ യിരുന്ന. അയ്യങ്കാളിക്കുവേണ്ടി മുഴുവൻ കാര്യങ്ങളും ചെയ്തിരുന്നത് തോമസ് വാധ്യാരായിരുന്ന. നിവേദനങ്ങൾ തയ്യാറാക്കുന്നതിനും ദിവാനെ കാണുന്നതിനുമൊക്കെ അക്ഷരാഭ്യാസമുള്ള തോമസ്

വാദ്ധ്യാരായിരുന്ന അയ്യങ്കാളിയെ സഹായിച്ചത്. സത്യത്തിൽ ഹിന്ദുത്വ ശക്തികളുടെ വേദിയിൽ കുങ്കുമപ്പൊട്ടൊക്കെ തൊട്ട അയ്യ ങ്കാളി വരുമ്പോൾ ഈ തോമസ് വാദ്ധ്യാരെ എന്തുചെയ്യുമെന്നത് വലിയൊരു ചോദ്യമാണ്.

ഈ വിദ്യാഭ്യാസ സമരത്തിനകത്ത് അദ്ദേഹം പറഞ്ഞത് എന്റെ കുട്ടിയെ ഞാൻ ബി.എക്കാരനാക്കും അതിനായി നാളെ മുതൽ ഞങ്ങൾ പാടത്തു വരുന്നില്ല. ഇതിനർത്ഥം നാളെ വിദ്യാ ഭ്യാസം കിട്ടിയാൽ തങ്ങളുടെ കുട്ടികൾ പാടത്തേക്കവരേണ്ടതില്ല എന്നതന്നെയാണ്. ഇതു മനസിലാക്കാതെ ഈ സമയത്തെ കർഷ കത്തൊഴിലാളി സമരമായി കാണുന്നത് തികച്ചും തെറ്റാണ്. ഒരു സമുദായത്തിന്റെ ഉന്നതിക്കവേണ്ടി നടത്തിയ മഹത്തായ ഒരു പ്രവർത്തനമായിരുന്ന ആ സമരം.

അയ്യങ്കാളിയുടെ ജീവചരിത്രകാരന്മാരും ഔദ്യോഗിക ചരിത്ര കാരന്മാരുടെയൊക്കെ എപ്പോഴും എഴുതിയിട്ടുള്ള വാക്കുകളിൽ പ്രധാനപ്പെട്ടതാണ് പുലയലഹള എന്ന വാക്ക്. അയ്യങ്കാളിയുടെ നേതൃത്വത്തിൽ നടന്ന അനേകം ലഹളകൾ. ഇങ്ങനെ ലഹളകളുടെ രൂപത്തിലാണിവർ അയ്യങ്കാളിയുടെ ചരിത്രം എഴുതാൻ ശ്രമിച്ചത്. ലഹളയുടെ അർത്ഥം അതിന നായകനില്ല എന്നതാണ്. ലഹള എന്നാൽ ഒരാൾക്കൂട്ടം കൃത്യമായി ഒരുലക്ഷ്യമില്ലാതെ നടത്തുന്ന ഒരാക്രമണത്തെയാണ് സൂചിപ്പിക്കുന്നത്. വ്യത്യസ്തഭാഗങ്ങളിൽ നിന്ന് ബോധമില്ലാത്ത ഒരാൾക്കൂട്ടം നടത്തുന്ന ആക്രമണം എന്നർ ത്ഥം. അയ്യങ്കാളി ലഹള നടത്തിയെന്ന പറഞ്ഞാൽ അയ്യങ്കാളിക്ക ബോധമില്ല എന്നാണ പറഞ്ഞുവരുന്നതിന്റെ കാര്യം. നമ്മളതുകൊണ്ട് ലഹളയെന്ന വാക്ക റദ്ദ ചെയ്യേണ്ടതുണ്ട്. ലഹളയല്ല മറിച്ച് കൃത്യമായ ഇടപെടലുകളാണ് നടത്തിയത്. ഇതിന്റെ ഭാഗമായി ബോധം നഷ്ട പ്പെട്ട ചില സാമുദായിക വിഭാഗങ്ങളാണ് ലഹളയ്ക്ക മുന്നോട്ടു വന്നത്. ശംഭുകന്റെ കഥ നമുക്കെല്ലാം അറിയാം. ശംഭുകൻ എന്ന കീഴാളൻ ജ്ഞാനത്തിലേക്ക പ്രവേശിക്കുമ്പോൾതന്നെ ഒരു ബ്രാഹ്മണക്കുട്ടി മരിക്കുന്നു. നാട്ടിലെന്തൊക്കെയോ പ്രശ്നം നടക്കുന്നുവെന്ന് ബ്രാ ഹ്മണർ രാമനോട് പറയുകയും അത് കണ്ടെത്താൻ ആവശ്യപ്പെടുക യും ചെയ്യുന്നു. ഈ അന്വേഷണത്തിലാണ് രാമൻ ശംഭുകനെ തപസ്സു ചെയ്യുന്ന രീതിയിൽ കാണുന്നത്. ഉടൻ തന്നെ രാമൻ ശംഭുകന്റെ തലയറുക്കുകയും തൽസമയം തന്നെ ബ്രാഹ്മണക്കുട്ടിക്ക് ജീവൻ

കിട്ടുകയും ചെയ്യുന്നു. ആ മിത്തിന്റെയൊരു ഭീകരത നമ്മൾ മനസ്സി ലാക്കേണ്ടതാണ്. അവന്റെ ഇ‍ഞാനം അസ്തമിക്കുമ്പോഴേക്കും ബ്രാ ഹ്മണക്കുട്ടിക്ക ജീവൻ വെക്കുകയും അവന് ഇ‍ഞാനം തുടങ്ങുമ്പോൾ ബ്രാഹ്മണക്കുട്ടി മരിച്ച പോവുകയും ചെയ്യുന്നു. ഇത് നമ്മുടെ സാമൂഹിക ഇടപാടിലെ ഒരു പ്രശ്നമാണ്. അക്കാലത്ത് ഏതൊ ഒരു പുലയക്കുട്ടി സ്കൂളിൽ പോയി എന്നറിഞ്ഞപ്പോ കൊല്ലത്തെ ഒരു നായർ പ്രമാണി ക്കു ബോധം നഷ്ടപ്പെടുകയുണ്ടായി. അയാൾ പിന്നീട് ബോധത്തി ലേക്ക തിരിച്ച വന്നിട്ടേയില്ല. ഇതു സംഭവിക്കാവുന്ന കാര്യമാണ്. നിഷ്ക്കളങ്കനായ ആ മനുഷ്യൻ ലോകം നശിച്ച പോവുകയാണെന്നു വിചാരിച്ചിട്ടാണ് ഹൃദയം പൊട്ടിമരിക്കുന്നത്. ഇങ്ങനെ അയ്യങ്കാ ളിയെ ലഹളകളുടെ രൂപത്തിൽ അടയാളപ്പെടുത്താനുള്ള ശ്രമങ്ങൾ യഥാർത്ഥത്തിൽ കീഴാള ഉണർവ്വുകളുടെ ഇ‍ഞാനപരതയെ റദ്ദുചെ യ്യാനുള്ള ഒരു പണിയാണ്. ഇതെന്തെങ്കിലും ഇ‍ഞാനം ഉൽപാദിപ്പി ച്ചിട്ടുണ്ടെന്ന് സമ്മതിക്കാനുള്ള മടികൊണ്ട് ലഹളകളായി മാത്രം ഇതിനെ ചിത്രീകരിക്കുന്നു. ഇത്രയും ലഹളയുണ്ടാക്കിയെങ്കിൽ ഒരു പോലീസ് കേസെങ്കിലും അദ്ദേഹത്തിനെതിരെ ഉണ്ടാവേണ്ടതല്ലേ? ജീവിതത്തിൽ ഒറ്റക്കേസുപോലും അദ്ദേഹത്തിനു നേരെ ഉണ്ടായിട്ടില്ല. ഈ മനുഷ്യനെയാണ് ലഹളയുടെ ആശാനായി ചരിത്രകാരന്മാർ വിശേഷിപ്പിച്ചത്. ഇത് വളരെ വ്യാജമായ ഒരുചരിത്രബോധമാണ്. കീഴാള സമൂഹങ്ങൾക്ക് യുക്തി ഭദ്രമായി സംസാരിക്കാൻ കഴിയു മെന്ന് ഒരിക്കലും മേലാള സമൂഹം വിചാരിക്കുന്നേയില്ല. യുക്തിക്കു വെളിയിലുള്ള, യുക്തി രഹിതമായ ശരീരങ്ങളായിട്ടാണ് അടിമകളെ എല്ലാക്കാലത്തും മേലാള സമൂഹം കാണുന്നത്. അതുകൊണ്ട് അയ്യ ങ്കാളി പ്രവർത്തനങ്ങളും ബോധപൂർവ്വമായ പ്രവർത്തനങ്ങളായിരു ന്നോ എന്ന സംശയം ഇപ്പോഴും നിലവിലുണ്ട്.

അയ്യങ്കാളി ഒന്നും എഴുതാത്തതുകൊണ്ട് അദ്ദേഹത്തിന് കൂടുതൽ അബദ്ധമൊന്നും പറ്റിയില്ല എന്ന ഒരു അഭിപ്രായം ഈയടുത്തകാ ലത്ത് ഒരു വേദിയിൽ വെച്ച ഞാൻ കേട്ടു. ഇങ്ങനെയൊക്കെയാണ് ആളുകൾ കാര്യങ്ങളെ മനസ്സിലാക്കുന്നത്. അയ്യങ്കാളി ചെയ്ത പ്രവർ ത്തനത്തിന്റെ ഒരു വൈജ്ഞാനികമായ സംഭാവന എന്ത് എന്നാണ് നാം കാണേണ്ടത്. ഈ നിലക്ക് വിദ്യാഭ്യാസ മേഖലയിൽ ഇടപെട്ട മ്പോൾ 1907-ൽ കേരളത്തിലെ മുഴുവൻ കുട്ടികൾക്കും ജാതിമതഭേദമ ന്യേ സ്കൂൾ പ്രവേശനം കൊടുക്കണമെന്നു ഒരു പ്രഖ്യാപനം ഉണ്ടായി.

പക്ഷേ പ്രവേശനം ഒരിടത്തും കിട്ടുന്നില്ല. 1910-ൽ 1907 ലെ ഉത്തരവ് നടപ്പിലാക്കണമെന്നാവശ്യപ്പെട്ട് വീണ്ടും സർക്കാർ ഉത്തരവിട്ടു. എന്നിട്ടും പുലയക്കുട്ടികളെ സ്കൂളിൽ കയറാൻ അനുവദിച്ചിരുന്നില്ല. ഈ സംഘർഷം നിലനിൽക്കുമ്പോൾ 1914ൽ വീണ്ടും 1910 ലെ ഉത്തരവ് പാലിക്കാത്ത സ്കൂൾ അധികൃതർക്കെതിരെ നടപെടിയെടു ക്കുമെന്ന് പറഞ്ഞുകൊണ്ടു ഉത്തരവിറക്കി.

വിദ്യാഭ്യാസമെന്നത് വളരെ പ്രധാനപ്പെട്ട കാര്യമാണെന്നു തിരി ച്ചറിഞ്ഞ കൊളോണിയൽ ഭരണകാലത്തെ പരിഷ്കാരങ്ങളുമായി ബന്ധപ്പെട്ട കേരളത്തിൽ അന്നു നിലനിന്നിരുന്ന ഗവൺമെന്റ് എല്ലാ കുട്ടികളെയും സ്കൂളിൽ കയറ്റണമെന്നാവശ്യപ്പെട്ടിട്ട് അത് സമ്മതിക്കാ ത്ത പൗരസമൂഹത്തിലെ ഒരു സംഘർഷത്തിന്റെ അവസ്ഥയിലാണ് അയ്യങ്കാളി ഇടപെടുന്നത്. അതായത് കേരളത്തിന്റെ പൗരസമൂഹ ത്തെ അപനിർമ്മിച്ച, മൊത്തം നവീകരിച്ച പ്രധാനപ്പെട്ട ഊർജ്ജജ സ്രോതസ്സാണ് അയ്യങ്കാളിയുടെ ഇടപെടൽ എന്ന പറയുന്നത്.

ഈ സംഘർഷം ഒരു സവർണ്ണ-അവർണ്ണ യുദ്ധമായിരുന്നില്ല. മറിച്ച് വിദ്യാഭ്യാസം ചെയ്യാൻ എല്ലാ മനുഷ്യർക്കും അവകാശമുണ്ടെ ന്നുള്ള നവ ജനാധിപത്യ ബോധവും, ശൂദ്രനടക്കമുള്ള അക്ഷരം പഠി ച്ചവർ അപകടകാരിയാണെന്ന പറയുന്ന മനുസ്മൃതിയുടെ ബോധവും തമ്മിലുള്ള ഒരു ഏറ്റുമുട്ടലായി നാം തിരിച്ചറിയുമ്പോൾ അയ്യങ്കാളി ജനാധിപത്യത്തിന്റെ ഏറ്റവും മഹത്തായ പ്രവാചകനായി ചരി ത്രത്തിൽ മാറും. ഇതല്ലാതെ അയ്യങ്കാളി നായന്മാരെ മുഴുവൻ അടി ച്ചൊയക്കി പട്ടികജാതിക്കാരെ പഠിപ്പിച്ചു എന്നൊക്കെപ്പറയുന്നത് ചരിത്രമേ അല്ല. യഥാർത്ഥത്തിൽ അയ്യങ്കാളിയുടെയോ പൊയ്കയിൽ അപ്പച്ചന്റെയോ ഒക്കെ നേതൃത്വത്തിൽ ഇത്തരമൊരു വിദ്യാഭ്യാസ പ്രവർത്തനം കേരളത്തിൽ നടന്നില്ലായിരുന്നുവെങ്കിൽ കേരളം എന്തുപറഞ്ഞഭിമാനിക്കുമെന്ന് നാം ഒന്ന് ആലോചിക്കേണ്ടതാണ്. ഈ അടിമജാതി സമൂഹങ്ങളൊക്കെ ഇപ്പോഴും അക്ഷരങ്ങൾക്കു വെളിയിലാണ് ജീവിക്കേണ്ടി വന്നിരുന്നെങ്കിൽ കേരളത്തിനെന്തു പറഞ്ഞ് അഭിമാനിക്കാൻ ഉണ്ടായിരുന്നു. കേരളം അഭിമാനിക്കുന്ന കാര്യങ്ങളിൽ യഥാർത്ഥത്തിൽ മഹത്തായ സംഭാവനകളാണ് ഈ കീഴാള നവോത്ഥാന നായകന്മാർ നൽകിയിട്ടുള്ളത്. ഇത് വൈജ്ഞാ നികമായി അംഗീകരിക്കാൻ കേരളം തയ്യാറാകണം.

മൂന്നാമതായി അദ്ദേഹം നടത്തിയ ഏറ്റവും പ്രധാനപ്പെട്ട സമരം

1915-ൽ നടന്ന കല്ലുമാല ബഹിഷ്കരണവുമായി ബന്ധപ്പെട്ട സമരമാണ്. അതുമായി ബന്ധപ്പെട്ട നടന്ന 1915 ഒക്ടോബർ 24 ന് കൊല്ലത്തു ഗോപാലദാസന്റെ നേതൃത്വത്തിൽ നടന്ന ഒരു സമ്മേളനമാണ് പ്രധാനമായും എടുത്ത് പറയുന്നത്. കല്ലുമാല ബഹിഷ്കരിച്ച മേൽവസ്ത്രം ധരിച്ച എന്നു പറയുന്നത് കേരളത്തിൽ നടന്ന അഗാധമായ പരിവർത്തനത്തിന്റെ ഭാഗമായി വേണം മനസിലാക്കേണ്ടത്. ബ്രാഹ്മണിക്കൽ പുരുഷാധിപത്യ വ്യവസ്ഥയുടെ ഏറ്റവും ഹീനമായ പ്രയോഗ രൂപങ്ങളുണ്ടായ സ്ഥലമാണ് കേരളം. കേരളത്തിലെ ബ്രാഹണരൊ ഴികെയുള്ള എല്ലാ ജാതികളും മേൽവസ്ത്രം ധരിക്കാൻ പാടില്ല എന്ന കൃത്യമായ നിയമം ഉണ്ടായിരുന്നു. നായന്മാർ അഥവാ ധരിച്ചാൽ തന്നെ ബ്രാഫണർ വരുമ്പോൾ അതെടുത്തു മാറ്റണമായിരുന്നു..

ജാതിയുടെ ഏറ്റവും പ്രധാനപ്പെട്ട അധികാര പ്രയോഗങ്ങളിൽ ഒന്ന് അതിലെ സ്ത്രീകളുടെ ലൈംഗികതയ്ക്ക് മേൽ പരിപൂർണ്ണമായ ഒരവകാശം പുരുഷൻ സ്ഥാപിച്ചെടുക്കുന്നു എന്നുള്ളതാണ്. സവർണ്ണർ അവർണ്ണ സ്ത്രീയുടെ ലൈംഗികതയ്ക്കുമേൽ നടത്തുന്ന പരിപൂർണ്ണമായ അവകാശം ഈ ജാതി വ്യവസ്ഥയുടെ മൗലികമായ ഒരു പ്രത്യേകതയായിരുന്നു. നമ്പൂതിരിക്ക് വഴങ്ങാതിരുന്ന നായർ യുവതി വഷളത്തരം ബാധിച്ച അനുസരണയില്ലാത്ത സ്ത്രീയാണെന്നു വിചാരിച്ചിരുന്ന ഒരു സമൂഹമായിരുന്നു കേരളം.

അടിമ എന്നുള്ളത് ഉടമയുടെ കേവലമായ ഒരു സ്വത്തുമാത്രമല്ല. അവന്റെ ആത്മാവിന്റെയും, ശരീരത്തിന്റെയും മേല്ലുള്ള പിടിയാണ് അടിമയെ അടിമയും ഉടമയെ ഉടമയുമാക്കിതീർക്കുന്നത്. ജാതി വ്യവസ്ഥയിലെ മേലാളത്തം ബ്രാഹണർ ആയുധമെടുത്ത് കലാപം ചെയ്യ് നേടിയതല്ല. മറിച്ച് ഈ പറയുന്ന രീതിയിൽ ഒരു ധാർമ്മിക വ്യവസ്ഥയെന്ന നിലയ്ക്ക് കീഴാളന്റെ ശരീരത്തെയും ശരീരത്തിന്റെ ഭാഷയേയും വസ്തുത്തിനെയുമൊക്കെ നിശ്ചയിക്കുന്ന ഒരു അധികാര പ്രയോഗം ജാതിക്കുണ്ടെന്നും നമ്മൾ മനസ്സിലാക്കുന്നു. അപ്പോഴാണ് ഈ കല്ലുമാല ബഹിഷ്കരണം എന്നു പറയുന്നത് നിസാരമായ ഒരു ചെറിയ സമരമല്ലെന്നും ഇത് ചരിത്രത്തിൽ രൂപപ്പെട്ട ഒരു വലിയ വിമോചന പ്രവർത്തനമായും കാണാൻ നമ്മൾ തയ്യാറാകേണ്ടിവരും. ഇതിനും മിഷണറിമാരുടെ ഒരു ഇടപെടൽ നമുക്ക കാണാൻ കഴിയും 1800 കളുടെ ആദ്യം എൽ എം എസ് തിരുവിതാംകൂർ പ്രദേശത്ത് മിഷണറി പ്രവർത്തനം നടത്തിയിരുന്നു. അതിലേക്ക്

ആദ്യമേ ആകർഷിക്കപ്പെട്ട വിഭാഗമാണ് ചാന്നാൻമാർ. ചാന്നാന്മാർ അതിലൂടെ വിദ്യാഭ്യാസം നേടുകയും സിലോണിലൊക്കെപ്പോയി കുറേ പണമൊക്കെ ഉണ്ടാക്കി സാമാന്യം ഭേദപ്പെട്ട ജീവിതം ജീവിക്കാൻ തുടങ്ങി. അപ്പോഴാണ് ഞങ്ങൾക്ക് വസ്ത്രമേ ധരിക്കാൻ അവകാശമുണ്ടായിരുന്നില്ല എന്ന് അവർക്ക് മനസ്സിലാകുന്നത്. ഇത് അവരുടെ ജീവിതത്തിന്റെ ഉയർച്ചയുമായി ബന്ധപ്പെട്ടു നടന്ന ഒരു സംഘർഷമാണ്.

ചാന്നാൻമാർക്കിടയിൽ മിഷണറി പ്രവർത്തനങ്ങളുടെ ഫലമായി രൂപപ്പെട്ട പുതിയ ഒരു അവബോധമാണ് ചാന്നാർ സ്ത്രീകളുടെ മാറുമറയ്ക്കൽ സമരത്തിലേക്ക് എത്തിക്കുന്നത്. നഗ്നത മറയ്ക്കാൻ വേണ്ടിയായിരുന്നില്ല കല്ലമാലയും ധരിച്ചിരുന്നത്. അത് അടിമ ത്തത്തിന്റെ ചിഹ്നങ്ങൾ തന്നെയായിരുന്നു. ബ്ലൗസ് ധരിക്കാനായി അവിടെ വലിയ കലാപം നടക്കുമ്പോൾ നായന്മാരുമായി ഒരു അനുരഞ്ജനചർച്ച നടക്കുന്നുണ്ട്. അതിൽ ഒരു നായർ പ്രമാണി ആവശ്യപ്പെടുന്നത് നിങ്ങൾ കല്ലയും മാലയും ഉപേക്ഷിച്ചോളൂ. പകരം രണ്ടു മാലകൾ മാത്രം ധരിക്കണമെന്നായിരുന്നു. നിന്റെ ജാതി തിരി ച്ചറിയാൻ വേണ്ടി നീ ആ ചിഹ്നങ്ങൾ ധരിക്കണം എന്നതന്നെയാണ് ഈ ആവശ്യങ്ങളുടെ അർത്ഥം. ചാന്നാർ സ്ത്രീകൾ ആദ്യം ബ്ലൗസ് ധരിക്കുകയും പിന്നീട് മേൽമുണ്ട് ധരിക്കുകയും ചെയ്തു. അന്ന് വസ്ത്രമെ ന്നത് അന്തസ്സിന്റെ ഒരു ചിഹ്നമായിരുന്നു. അതുകൊണ്ടാണ് ചാന്നാർ സ്ത്രീകൾ ബ്ലൗസ് മാത്രം പേരോ മേൽമുണ്ടു കൂടി വേണമെന്ന് പറഞ്ഞ് കലാപം ഉണ്ടാക്കിയത്. ഇതിനപ്പുറം ജാതി സമൂഹത്തിനകത്ത് സ്ത്രീകളുടെ ശരീരത്തിനുമേൽ പരിപൂർണ്ണമായ ഒരവകാശം ഉണ്ടായി രുന്ന സവർണ്ണ പുരുഷന് അവകാശമുണ്ടായിരുന്ന ഒരു വ്യവസ്ഥയെ തകർത്തെറിയുന്ന വലിയൊരു സമരമായാണ് ഈ പ്രക്ഷോഭത്തെ കാണേണ്ടത്. ഈ സമരം പിന്നീട് ആയിരക്കണക്കിന് കുടിലുകൾ കത്തിച്ച വലിയ കലാപമായി മാറി. ആ കലാപഭൂമിയിലേക്കാണ് അയ്യങ്കാളി ഇറങ്ങുന്നത്. അയ്യങ്കാളി തന്റെ ഭൂമി പണയം വെച്ച് 500 രൂപയുമായാണ് അവിടെയെത്തുന്നത്. അദ്ദേഹം അവിടെ ചെന്ന് ഒരു സമാധാന സമ്മേളനമാണ് വിളിച്ചുകൂട്ടുന്നത്. കേരളത്തിന്റെ ചരിത്രത്തിലെ ആദ്യത്തെ സമാധാന സമ്മേളനമാണത്. ആ സമ്മേളനത്തിന്റെ അദ്ധ്യക്ഷൻ ചങ്ങനാശ്ശേരി പരമേശ്വരൻപിള്ള യാണ്. ബ്രാഹ്മണ വിധേയത്വം അവസാനിപ്പിച്ച് മര്യാദക്കൊര

സമുദായമായി മാറിയില്ലെങ്കിൽ ചരിത്രത്തിൽ നായന്മാർ എന്ന വിഭാഗം നശിച്ച പോകുമെന്ന അവരോട് പറഞ്ഞു കൊണ്ടിരുന്നു. സമുദായ പരിഷ്ക്കർത്താവാണ് പരമേശ്വരൻ പിള്ള. ആ സമ്മേളന ത്തിനകത്ത് ഞങ്ങളുടെ സഹോദരിമാർ കല്ലയും മാലയും ഉപേക്ഷി ച്ച് വസ്ത്രങ്ങൾ ധരിക്കുന്നതുകൊണ്ട് എന്ത കുഴപ്പമാണ് ഉണ്ടാകാൻ പോകുന്നത് എന്ന് അയ്യങ്കാളി ചോദിക്കുന്നുണ്ട്. ആ സമ്മേളനത്തിൽ കല്ലയും മാലയും ഉപേക്ഷിക്കാൻ നിങ്ങളെല്ലാം സമ്മതിക്കണമെന്ന് അയ്യങ്കാളി ആവശ്യപ്പെട്ടമ്പോൾ ഞങ്ങളിതാ സമ്മതിക്കുന്നവെന്ന് പരമേശ്വരൻപിള്ള എഴുന്നേറ്റ നിന്ന പറയുകയാണ്. അന്നവിടെക്കൂ ടിയ സ്ത്രീകളെല്ലാം തന്നെ വേദിയിലേക്ക വന്ന കല്ലയും മാലയും അറ ത്തുകളയുകയാണ് ചെയ്യുന്നത്. ഈ സമരം കേരളീയ സമൂഹത്തെ ആധുനികവൽക്കരിക്കുന്ന, ആധുനിക ശരീരത്തിലേക്ക പ്രവേശി ക്കുന്ന പ്രക്രിയയാണ്. ഇതത്ര നിസ്സാരമായകാര്യമല്ല. പൊയ്ക്കയിൽ അപ്പച്ചന്റെ ചരിത്രത്തിൽ ഉണ്ടായ ഒരു കഥയുണ്ട്. പണിക്കപോയ അടിമ വീട്ടിലേക്ക് തിരിച്ചവന്നിട്ട് ഇതെന്റെ വീടല്ല എന്ന് പറഞ്ഞ് അടിമ തിരിച്ച പോകാനൊരുങ്ങിയപ്പോൾ അദ്ദേഹം പറഞ്ഞത് ഇത് നിങ്ങളുടെ വീടുതന്നെയാണ്, ഞാനത് അടിച്ചവാരി വൃത്തിയാക്കിയെ ന്നേയുള്ള എന്നതാണ്. പുതിയൊരു ജീവിതത്തിലേക്ക് ഒരു സമൂഹം പ്രവേശിക്കുക എന്ന വളരെ ശ്രമകരമായ ഒരു പ്രവർത്തനമാണ്. അപ്പച്ചൻ ഒരു പാട്ട സംഗതികൾ പ്രത്യേകിച്ചും ശുചിത്വത്തെക്കുറിച്ച് ദളിതരെ പഠിപ്പിക്കുന്നുണ്ട്.

ഈ മലയാളിയുടെ വൃത്തിബോധം രൂപപ്പെട്ടന്നതിൽ പൊയ്ക്കയിൽ അപ്പച്ചൻ പഠിപ്പിച്ച കാര്യങ്ങളുമുണ്ടെന്ന് നാം ഓർക്കേണ്ടതുണ്ട്. പുരാതനമായ ജാതി മുദ്രകളുള്ള കല്ലയും മാലയും വലിച്ചെറിഞ്ഞിട്ട് പൊതുവസ്ത്രം ധരിച്ച എന്നത് യഥാർത്ഥത്തിൽ കേരളീയ സമൂ ഹത്തിൽ നടന്ന അടിസ്ഥാനപരമായ വിപ്ലവങ്ങളിൽ ഒന്നാണ്. അടിമകകൾ അവരുടെ ശരീരത്തിനുമേൽ അവകാശം പ്രഖ്യാപിച്ച ദിവസം കൂടിയാണത്. ഞാനെന്ത ധരിക്കണമെന്ന് ഞാൻ തീരു മാനിക്കുമെന്നവർ പറയുമ്പോൾ നൂറ്റാണ്ടുകളായി നിലനിന്നത ധരിച്ചാൽ മതിയെന്ന പറയുന്ന ജാതി നിയമത്തെ അട്ടിമറിയ്ക്കുകയും തൽസ്ഥാനത്ത് എല്ലാവർക്കും സ്വതന്ത്രമായി കമ്പോളത്തിൽ നിന്ന് വിലക്ക വാങ്ങാവുന്ന വസ്ത്രം ധരിക്കാനുള്ള അവകാശമുണ്ടെന്നുള്ള ആധുനിക ജീവിതത്തിന്റെ ബോധ്യത്തെ കേരളീയ സമൂഹത്തിൽ

ഉറപ്പിക്കുകയാണ്. ഇങ്ങനെ വിദ്യാഭ്യാസത്തിന്റെ കാര്യത്തിലായാ ല്യം, സഞ്ചാരത്തിന്റെ കാര്യത്തിലായാല്യം അതോടൊപ്പം തന്നെ മനുഷ്യന്റെ പരിവർത്തനത്തിന്റെ കാര്യത്തിലായാല്യം അയ്യങ്കാളി ചെയ്ത പ്രധാനപ്പെട്ട പ്രവർത്തനങ്ങളെല്ലാം തന്നെ ആധുനിക സമൂഹത്തിനാവശ്യമായ കാര്യങ്ങളെ മുന്നോട്ടെടുക്കുകയും വിസ്ത തമാക്കുകയും അത്, കേരളത്തിന്റെ ഏറ്റവും കീഴട്ടവരെ കൊണ്ട ചെന്നെത്തിക്കുകയും ചെയ്തതിലൂടെ ആധുനികവൽക്കരണത്തിന്റെ ഒരു പ്രധാനപ്പെട്ട ഊർജ്ജ സ്രോതസ്സായിട്ടാണ് അയ്യങ്കാളിയുടെ നവോത്ഥാന പ്രവർത്തനങ്ങളെ മനസ്സിലാക്കേണ്ടത്.

കേരളീയ നവോത്ഥാനത്തിനകത്ത് എല്ലാധാരകളും മതാത്മക മായ ചട്ടക്കൂടിനകത്താണ് പ്രവർത്തനക്ഷമതമായത്. പിന്നീടതിൽ പിളർപ്പുകളൊക്കെ ഉണ്ടായിട്ടുണ്ട്. ശ്രീനാരായണ ഗുരു വടക്കുമുള്ള വരുടെ പ്രവർത്തനങ്ങൾ ഒരു തമിഴ് ശൈവപാരമ്പര്യത്തെയാണ് പ്രതിനിധീകരിക്കുന്നത്. എന്നാൽ അയ്യങ്കാളിയുടെ സമൂഹിക ഇടപെടലുകളെ പരിശോധിക്കുമ്പോൾ ഇപ്പോൾ ഏറ്റവും പ്രധാന പ്പെട്ടതെന്ന് എനിക്കുതോന്നിയിട്ടുള്ള ഒരു കാര്യം അദ്ദേഹം തന്റെ സാമൂഹിക പ്രവർത്തനത്തിന്റെ ആദ്യഘട്ടത്തിൽ സദാനന്ദ സ്വാമികളുമായിട്ടൊക്കെ ബന്ധപ്പെട്ടുന്നുണ്ട് ചിറ്റുകാരനായ ഒരു സവർണനാണ് സദാനന്ദസ്വാമികൾ. അദ്ദേഹത്തിന്റെ ബ്രഹ്മനിഷ്ഠ മത്തിൽ ആദ്യഘട്ടത്തിൽ അയ്യങ്കാളി ബന്ധപ്പെട്ടുന്നുണ്ടെങ്കിലും വളരെ പെട്ടെന്നുതന്നെ അയ്യങ്കാളി സദാനന്ദ സ്വാമികളുമായുള്ള ബന്ധം പരിപൂർണ്ണമായി ഉപേക്ഷിക്കുന്നുണ്ട്. മാത്രമല്ല, അദ്ദേഹത്തി ന്റെ ജീവിതത്തിന്റെ ഏതെങ്കിലും ഒരു ഘട്ടത്തിൽ, ഏതെങ്കിലും ഒരു മതവുമായി ബന്ധപ്പെട്ട പ്രവർത്തനങ്ങൾക്ക് അയ്യങ്കാളി മുൻകൈ എടുത്തതായി നമുക്കറിയില്ല. സമരങ്ങളിലൊന്നും തന്നെ അയ്യങ്കാളി പങ്കെടുത്തിട്ടില്ല. ക്രിസ്തുമതത്തിലെ പരിവർത്തനവുമായി ബന്ധപ്പെട്ട കാര്യങ്ങളിൽ അനുഭാവപൂർവ്വമായ ഇടപെടൽ അയ്യങ്കാളി നടത്തി യിരുന്നില്ല.

അയ്യങ്കാളി യഥാർത്ഥത്തിൽ മതേതരമായ ഇടപെടലിനാണ് പരിശ്രമിച്ചിട്ടുള്ളത് എന്ന് അദ്ദേഹത്തിന്റെ സംഘാടന ചരിത്രം തെളിയിക്കുന്നുണ്ട്. അതായത് അവശ വിഭാഗത്തിലുള്ള ക്രൈ സ്തവരും ക്രിസ്തുമതം സ്വീകരിച്ചവരും അല്ലാത്തവരുമായവരെയും ഒന്നിച്ചുകൊണ്ട പോകാനുള്ള ഒരു ശ്രമം അദ്ദേഹം നടത്തിയിട്ടുണ്ട്.

മതം ഒരു പ്രധാനപ്പെട്ട കാറ്റഗറി ആവാതിരിക്കുകയും, മറിച്ച് പൗര വകാശങ്ങളും, ജനാധിപത്യവും സാമൂഹിക പ്രവർത്തനങ്ങളുടെ അച്ച തണ്ടാക്കി മാറ്റുന്ന ഒരു സമീപനം അയ്യങ്കാളിക്കുണ്ടായിരുന്നു എന്ന് നമുക്ക് ചരിത്രത്തിലേക്കു തിരിഞ്ഞു നോക്കിയാൽ മനസിലാക്കാം.

അയ്യങ്കാളി നേരത്തെ പത്തു ബി.എ ക്കാരെ തന്റെ സമുദായ ത്തിനുവേണമെന്നു പറഞ്ഞിട്ടുണ്ട്. ശരിക്കും സമൂഹത്തിൽ എന്താണ് നടക്കുന്നതെന്ന് തിരിച്ചറിയുന്ന ഒരു വിഭാഗത്തെ വേണമെന്നു തന്നെയാണ് അയ്യങ്കാളി ആവശ്യപ്പെടുന്നത്. അതായത്, അക്ഷര സംയുക്തമായ ദളിതരെതന്നെയാണ് അയ്യങ്കാളി ആഗ്രഹിക്കുന്നത്. പരമ്പരാഗതമായ ഹിന്ദു സമൂഹത്തിന്റെ ധാരണകളെ, അട്ടിമറയ്ക്കുന്ന ഒരു കാര്യമാണ് അയ്യങ്കാളി യഥാർത്ഥത്തിൽ മുന്നോട്ടുവെയ്ക്കാൻ ശ്രമി ച്ചത്. അതുകൊണ്ട്, മലയാളിയുടെ നവോത്ഥാന ചരിത്രത്തെ നമ്മൾ ചികഞ്ഞെടുക്കുമ്പോൾ ഈ മതവൽക്കരണത്തിന്റെ ഭീകരമായ അനുഭവങ്ങളുള്ള സമകാലീനകാലഘട്ടത്തിൽ മതങ്ങൾക്കതീതമായ ഒരു മാനവികതയെ കേരളീയ സമൂഹത്തിൽ സൃഷ്ടിക്കാൻ ശ്രമിച്ച നവോത്ഥാന നായകരിലെ അപൂർവ്വ മനുഷ്യരിൽ പ്രധാനിയായിരു ന്ന മഹാത്മാ അയ്യങ്കാളി എന്ന് നമ്മൾക്ക് ഉറപ്പിച്ചു പറയാൻ കഴിയും.

●

അയ്യങ്കാളി ലഹളക്കാരനോ ഇഞ്ഞാനിയോ?

കെ.കെ.കൊച്ച്

കേരളീയ സമൂഹത്തിൽ അയ്യങ്കാളി സുപരിചിതനായിട്ട് ഏറെക്കാലമായിട്ടില്ല. എങ്കിലും, അദ്ദേഹം ദളിത് ജനത യയുടെ വായ്മൊഴികളിലും കേട്ടറിവുകളിലും ഉണ്ടായിരുന്നു. എന്റെ കുട്ടിക്കാലത്ത് സവർണർ പറയുമായിരുന്നു: "അയ്യങ്കാളി[1] അമ്മൻ വന്തോടീ, പിന്നെ വരാലാ, വല്ലോം തന്തോടീ, പിന്നെ തരാലാ!" ഈ പരിഹാസത്തിൽ തെളിയുന്നത് രേഖപ്പെടുത്താതെ പോയ ഭൂതകാലമാണ്. അതിന്റെ വെള്ളിവെളിച്ചത്തിലായിരിക്കണം, എന്റെ നാട്ടിൻപുറത്ത് 70 വർഷം മുൻപ് ഒരു ചേരമർ[2] നാടകം അരങ്ങേറിയത്. മാത്രമല്ല, 1942 മെയ് മാസത്തിൽ ട്രാവൻകൂർ കമ്പനീസ് ആക്ട് അനുസരിച്ച് രജിസ്റ്റർ ചെയ്ത് ഓൾ ട്രാവൻകൂർ പുലയർ മഹാസഭയുടെ ബൈലോയിൽ അയ്യങ്കാളി, ടി.ടി.കേശവൻ ശാസ്ത്രി എന്നിങ്ങനെയുള്ള 58 പേരിൽ അഞ്ചാമതായി ഒപ്പിട്ടിരിക്കുന്ന ടി.കെ. കുട്ടി, ചേലമാല വീട്, മധുരവേലി, കടുത്തുരുത്തി, തിരുവനന്ത പുരത്തിനിന്നും ഏറെ അകലെയുള്ള എന്റെ നാട്ടിൽ താമസിച്ചിരുന്ന ആളാണ്. ഇതിന് സമാനമായ കാര്യങ്ങൾ കേരളത്തിന്റെ വിവിധ പ്രദേശങ്ങളിൽ ചിന്നിച്ചിതറി കിടക്കുന്നുണ്ട്.

ജീവചരിത്രങ്ങളിലെ അയ്യങ്കാളി

മുകളിൽ കൊട്ടത്തിരിക്കുന്നതുപോല്യുള്ള പ്രാദേശികമായ അറിവുകൾക്കപ്പുറം, ശ്രൂമൂലം പ്രജാസഭ നടപടികളിലും 1936-ൽ

ഗാന്ധിജിയുമായി നടത്തിയ കൂടിക്കാഴ്ചയിലും മന്നത്ത് പത്മനാഭന്റെ ഓർമകളിലും കുമാരനാശാന്റെ ഡയറിക്കുറിപ്പുകളിലും അയ്യങ്കാളിയുണ്ട്. ഇപ്രകാരം ലിഖിതവും അല്ലാത്തതുമായ ചരിത്രാനുഭവങ്ങളെ വീണ്ടെടുത്ത് അദ്ദേഹത്തെ കേരളചരിത്രത്തിൽ സ്ഥാപിക്കാൻ അക്കാദമിക്ക് ചരിത്രരചനകൾക്കോ സാമൂഹിക-രാഷ്ട്രീയ പ്രവർത്തകർക്കോ കഴിഞ്ഞതേയില്ല. തന്മൂലം ദളിത് സമുദായത്തിനുണ്ടായ സ്വത്വനഷ്ടത്തെക്കുറിച്ച് സണ്ണി എം. കപിക്കാട് എഴുതി: "ആധുനിക യുക്തിയിലേക്ക് പ്രവേശിച്ച കേരളീയ സമൂഹം ദളിതരുടെ മുഴുവൻ ഉപാധികളെയും നിർവീര്യമാക്കിക്കൊണ്ടിരുന്നു. ദളിതരുടെ സാമൂഹിക സാംസ്കാരികോപാധികളെ അപരിഷ്കൃതമെന്ന് മുദ്രകുത്തിക്കൊണ്ടുള്ള ഈ ആക്രമണം ആധുനിക സമൂഹത്തിൽ ദളിതർക്ക് കർതൃത്വപദവി നിഷേധിച്ച് അദൃശ്യവത്കരിക്കുന്നതിന് ഇടയാക്കി." അയ്യങ്കാളിക്കുകൂടി ബാധകമായ ഈ ബോധപൂർവമായ തമസ്കരണത്തെ അക്ഷരങ്ങളിലൂടെ ആദ്യമായി മറികടക്കുന്നത് പ്രഭാത് ബുക്ക് ഹൗസ് ഒന്നാം പതിപ്പായി പ്രസിദ്ധീകരിച്ച ടി.എച്ച്. പി. ചെന്താരശ്ശേരി എഴുതിയ അയ്യങ്കാളി എന്ന ജീവചരിത്രമാണ്.

തിരുവനന്തപുരത്ത് ഏജീസ് ഓഫീസിലെ ഉദ്യോഗസ്ഥനായിരുന്ന ചെന്താരശ്ശേരി ദീർഘകാലത്തേക്ക് അവധിയെടുത്താണ് ഈ സത്കർമം നിർവഹിച്ചത്. പത്തനംതിട്ട ജില്ലയിലെ ഓതറ സ്വദേശിയായ അദ്ദേഹത്തിന് അയ്യങ്കാളിയുടെ ജീവചരിത്രമെഴുതാൻ പ്രേരണയായത്, അയ്യങ്കാളിയുടെ പത്ത് ബി.എ. ക്കാരിൽ ഒരാളാകാൻ കഴിഞ്ഞതും, മുൻതലമുറയിലെ കുടുംബാംഗങ്ങളുടെ സാധുജനപരിപാലന സംഘത്തിലെ പ്രവർത്തനവും, 1914-ൽ സമീപദേശമായ പുല്ലറ്റ് നടന്ന വിദ്യാഭ്യാസാവകാശത്തിനുവേണ്ടിയുള്ള പ്രക്ഷോഭണവുമായിരുന്നു.

അംഗീകൃത ജീവചരിത്ര രചനയ്ക്കാവശ്യമായ ഉപാദാനങ്ങളുടെ (Source materials) അഭാവത്തിൽ ദളിതരുടെ കേട്ട കേഴ്‌വികളെയും മൊഴിയറിവുകളെയുമാണദ്ദേഹം ആശ്രയിച്ചത്; അതാകട്ടെ ചില പ്രദേശങ്ങളിൽ മാത്രം ഒതുങ്ങുന്നവയായിരുന്നു. ലിഖിത രേഖകളെന്നപോലെ വിശ്വാസ്യമല്ലാത്ത ദളിതരുടെ ഓർമകളിൽ അയ്യങ്കാളിയൊരു ലഹളക്കാരനായിരുന്നു. തൊട്ടുകൂടായ്മയും തീണ്ടിക്കൂടായ്മയും നിലവിലിരുന്ന, വഴിനടക്കാനും വിദ്യാഭ്യാസം നേടാനുമുള്ള അവകാശവും നിഷേധിക്കപ്പെട്ടിരുന്നൊരു കാലത്ത്,

സാമൂഹികവിഭജനങ്ങളെ ബലപ്രയോഗങ്ങളിലൂടെ സംരക്ഷിക്കാൻ സവർണർ കടപ്പെട്ടിരുന്നപ്പോൾ, ശ്രീ ബുദ്ധനെപ്പോലെയോ ശ്രീ നാരായണഗുരുവിനെപ്പോലെയോ ജ്ഞാനരൂപമായി അയ്യങ്കാളിയെ സങ്കല്പിക്കാൻ ദളിതർക്ക് കഴിയുമായിരുന്നില്ല. മറിച്ച് അവരുടെ ഉപബോധമനസ്സിലുണ്ടായിരുന്നത് പ്രതിബന്ധങ്ങളെ കായികബലംകൊണ്ട് മറിടക്കുന്ന വീരപുരുഷനാണ് മൊഴിയറിവുകളിലെ ഇത്തരമൊരു പ്രതിനിധാനത്തെ[5] മുൻ എം.എൽ.എ. അഡ്വ. എസ്. കുട്ടൻ രേഖപ്പെടുത്തുന്നു:"ഉദ്ദേശം ആറടിയോളം പൊക്കം, ഇരുണ്ട നിറം, വളരെ രോമനിബിഡമല്ലെങ്കിലും നീണ്ട മേൽമീശ, അവയ്ക്കിടയിൽ ചില രജതരേഖകൾ ആക്രമിച്ചിട്ടുണ്ട്." പൊതുവേ അദ്ദേഹ ത്തിന്റെ വ്യക്തിത്വത്തിന് ഒരു പ്രത്യേക പൗരുഷവും ഗാംഭീര്യവും വർധിപ്പിക്കുന്നതാണ് ആ മേൽമീശ. കാതുകളിൽ പഴയകാലത്തെ കട്ടക്കൻ -ചുവന്ന കല്ലുകൾ പതിച്ച സ്വർണരേഖകൾകൊണ്ട് ബന്ധിപ്പിക്കപ്പെട്ടത്! മന്നത്ത് പത്മനാഭന്റെ ശരീരവർണന ഇങ്ങ നെയാണ്, കറുത്തകോട്ടും കുങ്കുമപ്പൊട്ടും തലപ്പാവും മേൽവേഷ്ടിയു മായി ശ്രീ അയ്യങ്കാളി പ്രജാസഭയിലേക്ക് വരുമ്പോൾ, ഇദ്ദേഹമല്ലേ ദിവാൻജിയെന്ന് സന്ദർശകരിൽ പലരും തെറ്റിദ്ധരിച്ചു. ഇപ്രകാരം സ്ഥാപനവത്കരിക്കപ്പെട്ട ശരീരത്തെ ജീവചരിത്രമായി പരിഭാ ഷപ്പെടുത്തിയ ചെന്താരശ്ശേരി, അയ്യങ്കാളിയുടെ ജ്ഞാനാവബോധ ത്തെ തമസ്കരിച്ച്, സാമൂഹിക-സാമുദായികാവകാശ സമരങ്ങളെ ലഹളയാക്കി (അടിപിടി) മാറ്റുകയായിരുന്നു. ചെന്താരശ്ശേരിയിൽ നിന്നും ഒരിഞ്ചുപോലും മുന്നോട്ട പോകാതിരുന്ന പിൽക്കാല ജീവ ചരിത്രരചയിതാക്കളും ജാതിസംഘടനകളും അയ്യങ്കാളിയെന്ന ചലച്ചിത്രത്തിന്റെ സംവിധായകനും നിറം പിടിപ്പിച്ച ഭാവനകളിലൂടെ ആദരണീയമായൊരു ചരിത്രവ്യക്തിത്വത്തെ[6] തെക്ക് വടക്ക് നടന്ന തല്ലുണ്ടാക്കുന്ന റൗഡിയാക്കി മാറ്റുകയായിരുന്നു.

വേറിട്ട വായന

എന്നാൽ, ചരിത്രത്തിലെ അയ്യങ്കാളിയുടെ ചിത്രം വ്യത്യസ്തമാണ്.[7] കുമാരനാശാന്റെ പുത്രനായ കെ. പ്രഭാകരൻ സമാഹരിച്ച ആശാന്റെ ഡയറിയിലെ 1911 മെയ് ഒന്നിലെ വിവരണം ഇപ്രകാരമാണ്."ശ്രീ അയ്യങ്കാളി ഓഫീസിൽ വന്നു. അവരെ ആത്മാർത്ഥമായി സഹായി ക്കാൻ സന്നദ്ധതയുള്ള ആളുകളുടെ ഒപ്പ് ശേഖരിക്കുന്ന ഒരു പുസ്തകവും

കൊണ്ടുവന്നിരിക്കുന്നു. ധനസഹായം മാത്രമല്ല, വ്യക്തിപരമായ മറ്റ് സഹായങ്ങളും ചെയ്യുന്നവരുടെ ഒപ്പാണ് വേണ്ടിയിരുന്നത്. ഞാൻ ആ പുസ്തകത്തിൽ ഒപ്പിട്ടു. അതുവരെ നാലായിരത്തോളം ആളുകളുടെ ഒപ്പ് ഇപ്രകാരം ശേഖരിക്കുന്നതിന് കഴിഞ്ഞിട്ടുണ്ടെന്ന് അദ്ദേഹം പറഞ്ഞു." 1914 ആഗസ്റ്റ് ഇരുപത്തിയെട്ടിലെ ഡയറിയിൽ ആശാൻഎഴുതി: "വെങ്ങാന്നൂർ പോയതിനുശേഷം ക്ലാരക്കുഴി വഴി ശ്രീ അയ്യൻകാളിയുടെ വീട്ടിൽചെന്ന് പല സാമൂഹികപ്രശ്നങ്ങളെക്ക റിച്ചും സംസാരിച്ചു! മറ്റ് ചില വസ്തുതകൾ ചൂണ്ടിക്കാട്ടാനാവും. അഞ്ച് ലക്ഷം അംഗങ്ങളുണ്ടായിരുന്ന സാധുജനപരിപാലനസംഘത്തിന്റെ പ്രതിനിധിയായിരുന്ന സുഭാഷിണി പത്രാധിപർ പി.കെ. ഗോവി ന്ദപിള്ളയുടെ അഭ്യർഥന പ്രകാരമാണ് 1911 ഡിസംബർ 5ന് അയ്യ ങ്കാളി ശ്രീമൂലം പ്രജാസഭയിലേക്ക് നോമിനേറ്റ് ചെയ്യപ്പെടുന്നത്. 1914-ൽ അയ്യൻകാളിയുടെ മുൻ കൈയിൽ ചങ്ങനാശ്ശേരിയിൽ നിന്നും കാളിയോതൻ കറുപ്പന്റെ പത്രാധിപ ത്യത്തിൽ പ്രസിദ്ധീകരിച്ചിരുന്ന സാധുജനപരിപാലിനി എന്ന മാസിക, കേരളവർമ വലിയ കോയി അതമ്പുരാന്റെ മംഗളശ്ലോകത്തോടെയാണ് ഇടങ്ങുന്നത്. അയ്യങ്കാളി പുലർത്തിയിരുന്ന സാമൂഹികപരിഷ്കരണോന്മുഖമായ വീക്ഷണം കൊണ്ടാണ് പിന്നാക്ക-സവർണ വിഭാഗങ്ങളിൽ വ്യത്യസ്തമായൊരു വ്യവഹാരമണ്ഡലം സൃഷ്ടിക്കാൻ കഴിഞ്ഞതെന്ന് അനുമാനിക്കാം.

മുകളിൽ കൊടുത്തിരിക്കുന്ന വസ്തുതകളെ കൂടാതെ മറ്റൊരു വാ മൊഴിയനുഭവമുണ്ട്. ഡോ. ഒ.കെ. സന്തോഷ് എഡിറ്റ് ചെയ്ത 45 ദളിത് കവികളെഴുതിയ 'കാതൽ' (ഡി.സി.ബുക്ക്) എന്ന സമാഹാരം 2013-ൽ ആലുവ വൈ.എം.സി.എ ഹാളിൽവെച്ചാണ് പ്രകാശനം ചെയ്യുന്നത്. അന്നേദിവസം, ഡോ.എം.ബി. മനോജും സതി അങ്ക മാലിയും മുൻകൈയെടുത്ത് കീഴ്ഗാട് സംഘടിപ്പിച്ച യോഗത്തിൽ 115 വയസ്സുള്ള കാളിയമ്മയെ ഞാനാണ് പൊന്നാടയണിയിച്ചത്. ആ മുത്തശ്ശിയുടെ വിദൂരവും മങ്ങിയതുമായ ഓർമകളിൽ അയ്യങ്കാളി സ്നേഹസമ്പന്നനായൊരു കുടുംബാംഗമായിരുന്നു. മൂന്നു ദിവസം ആ പ്രദേശത്ത് താമസിച്ച് യോഗങ്ങളിൽ പ്രസംഗിച്ച അദ്ദേഹത്തിന് കഞ്ഞിയും ഉണക്കച്ചെമ്മീൻ കൊണ്ടുള്ള ചമ്മന്തിയും കൊടുത്തതായി മുത്തശ്ശി ഓർക്കുന്നു. പോകാൻ നേരത്ത് സ്ത്രീകളോടദ്ദേഹം പറഞ്ഞത് മുട്ടിന് താഴെയിറക്കി മുണ്ടുട്ടക്കണമെന്നും റൗക്ക ഇടണമെന്നുമായി രുന്നു. ഇത്തരം ആഖ്യാനങ്ങൾ ലഹളക്കാരനായ അയ്യങ്കാളിയുടെ ചിത്രത്തെയാണ് മാറ്റി വരയ്ക്കുന്നത്.

ജാതിത്തല്ലുകൾ

കേരളത്തിൽ ജാതിവിരുദ്ധ സമരത്തിന്റെ ഭാഗമായി നിരവധി യായ ജാതിത്തല്ലുകൾ നടന്നിട്ടുണ്ട്.[8] 1843-ൽ ഈഴവപ്രമാണിയായ ആറാട്ടുപുഴ വേലായുധപ്പണിക്കർ ഇടപ്പള്ളി രാജാവിന്റെ മകൻ രാമൻ മേനോൻ സഞ്ചരിച്ച വഴിയിലൂടെ നടന്നത് നായന്മാരുമായു ള്ള അടികലശിനും കേസിനും കാരണമായിത്തീർന്നു. എങ്കിലും, കോടതി അവർക്ക് വഴിനടക്കാനുള്ള അവകാശം അംഗീകരിച്ചുകൊ ണ്ടാണ് വിധി പ്രസ്താവിച്ചത്. അദ്ദേഹത്തിന്റെ അന്ത്യത്തെക്കുറിച്ച് തെക്കുംഭാഗം മോഹൻ വിവരിക്കുന്നു. 1874 ജനുവരി 3-ാം തീയതി ആറാട്ടുപുഴ വേലായുധൻ എന്ന കേഴ്ചി കേട്ട ഈഴവനെ അവന്റെ ശത്രുക്കൾ കുത്തിക്കൊന്നു. പതിനാറ് തണ്ടുവെച്ച ഒരു വള്ളത്തിൽ കായംകുളത്തുനിന്ന് കൊല്ലത്തേക്ക് പോകുമ്പോൾ വഴിയിൽവെച്ച് മുഹമ്മദീയർ(ജോനകർ) ആക്രമിക്കുകയായിരുന്നു. പണിക്കൻ വള്ളത്തിൽ ഉറങ്ങിക്കിടക്കുകയായിരുന്നു. പണിക്കനോട് ഒരു സങ്കടമുണർത്തിക്കാനുണ്ടെന്ന് പറഞ്ഞാണ് ജോനകർ വള്ളത്തി നടുത്തെത്തിയത്. സങ്കടം ബോധിപ്പിക്കാൻ വള്ളത്തിൽ കയറിയ ശത്രു പെട്ടെന്ന് പണിക്കന്റെ നെഞ്ചിൽ കഠാര താഴുകയായിരുന്നു. ഉറങ്ങിക്കിടന്ന പണിക്കന് ഒന്നും ചെയ്യാൻ കഴിഞ്ഞില്ല. കൊല്ലം പേഷ്കാർ രാമരായർ കിണഞ്ഞുശ്രമിച്ചിട്ടും ഒരാളിനെപ്പോലും ശിക്ഷി ക്കാൻ തെളിവ് ലഭിച്ചില്ല."

1905-ൽ കൊല്ലത്ത് നടന്ന എസ്.എൻ.ഡി.പി. യോഗത്തിന്റെ ഒന്നാം വാർഷികത്തെത്തുടർന്ന് ഉയർത്തെഴുന്നേറ്റ ഈഴവർ, ജാതി നിയമങ്ങൾ ലംഘിക്കാൻ മുന്നോട്ട് വരുകയുണ്ടായി. കായംകുളത്തെ എരുവ അമ്പലത്തിൽ ഈഴവർക്ക് നിശ്ചയിച്ചിരുന്ന ദൂരത്തിന്നപ്പുറം അതിക്രമിച്ച കടക്കുകയും നായർ സ്ത്രീകളെ അനുകരിച്ച് ഈഴവ സ്ത്രീകൾ വസ്ത്രം ധരിക്കുകയും ചെയ്തതിനെത്തുടർന്ന് നായന്മാരുമായി സംഘട്ടനം നടന്നു. തുടർന്ന്, ഹരിപ്പാട്, മാവേലിക്കര എന്നിവിട ങ്ങളിലും ഏറ്റുമുട്ടലുകളുണ്ടായി. കൊല്ലം പറവൂരിൽനിന്ന് പ്രസിദ്ധീക രിച്ചിരുന്ന ഈഴവരുടെ പത്രമായ സുജനനന്ദിനി, കരുനാഗപ്പള്ളി, കാർത്തികപ്പള്ളി, ചെങ്ങന്നൂർ എന്നീ താലൂക്കുകളിൽ നടന്ന ലഹളകൾ അവസാനിപ്പിക്കാൻ റസിഡന്റ് ഇടപെടണമെന്നാവശ്യ പ്പെട്ടുകൊണ്ട് മുഖപ്രസംഗമെഴുതി. പിറ്റേന്ന് പത്രമാഫീസ് തീവെച്ച് നശിപ്പിക്കപ്പെട്ടു. തുടർന്ന് രണ്ടുമാസം നീണ്ടുനിന്ന നായരീഴവ സംഘ ട്ടനങ്ങൾ നടന്നു. പ്രസ്തുത സംഭവത്തെ സാമൂഹികവത്കരിച്ചുകൊണ്ട്

വിവേകോദയം മാസികയിലെ മുഖപ്രസംഗത്തിൽ കുമാരനാശാൻ എഴുതി[9] "ഹേ. ലഹളേ നീയാണേറ്റവും നല്ല സാമൂഹികപരിഷ്കർത്താവും. തമ്മിൽ തൊടാൻ പാടില്ലാത്തവരെ നീ തൊടീക്കുന്നു." ഇത്തരം സാമുദായികാനുഭവങ്ങളെ സ്ഥാപനവത്കരിച്ചുകൊണ്ടല്ല, മറിച്ച് ശ്രീനാരായണഗുരുവിനെ ജ്ഞാനരൂപമാക്കിയും എസ്.എൻ.ഡി.പി. പ്രസ്ഥാനത്തെ സാമൂഹികപരിഷ്കരണവേദിയുമാക്കിയാണ് ഈഴവർ ചരിത്രത്തിലിടം നേടിയത്.

അതേസമയം; ദളിതർക്ക് സംഭവിച്ചതെന്താണ്? അയ്യങ്കാളി യൊരു ലഹളക്കാരനും തല്ലുകാരനുമായതോടെ, ദളിതരുടെ അതി ജീവനവും ജാതിവിരുദ്ധസമരങ്ങളും അദ്ദേഹത്തിന്റെ[10] വൈയക്തിക പ്രവർത്തനങ്ങളായി ലളിതവത്കരിക്കപ്പെട്ടുകയായയിരുന്നു. ഫലമോ, 19-20 നൂറ്റാണ്ടുകളിലെ ജ്ഞാന-വിമോചനരൂപമായ അയ്യങ്കാളിയുടെ പ്രതിനിധാനം സാധ്യമാക്കിയ സാമ്പത്തിക -സാമൂഹിക മാറ്റങ്ങളിലെ ദളിതരുടെ ഇടപെടലുകൾ ചരിത്രത്തിൽ നിന്ന് മായ്ക്കപ്പെട്ടുകയായിരുന്നു. വാസ്തവത്തിൽ, 1898 മുതൽ 1910 വരെയുള്ള 12 വർഷങ്ങളിൽ മാത്രമാണ് ലഹളകളെന്നപേരില്ലുള്ള സംഘട്ടനങ്ങൾ നടന്നിട്ടുള്ളത്. കൈവിരലിലെണ്ണാവുന്ന ഇത്തരം സംഘർഷങ്ങളിൽ അയ്യങ്കാളി നേരിട്ടിടപെട്ടവയെക്കുറിച്ച് ഇന്നും വ്യക്തമായ അറിവ് ലഭിച്ചിട്ടില്ല. 1910ൽ യുദ്ധം വേണ്ട സമാധാനം വേണം എന്നാവശ്യപ്പെട്ടുകൊണ്ട് പ്രകടനം നടത്തിയ പൊയ്കയിൽ അപ്പച്ചനെ പോലീസ് അറസ്റ്റ് ചെയ്ത് ചങ്ങനാശ്ശേരി കോടതിയിൽ ഹാജരാക്കിയതായി രേഖകളുണ്ട്. എന്നാൽ നിരവധി ലഹളകൾ നടത്തിയെന്നവകാശപ്പെടുന്ന ജീവചരിത്രങ്ങൾ അയ്യങ്കാളിക്കെതിരെ പോലീസ് കേസെടുത്ത് നിയമനടപടികൾക്ക് വിധേയമാക്കിയ തായി രേഖപ്പെടുത്തിയിട്ടില്ല. ഇതിൽനിന്നും വ്യക്തമാകുന്നത്. 1911-ൽ ശ്രീമൂലം പ്രജാസഭ മെമ്പറാകുന്നതോടെ ദളിതരുടെ വിദ്യാഭ്യാസം, തൊഴിൽ, ഭൂമി എന്നിങ്ങനെയുള്ള ജീവൽ പ്രശ്നങ്ങൾ ഭരണാധികാരി കളുടെ മുൻപിലവതരിപ്പിക്കുന്ന മാതൃകാപരമായ ജീവിതമാണദ്ദേഹം നയിച്ചിരുന്നതെന്നാണ്.

ജീവചരിത്രങ്ങളുടെ വരികൾക്കിടയിൽനിന്നും അയ്യങ്കാളിയെ നിർമിച്ചെടുക്കാനാവും. 1913-ൽ വിദ്യാഭ്യാസവകാശത്തിനുവേണ്ടിയു ള്ള ഒരു വർഷം നീണ്ടുനിന്ന പണിമുടക്ക് സമരത്തിൽ കാര്യമായ ഏറ്റു മുട്ടലുകൾ നടന്നതായി ജീവചരിത്രങ്ങൾ പറയുന്നില്ല. അക്കാലത്തെ

ദുരിതങ്ങളെ അയ്യങ്കാളി മറികടന്നത്, മുക്കുവരുമായി ഐക്യപ്പെട്ടുള്ള തൊഴിലുകളിലൂടെയാണ്. അതേ വർഷം കൊല്ലത്തിനടുത്തുള്ള പെരിനാട് നടന്ന കല്ലുമാല ബഹിഷ്കരണ സമരം അയ്യങ്കാളിയല്ല ഗോപാലദാസനാണ് നയിച്ചത്. പ്രസ്തുത സമരം നായന്മാരുമായുള്ള സംഘട്ടനത്തിൽ കലാശിച്ചതോടെയാണ് പുലയർ അയ്യങ്കാളിയെ നേരിട്ട് കണ്ട് സഹായമഭ്യർത്ഥിച്ചത്. അദ്ദേഹത്തിന്റെ പ്രവർത്ത നങ്ങളെ, അന്നത്തെ പത്രവാർത്തകളെ അടിസ്ഥാനമാക്കി[11] ദളിത് ബന്ധു എൻ.കെ. ജോസ് വിവരിക്കുന്നു: "അയ്യങ്കാളി കൊല്ലത്തെത്തി സർക്കാർ ഉദ്യോഗസ്ഥരെ കണ്ട് സംഭവത്തിന്റെ ഗൗരവം അവരെ ബോധ്യപ്പെടുത്തി. പുലയരുടെ ഒരു സമ്മേളനം വിളിച്ചുകൂട്ടി അവർക്ക് നഷ്ടപ്പെട്ട ആത്മധൈര്യം വീണ്ടെടുക്കാൻ ഒരു ശ്രമം നടത്തി. പൊതുസമ്മേളനം തുടർസംഘട്ടനത്തിന് കാരണമായിത്തീരുമെന്ന് സർക്കാർ ഉദ്യോഗസ്ഥർ ഭയപ്പെട്ടു. അതിനാൽ സമ്മേളനത്തിനുള്ള അനുവാദം അവർ നിഷേധിച്ചു. അയ്യങ്കാളി അന്നത്തെ ദിവാനായി രുന്ന കൃഷ്ണൻനായരെ നേരിൽ കണ്ടു. കൊല്ലത്തെ പേഷ്കാരെയും അദ്ദേഹം കണ്ടു. വിപ്ലവം ഉണ്ടാവുകയില്ലെന്ന് ഉറപ്പുണ്ടെങ്കിൽ പൊതുയോഗം കൂട്ടുന്നതിനുള്ള അനുവാദം നൽകാമെന്നവർ സമ്മ തിച്ചു. ഗോപാലസ്വാമിയെന്ന പോലീസ് ഇൻസ്പെക്ടറുടെ സഹായ ത്തോടെ കൂടുതൽ സംഘട്ടനങ്ങൾ ഉണ്ടാകുകയില്ലെന്ന് അയ്യങ്കാളി സർക്കാറിലേക്ക് ഉറപ്പുകൊടുത്ത് യോഗം ചേരാനുള്ള അനുവാദം വാങ്ങി." ചങ്ങനാശ്ശേരി പരമേശ്വരൻപിള്ള അധ്യക്ഷത വഹിച്ച ആ യോഗത്തിൽവെച്ചാണ് ഇരുസമുദായങ്ങൾ തമ്മിൽ സംഘട്ടന ങ്ങളുണ്ടാവുകയില്ലെന്ന തീരുമാനവും കല്ലുമാല ബഹിഷ്കരിക്കാനുള്ള തീരുമാനവുമുണ്ടാകുന്നത്. 1914-ൽ പുല്ലൂറ്റ് നടന്ന വിദ്യാലയപ്രവേശന സമരത്തിലും അയ്യങ്കാളി നേരിട്ട് പങ്കെടുത്തിരുന്നില്ല. എങ്കിലും, സമരത്തിലുണ്ടായ സംഘർഷങ്ങളവസാനിപ്പിക്കാൻ അദ്ദേഹവും മുൻകൈ എടുക്കുകയുണ്ടായി.

ചരിത്രത്തിലെ ദളിതർ

അയ്യങ്കാളിക്ക് ദളിതരുടെ മാത്രമല്ല, ഗാന്ധിജിയടക്കമുള്ള ദേശീയ നേതാക്കളുടെയും വിവിധ ജാതി-മതതസ്ഥരുടെയും അംഗീകാരവും ആദരവും ആർജിക്കാൻ കഴിഞ്ഞിരുന്നു. ഇതിന് കാരണം ദളിതരുടെ പ്രശ്നങ്ങളെ സാമ്പത്തിക-സാമൂഹിക പ്രശ്നങ്ങളായി കാണാൻ

കഴിഞ്ഞതും അവയ്ക്കാധരമായ ചരിത്രസാഹചര്യങ്ങളെ ഉൾക്കൊ
ണ്ട് സ്വന്തം രക്തബന്ധുക്കൾക്കവേണ്ടി പ്രതിജ്ഞാബദ്ധതയോടെ
നിലകൊള്ളാൻ കഴിഞ്ഞതുമാണ്.

സാമൂഹികനീതിക്കവേണ്ടിയുള്ള കീഴാള പ്രക്ഷോഭങ്ങളെ സംഘട്ട
നങ്ങളിൽ നിന്നും മുക്തമാക്കി ജ്ഞാനാധിഷ്ഠിതമാക്കിയത് കേരളീയ
സമൂഹത്തിൽ ദൂരവ്യാപകമായ മാറ്റങ്ങൾ സൃഷ്ടിച്ച പരിഷ്ക്കാരനടപ
ടികളാണ്[42]. 1788-ലെ ടിപ്പുസുൽത്താന്റെ മലബാർ ഭരണം മുതൽ
1930 കളിലെ നിവർത്തന പ്രക്ഷോഭത്തോടെയാരംഭിക്കുന്ന രാഷ്ട്രീയ
സമൂഹ രൂപവത്കരണം വരെയുള്ള കാലഘട്ടമാണിത്. മലബാറിൽ
ടിപ്പു സുൽത്താൻ സമ്പദ്ഘടനയിലെന്നപോലെ സാമൂഹിക
ജീവിതത്തെയും ഗുണപരമായി മാറ്റാനതകുന്ന ഭരണനടപടികൾ
സ്വീകരിച്ചിരുന്നു. ഇവയിലേറ്റവും മുഖ്യം ദേവസ്വം ഭൂമികൾക്കടക്കം
നികുതിയേർപ്പെടുത്തിക്കൊണ്ടുള്ള നിയമനിർമാണമാണ്. കൂടാതെ,
നിത്യോപയോഗസാധനങ്ങളുടെ ഉത്പാദനവും വനവിഭവങ്ങളുടെ
ശേഖരണവും ചെറുകിട വ്യവസായവത്കരണത്തിന്നാരംഭമായി.
വിളനാശമുണ്ടാകുമ്പോൾ നികുതിയിളവ്, കൃഷിക്കാർക്ക് വാർ
ഷികകടം എന്നീ നടപടികൾക്കൊപ്പം ബാർലി, തിന, കരിമ്പ്,
പഴവർഗങ്ങൾ എന്നിവയുടെ കൃഷിക്കുള്ള പ്രോത്സാഹനവും ലഭിച്ച.
ബഹുഭർത്തൃത്വത്തിനും ബഹുഭാര്യത്വത്തിനുമെതിരായ നിലപാട്ടുകളും
വസ്തുധാരണത്തിന്റെ ആവശ്യകതയെ ബോധ്യപ്പെടുത്തലും സമ്പ്രദാ
യിക ജീവിതരീതികളെ അഴിച്ചപണിയുന്നതായിരുന്നു. ടിപ്പുവിന്റെ
ശ്രദ്ധേയമായ നേട്ടം റോഡുകളുടെ നിർമാണമാണ്.

യുദ്ധാവശ്യങ്ങൾക്കവേണ്ടി നിർമിച്ച റോഡുകൾ (പീരങ്കി
റോഡുകൾ) നിർവഹിച്ച സാമൂഹിക ധർമ്മം ചിന്നിച്ചിതറിക്കിടന്ന
പ്രദേശങ്ങളെ സംയോജിപ്പിച്ചത്തോടൊപ്പം അയിത്തംകൊണ്ട്
പാരസ്പര്യം നഷ്ടപ്പെട്ട ശരീരങ്ങൾ തമ്മിലുള്ള അകലം കുറച്ച് ജാതി
വ്യവസ്ഥയെ ശിഥിലമാക്കുകയായിരുന്നു. ഈ മാറ്റങ്ങൾ രാഷ്ട്രീയ
രംഗത്ത് പ്രതിഫലിച്ചത് കേരള ചരിത്രകാരനായ എ.ശ്രീധരമേനോ
ന്റെ വാക്കുകളിൽ "നാട്ടുവാഴിത്ത സമ്പ്രദായത്തിന്റെ തിരോധാനവും
കേന്ദ്രീകൃത ഭരണ സമ്പ്രദായത്തിന്റെ ആവിർഭാവവുമായിരുന്നു."
ഇടർന്നദ്ദേഹമെഴുതി "ടിപ്പുവിന്റെ നടപടികൾ സവർണരുടെ
ഉത്കർഷത്തെപ്പറ്റിയുള്ള മിഥ്യാബോധം തകർക്കുകയും താണ
വർഗക്കാർക്ക് സ്വന്തം അന്തസ്സിനെയും പദവിയെയും കുറിച്ചുള്ള

ബോധമുളവാക്കുകയും ചെയ്തു. ഇങ്ങനെ മൈസൂരിന്റെ ആക്രമണം പഴയ സാമൂഹികക്രമത്തിന്റെ മരണ പ്രഖ്യാപനമായി മാറി. അത്, കേരളത്തിൽ സാമൂഹിക പരിവർത്തനത്തിന്റെ ഒരു പുതിയയുഗം ഉദ്ഘാടനം ചെയ്യുകയുണ്ടായി." ശ്രീധരമേനോന്റെ അഭിപ്രായ ത്തിൽ "മൈസൂരിലെ ഭരണാധികാരികൾ ഉറപ്പിച്ച അടിസ്ഥാനത്തി ലാണ് ബ്രിട്ടീഷുകാർ പിന്നീട് തങ്ങളുടെ ഭരണ പദ്ധതിയും രാഷ്ട്രീയ സമ്പ്രദായയവും പടുത്തുയർത്തിയത്."

തിരുവിതാംകൂറിൽ 19-ാം നൂറ്റാണ്ടിന്റെ മധ്യം മുതൽ ബ്രിട്ടീഷു കാർ നടപ്പാക്കിയ ഭരണനടപടികളെ ഇപ്രകാരം സംഗ്രഹിക്കാം. ദേവസ്വം, ബ്രഹ്മസ്വം, സർക്കാർ ഉടമസ്ഥത എന്നിങ്ങനെയുള്ള ഭൂമിയുടെ ഉമസ്ഥാവകാശം പാട്ടക്കാരോ വാരക്കാരോ ആയ കുടിയാന്മാരായ ദളിതേതര സമുദായങ്ങളിലേക്ക് കൈമാറാൻ സഹായിച്ച ഭൂനിയമങ്ങൾ, നെൽകൃഷിയുടെയും നാണ്യവിളകളുടെ യും വ്യാപനം, വ്യാവസായിക സംരഭങ്ങളുടെ ആരംഭം, പരമ്പരാഗത വ്യാപാരോത്പന്നങ്ങളുടെ കയറ്റുമതി, പൊതുമരാമത്ത് വകുപ്പിന്റെ രൂപവത്കരണം, റോഡ് നിർമ്മാണം, മിഷണറിമാരുടെ വിദ്യാ ഭ്യാസ പ്രവർത്തനങ്ങൾ, ഊഴിയം വേല നിർത്തലാക്കൽ, കൂലി പണമായി നൽകൽ എന്നിവയാണ്. ഈ സാമ്പത്തിക- സാമൂഹിക പരിവർത്തനങ്ങളിലൂടെ രൂപപ്പെട്ട സാമൂഹികാവബോധവും ജാതി തൊഴിലുകളുടെ ഉപേക്ഷിക്കലും പുതിയ തൊഴിലുകളാർജിക്കലും നിരവധി നിയമ നിർമാണങ്ങൾക്ക് ഭരണക്കൂടത്തെ പ്രേരിപ്പിച്ചിരുന്നു. കീഴാള ജനതകളെ സംബന്ധിച്ചിടത്തോളം ഇവയിലേറ്റവും മുഖ്യം മിഷണറിമാരുടെ ആവശ്യപ്രകാരം നടപ്പിലാക്കിയ അടിമത്തനിരോ ധനമായിരുന്നു. 1843-ന് മലബാറിലും 1855 ജൂൺ 24 ന് തിരുവി താംകൂറിലും അടിമത്തം നിരോധിച്ചുകൊണ്ടുള്ള വിളംബരമുണ്ടായി. പ്രസ്തുത വിളംബരപ്രകാരം അടിമത്തം നിരോധിക്കപ്പെട്ടെങ്കിലും, ജാതീയമായ അവശതകൾ തുടർന്നതിനാൽ, ദളിതരുടെ സമരങ്ങൾ ജാതിവിരുദ്ധസമരങ്ങളായി പരിവർത്തനപ്പെട്ടുകയായിരുന്നു.

ബ്രിട്ടീഷുകാരുടെ ഭരണനടപടികളിലൂടെ കൂലി പണമായി ലഭിച്ചതോടെ, സാമൂഹികനീതി കൈവരിക്കാനുള്ള മാർഗം കമ്പോ ളത്തിലെ ഇടപെടലുകളായിരുന്നു. ഇതാണ് സഞ്ചാരസ്വാതന്ത്ര്യം അനിവാര്യമാക്കിയത്. ദളിതരുടെ പൊതു ഇടങ്ങളിലെ പ്രവേശനം, ആഹാരം, വസ്ത്രധാരണം, കുടുംബബന്ധങ്ങൾ എന്നിവയുടെ

പരിഷ്കരണത്തിലൂടെയുള്ള ആത്മാഭിമാനത്തിന്റെ (ടലഹള ഗ്ലൂലെര) രൂപവത്കരണമായിരുന്നു. ഇപ്രകാരമൊരു മാറ്റം ലഹളകളിലൂടെയോ സംഘട്ടനങ്ങളിലൂടെയോ കൈവരിക്കാൻ കഴിയുമായിരുന്നില്ല. തന്മൂലം, അയ്യങ്കാളി സ്വീകരിച്ച മാർഗ്ഗത്തെക്കുറിച്ചുള്ള മൊഴിയറിവ് ഇപ്രകാരമായിരുന്നു. ഒരു കൂട്ടം ദളിതർ, ചായക്കടകളിൽനിന്ന് ചിര ട്ടയിലാണ് ചായനൽകുന്നതെന്ന പരാതിയുമായി സമീപിച്ചപ്പോൾ. അദ്ദേഹം നൽകിയ നിർദേശം ഇനി മുതൽ നിങ്ങൾ അങ്ങോട്ട് പോകേണ്ടെന്നായിരുന്നു. ഈ സാമൂഹിക ബഹിഷ്കരണം കമ്പോ ളത്തിനുമേല്പുള്ള സമ്മർദത്തോടൊപ്പം വീട്ടുകളിൽ ചായയുണ്ടാക്കി കുടിക്കുന്ന കുടുംബ പരിഷ്കരണവുമുൾക്കൊള്ളുന്നതു കൊണ്ടാണ് പ്രസക്തമാകുന്നത്.

ഇഞ്ഞാനാവബോധം

സവർണ മേധാവിത്വത്തിനെതിരായ ജാതിവിരുദ്ധസമരങ്ങ ളെയും സമുദായ പരിഷ്കരണങ്ങളെയും ഇഞ്ഞാനാവബോധമായുൾ ക്കൊള്ളാൻ അയ്യങ്കാളിക്ക് കഴിഞ്ഞിരുന്നു. അതുകൊണ്ടാണ് ജാതിവ്യവസ്ഥയെ നിലനിറുത്തിയ മൂല്യങ്ങളെ നിഷേധിക്കാൻ ഫൂലെ, ഡോ.ബി.ആർ അംബേദ്കർ, ശ്രീനാരായണഗുരു എന്നി വരെപ്പോലെ വിദ്യാഭ്യാസാവകാശങ്ങൾക്ക് പ്രാധാന്യം കല്പിച്ചത്. ഇതൊടൊപ്പം നാട്ടുവാഴിത്തത്തിന്റെ ശൈഥില്യത്തോടൊപ്പം രൂപം കൊണ്ട പുതിയ സമ്പദ്ക്രമത്തിനുള്ളിൽ ഭ്രുവടമസ്ഥതയ്ക്കും സർക്കാർ ഉദ്യോഗങ്ങൾക്കും വേണ്ടിയദ്ദേഹം വാദിച്ചത്.

മുകളിൽ കൊടുത്തിരിക്കുന്ന അവകാശങ്ങൾ മുഴുവൻ ദളിത് ജാതികൾക്കും ബാധകമായിരുന്നതിനാലാണ് 1907-ൽ എല്ലാ ദളിത് ജാതീയ വിഭാഗങ്ങളെയും ഉൾക്കൊള്ളുന്ന സാധുജനപരിപാലന സംഘം രൂപവത്കരിക്കുന്നത്. പ്രസ്തുത സംഘടന നിലനിന്നപ്പോൾ തന്നെ 1910-ൽ പോയ്ക്കയിൽ അപ്പച്ചന്റെ പ്രത്യക്ഷരക്ഷാദൈവസഭയും 1913-ൽ കൊച്ചി പുലയ മഹാസഭയും 1921-ൽ മലബാറിൽ ഹരിജൻ സമാജവും 1924-ൽ ചേരമർ സംഘവും രൂപവത്കരിക്കപ്പെട്ടിരുന്നു.

ഈസംഘടനകളോടോ അവയുടെ നേതൃത്വങ്ങളോടോ ശത്രു താപരമായ സമീപനം അയ്യങ്കാളി പുലർത്തിയിരുന്നില്ല. മറിച്ച്, ശ്രീമൂലം പ്രജാസഭയിലേക്ക് വിവിധ കാലയളവുകളിൽ നോമിനേറ്റ് ചെയ്യപ്പെട്ട, ചരതൻ സോളമൻ (പരിവർത്തിത ക്രിസ്ത്യൻ 1913),

ടി.ചോതി(പുലയ 1914), കണ്ടൻ കുമാരൻ (സാംബവ 1915), പാറടി എബ്രഹാം ഐസക് (പരിവർത്തിത ക്രിസ്ത്യൻ (1916), കുറുമ്പൻ ദൈവത്താൻ (പുലയ 1917), രാമൻ ചേന്നൻ (സാംബവ 1919), എം.എ രത്നസ്വാമി (സാംബവ 1921), പോയ്ക്കയിൽ യോ ഹന്നാൻ (പരിവർത്തിത ക്രിസ്ത്യൻ 1921), കെ മാധവൻ (സാം ബവ 1922), ജോൺ ജോസഫ് പാമ്പാടി(പരിവർത്തിക ക്രിസ്ത്യൻ) പി.എൻ. ശങ്കരൻ (സിദ്ധനർ 1924) എന്നിവരോട് ഊഷ്മളമായ ബന്ധമാണ ദ്ദേഹത്തിനുണ്ടായിരുന്നത്. ചുരുക്കത്തിൽ സ്വന്തം കാലഘട്ടത്തിലെ മാറ്റങ്ങൾക്കൊള്ളാനും ആ മാറ്റത്തിന്റെ ഗുണഫലങ്ങൾ ദളിതര ടെത്ര കുടിയാക്കിമാറ്റാനും നടത്തിയ സമർപ്പിത ജീവിതമാണ്, അയ്യങ്കാളിക്ക് കേരള ചരിത്രത്തിലിടം നൽകുന്നത്.

●

1. അമ്മൻ -അച്ചൻ
2. ചേരമർ - ദളിത് ജാതികൾ ചേരരാജക്കന്മാരുടെ പിൻമുറക്കാരാണെ ന്ന് ചരിത്രവീക്ഷണത്തിന്റെ അടിസ്ഥാനത്തിൽ ജോൺ ജോസഫ് പാമ്പാടി നൽകിയ പേര്.
3. അയ്യങ്കാളിയുടെ മകളുടെ ഭർത്താവും തിരു-കൊച്ചി നിയമസഭയുടെ ഡെപ്യൂട്ടി സ്പീക്കറുമായിരുന്ന ടി.ടി കേശവൻ ശാസ്ത്രിയുടെ പുത്രനായ അനിയനാണ് ഇത് സംബന്ധിച്ച രേഖ എനിക്ക് തന്നത്. 1941 ആഗസ്റ്റ് 28-നാണ് അയ്യങ്കാളി അന്തരിച്ചത്. ടി.ടി. കേശവൻ ശാസ്ത്രി ഒരു പുലയമഹാസഭ രൂപവത്കരിച്ചതായി ടി.എച്ച്.പി. ചെന്താരശ്ശേരി എഴുതിയിട്ടുണ്ട്. ആ സംഘടനയിൽ അയ്യങ്കാളി അംഗമായിരുന്നോ? വസ്തുതകളെന്തായിരുന്നാലും കേരളത്തിലെ വിവിധ പ്രദേശങ്ങളിലെ ദളിത് നേതാക്കളോടൊപ്പം എന്റെ നാട്ടുകാരന്റെയും പേരുണ്ടെന്നുള്ള താണ് പ്രസക്തമായിട്ടുള്ളത്.
4. പച്ചക്കുതിര മാസിക. ഡി.സി ബുക്സ് കോട്ടയം 2004
5. ഡോ.ഒ.കെ. സന്തോഷ്, തിരസ്കൃതരുടെ രചനാഭൂപടം മൈത്രി ബുക്സ് തിരുവനന്തപുരം (ഉദ്ധരിച്ചത്)
6. ഈ പ്രയോഗം ഏകലവ്യൻ ബോധി ഉത്തരകാലം വെബ്സൈറ്റിൽ എഴുതിയ സിനിമാനിരൂപണത്തിൽ നിന്നും.
7. കെ. പ്രഭാകരൻ, ആശാന്റെ ഡയറിയിലൂടെ സാഹിത്യപ്രവർത്തക സംഘം കോട്ടയം.
8. തെക്കും ഭാഗം മോഹൻ, അടിമഗർജനങ്ങൾ നാഷണൽ ബുക്ക് സ്റ്റാൾ കോട്ടയം.
9. ആശാന്റെ ഗദ്യകൃതികൾ വാല്യം ഒന്ന് നാഷണൽ ബുക്ക് സ്റ്റാൾ കോട്ടയം.

10. കെ. കെ.എസ്. ദാസ്, മാർക്സിസ്റ്റ് വീക്ഷണത്തിലെഴുതിയ അയ്യങ്കാളി കേരള ചരിത്രത്തിൽ എന്ന കൃതിയിൽ അയ്യങ്കാളി വൈയക്തിക പ്രതിഭയാണ്.

11. ദളിത് ബന്ധു എൻ.കെ. ജോസ്, പുലയ ലഹള ബഹുജൻ വാർത്ത പ്രസിദ്ധീകരണം, തിരുവനന്തപുരം.

12. എ. ശ്രീധരമേനോൻ, കേരള ചരിത്രം നാഷണൽ ബുക്ക്സ്റ്റാൾ കോട്ടയം.

അയ്യങ്കാളി

കെ.എം. സലീംകുമാർ

കേരളീയ സമൂഹത്തിൽ നിന്ന് ഇന്ത്യൻ സമൂഹത്തിലേക്ക് വ്യാപരിക്കുന്നൊരു ദലിത് പ്രതിനിധാനമാണ് ഇന്ന് അയ്യങ്കാളി. ബൗദ്ധികാന്വേഷണങ്ങളുടെയും ആവിഷ്ക്കാരങ്ങളുടെയും തലത്തിൽ അദ്ദേഹം ദളിതർക്കും അദലിതർക്കുമിടയിൽ സുപരിചി തനാക്കപ്പെട്ടിരിക്കുന്നു. അതിനിടയിലാണ് കെ.കെ. കൊച്ച് തന്റെ മുൻ നിലപാടുകളിൽ നിന്ന് മാറി അയ്യങ്കാളി ലഹളക്കാരനോ? ജ്ഞാനിയോ? (മാതൃഭൂമി 2014 സപ്തംബർ 31) എന്ന ലേഖനമെഴു തിയത്. ജീവചരിത്രങ്ങളിലെ കലാപക്കാരിയായ അയ്യങ്കാളിയെ ജ്ഞാനരൂപമാക്കി മാറ്റവാനുള്ള ശ്രമമാണ് ഈ ലേഖനത്തിൽ കൊച്ച് നടത്തുന്നത്.

അയ്യങ്കാളിയുടെ ജീവചരിത്രകാരന്മാർ അദ്ദേഹത്തെ അവതരി പ്പിച്ചിരിക്കുന്നത് കറകളഞ്ഞൊരു പ്രയോഗികവാദിയായിട്ടാണ് എന്നത് ഒരു വസ്തുതയാണ്. ഏറ്റുമുട്ടൽ, ലഹള, കലാപം, വിപ്ലവം, സായുധസമരം എന്നിങ്ങനെ സംഘർഷാത്മകമായ പദാവലികൾ ക്കും സംഭവങ്ങൾക്കുമിടയിലാണ് അദ്ദേഹത്തിന്റെ ജീവിതവും പ്ര വർത്തനങ്ങളും അടയാളപ്പെടുത്തപ്പെട്ടിരിക്കുന്നത്. അതുകൊണ്ടാണ് അയ്യങ്കാളിയുടെ ജ്ഞാനവബോധത്തെ തമസ്കരിച്ച് സാമൂഹ്യ-സാമു ദായികാവകാശങ്ങളെ ലഹളയാക്കി (അടിപിടി) മാറ്റുകയായിരുന്ന എന്ന ആരോപണം കൊച്ച് അയ്യങ്കാളിയുടെ ആദ്യജീവചരിത്രകാ രനായ ചെന്താരശ്ശേരിക്കെതിരെയും ആദരണീയമായൊരു ചരിത്ര

വ്യക്തിത്വത്തെ തെക്ക് വടക്ക് നടന്ന് തല്ലുണ്ടാക്കുന്ന റൗഡിയായി മാറ്റുകയായാരുന്നുവെന്ന ആരോപണം ചെന്താരശ്ശേരിക്ക പിന്നാലെ വന്ന ജീവചരിത്രകാരന്മാർക്കെതിരെയും ഉന്നയിക്കുന്നത്.

'ജാതി നിയമങ്ങൾ ലംഘിച്ചുകൊണ്ട് സംഘട്ടനങ്ങളുമായി മുന്നോട്ട വന്ന ഈഴവരല്ല, ശ്രീനാരായണ ഗുരുവിനെ ജ്ഞാനഗുരുപ മാക്കിയും എസ്.എൻ.ഡി.പി. പ്രസ്ഥാനത്തെ സാമൂഹ്യപരിഷ്കരണ വേദിയാക്കിയുമാണ് ഈഴവർ ചരിത്രത്തിലിടം നേടിയത്' എന്ന നിഗമനമാണ് അയ്യങ്കാളിയെക്കുറിച്ച് തികച്ചും വ്യത്യസ്തമായൊരു സമീപനം മുന്നോട്ടവെക്കുവാൻ കൊച്ചിനെ പ്രേരിപ്പിച്ചത്. എന്നാൽ 'സാമൂഹ്യനീതിക്ക വേണ്ടിയുള്ള കീഴാള പ്രക്ഷോഭങ്ങളെ സംഘട്ടന ങ്ങളിൽ നിന്ന് മുക്തമാക്കി ജ്ഞാനാധിഷ്ഠിതമാക്കിയത് കേരളീയ സമൂഹത്തിൽ ദൂരവ്യാപകമായ മാറ്റങ്ങൾ സൃഷ്ടിച്ച ഭരണപരിഷ്കരണ നടപടികളായാരുന്ന' വെന്നും 'സവർണ മേധാവിത്വത്തിനെതി രായ ജാതി വിരുദ്ധസമരങ്ങളെയും സമുദായപരിഷ്കരണങ്ങളെയും ജ്ഞാനാവബോധമായുൾക്കൊള്ളാൻ അയ്യങ്കാളിക്ക് കഴിഞ്ഞിരു ന്നുവെന്നും അതുകൊണ്ടാണ് വിദ്യാഭ്യാസത്തിനും ഭൂമിക്കും ഉദ്യോഗ ങ്ങൾക്കും വേണ്ടിയും അദ്ദേഹം വാദിച്ചതെന്നും പറയുവാനല്ലാതെ അയ്യങ്കാളിയുടെ ജ്ഞാനബോധത്തെ വിശദീകരിക്കുവാൻ കൊച്ചിന കഴിയുന്നില്ല. നാരായണഗുരുവിന്റ ജ്ഞാനവബോധത്തെക്കുറിച്ച് വിശദീകരിക്കേണ്ടതില്ല. കാരണം അദ്ദേഹം അദൈ്വത വേദാന്തി യായ ഒരാന്മീയ ജ്ഞാനിയാണ്. പകരം കൊച്ച് ചെയ്യുവാൻ ശ്രമി ക്കുന്നത് ടിപ്പുസുൽത്താന്റെയും ബ്രിട്ടീഷ് ഭരണാധികാരികളുടെയും ഭരണപരിഷ്കരണ നടപടികളിലൂടെ കേരളത്തിലെ ഉല്പാദന വിനിമയ ബന്ധങ്ങളില്ലുണ്ടായ മാറ്റങ്ങളുടെ അനിവാര്യഫലമായി സംഭവിച്ച താണ് സഞ്ചാര സ്വാതന്ത്ര്യം പോല്ലുള്ള സാമൂഹ്യ നിർമ്മിതികളെന്ന് ച്ചുണ്ടിക്കാട്ടി അയ്യങ്കാളിയെ ലഹളകളിൽ നിന്നും സംഘട്ടനങ്ങളിൽ നിന്നും വിമുക്തനാക്കുവാനാണ്. ചായക്കടകളിൽ നിന്ന് ചിരട്ടയി ലാണ് ചായ നൽകുന്നതെന്ന പരാതിയുമായി ഒരു കൂട്ടം ദലിതരെത്തി യപ്പോൾ വീട്ടുകളിൽ ചായയുണ്ടാക്കിക്കടിക്കുവാനാണ് അയ്യങ്കാളി നിർദ്ദേശിച്ചതെന്നും ച്ചുണ്ടികാട്ടി കൊച്ച് അദ്ദേഹത്തിന്റെ മാർഗത്തെ നിർണ്ണയിക്കുന്നു.

നിരക്ഷനായൊരു ചരിത്രനായകന്റെ ബൗദ്ധികലോകത്തെ അനാവരണം ചെയ്യുവാനുള്ള ശ്രമകരമായൊരു ദൗത്യമാണ്

കൊച്ച് ഏറ്റെടുത്തത്. എന്നാൽ അതിനായി അദ്ദേഹം സ്വീകരിച്ച അവലംബവ്യം രീതിയും അയ്യങ്കാളിയെ സമഗ്രമായി ഉൾക്കൊള്ള വാനോ അദ്ദേഹത്തിന്റെ ധൈഷണിക ഭാവങ്ങളെയും അറിവുകളെയും ആശയങ്ങളെയും അനാവരണം ചെയ്യുവാനോ പര്യാപ്തമായിരുന്നില്ല. നിരക്ഷർക്കിടയിൽ നിന്ന് അയ്യങ്കാളിയെപ്പെലൊരു പ്രതിഭാശാലി എങ്ങനെ ഉയർന്നുവന്നുവെന്നതായിരുന്നു നിർണ്ണായകമായ പ്രശ്നം. അദ്ദേഹത്തിന്റെ അറിവുകളുടെയും ചിന്തയുടെയും സ്രോതസ്സുകൾ എന്തായിരുന്നു? നിലവില്ലുണ്ടായിരുന്ന ജ്ഞാന വ്യവസ്ഥയ്ക്കും സാമൂഹ്യ നിർമ്മിതിക്കുമെതിരെ ശബ്ദമുയർത്തുവാനുള്ള ഉൾക്കാഴ്ച യും കരുത്തും എവിടെ നിന്നാണ് അയ്യങ്കാളിക്ക് നേടുവാനായത്. തനിക്കു ചുറ്റുമുള്ള ലോകത്തെയും മനുഷ്യസമൂഹത്തെയും അതിനു ള്ളിലെ ബന്ധങ്ങളെയും എങ്ങനെയാണ് അദ്ദേഹം നോക്കിക്കണ്ടത്. ബൗദ്ധികാന്വേഷണങ്ങളുടെ തലത്തിൽ ഉന്നയിക്കാവുന്ന ഇത്തരം പല ചോദ്യങ്ങൾക്കും ഉത്തരം അയ്യങ്കാളിയുടെ ജീവിതത്തിൽ തിര ക്കുന്നതിനു പകരം ഋഷി പരമ്പരയിൽ പെടുന്ന ഒരു ജ്ഞാനിയായി അവതരിപ്പിക്കുവാനുള്ള ശ്രമമാണ് കൊച്ച് നടത്തുന്നത്. അയ്യങ്കാളി ക്ക് അദ്ദേഹത്തിന്റെ ഭാഷയും ലിപിയും ജീവിതം തന്നെയായിരുന്ന വെന്ന യാഥാർത്ഥ്യം പോലുംകൊച്ച് അവഗണിച്ചുകളഞ്ഞു.

ജ്ഞാനിയെന്നത് ബ്രാഹ്മണ്യമായ ഒരധീശത്വ ചിഹ്നമാണ്. ഇന്ദ്രിയാതീതമായ ഒരു വ്യവഹാരമണ്ഡലത്തിന്റെ അടയാള മാണ്. ബ്രാഹ്മണ്യസംസ്കാരത്തിന്റെ അവശേഷിപ്പുകളായിരുന്ന സന്യാസിമാർ. ജ്ഞാനരൂപം, ജ്ഞാന ശരീരം പോലുള്ള ചിഹ്ന വ്യവസ്ഥയിൽ നിന്നുകൊണ്ടാണ് കൊച്ച് 'ശ്രീബുദ്ധനെപ്പോ ലെയോ ശ്രീനാരാണഗുരുവിനപ്പോലെയോ ഒരുജ്ഞാന രൂപമായി അയ്യങ്കാളിയെ സങ്കല്പിക്കുവാൻ എന്തുകൊണ്ട് ദലിതർക്ക് കഴി യുന്നില്ല' എന്ന പ്രശ്നം ഉന്നയിക്കുന്നത്. അത് സംരക്ഷിക്കുവാൻ സവർണർ കടപ്പെട്ടിരുന്നപ്പോൾ 'ശ്രീബുദ്ധനെയൊ ശ്രീനാരയണ ഗുരുവിനെയൊ പോലെ ഒരു ജ്ഞാന രൂപമായി അയ്യങ്കാളിയെ സങ്കല്പിക്കുവാൻ ദലിതർക്ക് കഴിയുമായിരുന്നില്ല' എന്നാണ്. 'മറിച്ച് അവരുടെ ഉപബോധമനസില്ലുണ്ടായിരുന്നത് പ്രതിബന്ധങ്ങളെ കായബലം കൊണ്ട് മറികടക്കുന്ന വീരപുരുഷനായ അയ്യങ്കാളി യായിരുന്നു'വെന്ന് കൊച്ച് കണ്ടെത്തുന്നു. വായ്മൊഴി അറിവുക ളിലെ ഈ സാങ്കല്പിക വീര പുരുഷന്റെ സ്ഥാപനവത്കരിക്കപ്പെട്ട

ശരീരത്തെ ജീവചരിത്രപരമായി പരിഭാഷപ്പെടുത്തുകയായിരുന്ന ചെന്താരശ്ശേരിയെന്നാണ് കൊച്ച് പറയുന്നത്. വായ്മൊഴികളിലൂടെ യും കേട്ടറിവുകളിലൂടെയും ദലിതർക്കിടയിൽ നിലവിലുണ്ടായിരുന്ന ദലിത്/ അദലിത് സംഘർഷങ്ങളുടെ നിജസ്ഥിതി പരിശോധിക്കുന്ന കൊച്ച്, 1898 മുതൽ 1910 വരെയുള്ള 12 വർഷങ്ങളിൽ മാത്രമാണ് ലഹളകളെന്ന പേരിലുള്ള സംഘട്ടനങ്ങൾ നടന്നിട്ടുള്ളതെന്നും, കൈവിരലിലെണ്ണാവുന്ന ഇത്തരം സംഘർഷങ്ങളിൽ അയ്യങ്കാളി നേരിട്ടിടപ്പെട്ടവയെക്കുറിച്ച് ഇന്നും വ്യക്തമായ അറിവുലഭിച്ചിട്ടില്ലെ ന്നും പൊയ്കയിൽ യോഹന്നാനെ അറസ്റ്റ് ചെയ്ത് പോലീസ് ചങ്ങ നാശ്ശേരി കോടതിയിൽ ഹാജരാക്കിയപ്പോൾ നിരവധി ലഹളകൾ നടത്തിയെന്നവകാശപ്പെട്ട ജീവചരിത്രങ്ങൾ അയ്യങ്കാളിക്കെതിരെ പോലീസ് കേസ്സെടുത്ത് നിയമനടപടികൾക്ക് വിധേയമാക്കിയ തായി രേഖപ്പെടുത്തിയിട്ടില്ലെന്നും ചൂണ്ടിക്കാട്ടുന്നു. 1911 ൽ പ്രജാസ ഭാമെമ്പരായതോടെ മാതൃകാപരമായൊരു ജീവിതമാണ് അയ്യങ്കാളി നയിച്ചതെന്ന് നിരീക്ഷിക്കുന്ന കൊച്ച് അതിനുമുമ്പുള്ള അദ്ദേഹത്തി ന്റെ ജീവിതത്തെ സംശയത്തിന്റെ മുൾമുനയിൽ നിർത്തുന്നു.

ജ്ഞാനിയായ അയ്യങ്കാളിയുടെ നിർമ്മിതിക്കായി രണ്ടുകാര്യങ്ങ ളാണ് കൊച്ച് ചെയ്യുന്നത്. ഒന്ന്, വായ്മൊഴികളുടെയും കേട്ടറിവുകള ടെയും നിജസ്ഥിതി തേടുന്നതോടൊപ്പം ദലിതരുടെ ചെറുത്തു നില്പ കളെയും പോരാട്ടങ്ങളെയും തെളിവുകളുടെ അഭാവത്തിൽ ചോദ്യം ചെയ്യുന്നു. ലിഖിത ചരിത്രത്തിൽ ഇടമില്ലാത്തൊരു ജനതക്കെതിരെ അക്ഷരം അധീശത്വമാക്കി മാറ്റാൻ കഴിഞ്ഞവർ പ്രയോഗിക്കുന്ന ഏറ്റവും ഹിംസാത്മകമായ നടപടിയാണിത്. ഇതിലൂടെ അവർ തങ്ങളുടെ അക്രമസ്വഭാവത്തെ മറച്ചവെക്കുക മാത്രമല്ല. ചരിത്രം തങ്ങളുടേതു മാത്രമാക്കി മാറ്റുകയും ചെയ്യുന്നു. മറ്റൊന്ന്, സംഘർ ഷങ്ങളും ലഹളകളും നിറഞ്ഞൊരു പതിറ്റാണ്ടിൽ നിന്ന് അയ്യങ്കാ ളിയെ വേർപെടുത്തുകയും പ്രജാസഭയിലെത്തിയ അയ്യങ്കാളിയുടെ ജീവിതമാതൃക ഉയർത്തിക്കാട്ടുകയും ചെയ്യുന്നു. ഹിന്ദു അധികാര കേന്ദ്രം എന്നപറയാവുന്ന പ്രജാസഭയിൽ എത്തിയതുകൊണ്ടാണ് അയ്യങ്കാളിക്ക് മാതൃകാപരമായൊരു ജീവിതം നയിക്കുവാൻ കഴി ഞ്ഞതെന്നു പറയുന്ന കൊച്ച്, വില്ലുവണ്ടിയാത്ര ഉൾപ്പെടെ ജാതി നിയമങ്ങൾ ലംഘിച്ചുകൊണ്ട് അയ്യങ്കാളി നടത്തിയ സ്വാതന്ത്ര്യ പ്രഖ്യാപനങ്ങളെയും മനുഷ്യാവകാശ പോരാട്ടങ്ങളെയുമാണ്

അവമതിപ്പിന് വിധേയമാക്കുന്നത്. അവ പലപ്പോഴും സംഘട്ടനാത്മ കമായിരുന്നുവെന്ന് ചെന്താരശ്ശേരി പറയുന്നതിനെയാണ് കൊച്ചിന് ഉൾകൊള്ളുവാൻ കഴിയാതെ പോകുന്നത്. വർണ്ണ/ജാതി വ്യവസ്ഥ സംഘർഷാത്മകമാത്രമല്ലെന്നത് ഒരു ബ്രാഹ്മണ്യമിത്താണ്. അതി നന്നസ്ഥതമായൊരു അയ്യങ്കാളി വ്യാഖ്യാനത്തിനാണ് കൊച്ച മുതി രുന്നത്.

എന്നാൽ രചിക്കപ്പെട്ടവയിൽ നിന്ന് വ്യത്യസ്തമായൊരു അയ്യ ങ്കാളി വായന കൊച്ചിന് സാദ്ധ്യമായില്ല. അയ്യങ്കാളിയെക്കുറിച്ചുള്ള അദ്ദേഹത്തിന്റെ വേറിട്ട വായനയിൽ കുമാരനാശാന്റെയും അദ്ദേ ഹത്തിന്റെ പുത്രനായ കെ. പ്രഭാകരന്റെയും ഡയറിക്കുറിപ്പകളിൽ നിന്ന്, അയ്യങ്കാളി വന്നു, കണ്ടു, സംസാരിച്ചു എന്നിങ്ങനെയുള്ള ചില പരമാർശങ്ങളല്ലാതെ മറ്റൊന്നും രേഖപ്പെടുത്തുവാൻ കഴിയുന്നില്ല. 'മറ്റ ചില വസ്തുതകൾ' എന്ന നിലയിൽ പറയുന്ന കാര്യങ്ങൾ ജീവ ചരിത്രകാരന്മാർ രേഖപ്പെടുത്തിയിട്ടുള്ളത തന്നെയാണ്. അതിൽ 5 ലക്ഷം അംഗങ്ങളുണ്ടായിരുന്ന 'സാധു ജനപരിപാലന സംഘ'ത്തെ ക്കുറിച്ചുള്ള തീർത്തും അവിശ്വസനീയമായ പ്രസ്താവനവരെയുണ്ട്. കേരളവർമ്മ വലിയ കോയിത്തമ്പുരാന്റെ മംഗള ശ്ലോകത്തോടെ ഇടങ്ങുന്നതും അയ്യങ്കാളിയുടെ പ്രവർത്തനങ്ങളെപ്പറ്റി രേഖപ്പെട്ട ത്തിയതായി പറയാൻ കഴിയാത്തതുമായ 'സാധുജനപരിപാലിനി' മാസികയുണ്ട്. അതിനേക്കാൾ രസകരമായ കാര്യം അങ്കമാലിയിലെ 115 കാരിയായ കാളിയമ്മയുടെ വാക്കുകളിൽ നിന്ന് 'ലഹളക്കാരനായ അയ്യങ്കാളിയുടെ ചരിത്രവ്യാഖ്യാനത്തെ മാറ്റി വരക്കുന്ന' മറ്റൊരാ ഖ്യാനം കണ്ടെത്തുന്നുവെന്നതാണ്. മൂത്തശ്ശിയുടെ വിദൂരവും മങ്ങിയ തുമായ ഓർമ്മകളിൽ നിന്ന് അയ്യങ്കാളിയുടെ സ്നേഹസമ്പന്നതയും, മുട്ടിന താഴെയിറക്കി മുണ്ടുട്ടക്കണമെന്നം റൗക്ക ഇടണമെന്നുമുള്ള ഉപദേശവും വെളിപ്പെടുത്തപ്പെട്ടപ്പോൾ അയ്യങ്കാളിയെ ലഹളക്കാര നാക്കിമാറ്റിയ അതേ വായ്മൊഴി തന്നെയാണ് കൊച്ചിനം ആശ്ര യിക്കേണ്ടിവരുന്നത്. കാളിയമ്മയുടെ വാക്കുകളല്ലാതെ അയ്യങ്കാളി തിരുവിതാംക്കുറിന്റെ അതിരുകടന്ന് കൊച്ചി രാജ്യത്ത് പ്രവേശിച്ച തിനും അങ്കമാലിയിലെത്തിയതിനും തെളിവൊന്നുമില്ല.

വായ്മൊഴിയെ ആശ്രയിക്കാതെ കെ.കെ.കൊച്ചിനം അയ്യ ങ്കാളിയെപ്പൊലൊരാളുടെ ജീവിതാവിഷ്ക്കാരം സാദ്ധ്യമല്ലെന്നാണ് ഇത് വ്യക്തമാക്കുന്നത്. നിരക്ഷരരായൊര ജനസഞ്ചയത്തിന്റെ

അറിവുകളുടെ സ്രോതസുകളാണ് വായ്മൊഴികളും കേട്ടറിവുകളും. പറഞ്ഞറിഞ്ഞതും കേട്ടറിഞ്ഞതും അനുഭവിച്ചറിഞ്ഞതുമായ അറി വ്യുവ്യവസ്ഥയിൽ നിന്ന് ഒരു ജനതയുടെ ആഗ്രഹാഭിലാഷങ്ങൾക്ക് ആവിഷ്ക്കാരം നല്കുവാനും അവ പ്രാവർത്തികമാക്കുവാനും കഴിഞ്ഞു വെന്നതുകൊണ്ടാണ് അയ്യങ്കാളിക്ക് വർണ്ണ/ജാതി വ്യവസ്ഥക്കും അതിന്റെ ജ്ഞാന സംവിധാനത്തിനും വ്യവഹാരങ്ങൾക്കുമെതിരെ അവസാനമില്ലാത്തൊരു പോരാട്ടത്തിന് ഇടക്കം കുറിക്കുവാൻ കഴിഞ്ഞത്. ദലിതരുടെ ഈ ആശയലോകത്തെ നിഷേധിച്ചുകൊണ്ട് കൊച്ച് ഒരു ജനതയുടെ വായ്മൊഴിയെ മാത്രമല്ല, അതിന്റെ ചരിത്ര ത്തെയും സംസ്കാരത്തെയുമാണ് നിഷേധിക്കുന്നത്.

ജീവിച്ചിരിക്കുമ്പോൾ തന്നെ വിസ്മൃതനാക്കപ്പെട്ടൊരു ചരിത്രനാ യകനായിരുന്ന അയ്യങ്കാളി. 'അയ്യങ്കാളിയെ വീണ്ടെടുത്ത് കേരള ചരിത്രത്തിൽ സ്ഥാപിക്കാൻ അക്കാല ചരിത്രകാരന്മാർക്കോ സാമൂഹിക- രാഷ്ട്രീയ പ്രവർത്തകർക്കോ കഴിഞ്ഞതേയില്ല' യെന്ന് കൊച്ച് പറയുമ്പോൾ അത് മറ്റാരോ ചെയ്യേണ്ടിയിരുന്നതും ചെയ്യ മെന്നു കരുതുന്നതുമായ ഒരു ദൗത്യമായിരുന്നുവെന്ന തെറ്റായൊരു സന്ദേശം നല്കുന്നുണ്ട്. ജാതികളുടെ കീഴാള/മേലാള ബന്ധങ്ങൾക്കിട യിൽ അത്തരമൊരു സാദ്ധ്യത ചരിത്രം അനുവദിക്കുന്നില്ല. സ്വാഭാവി കമായും അതിന് ചെന്താരശ്ശേരിതന്നെ വേണ്ടി വന്നു. തകർക്കപ്പെട്ട ദലിത് മുന്നേറ്റങ്ങളുടെ ഇടർച്ച പുനഃസ്ഥാപിക്കപ്പെട്ടു ഇടങ്ങിയൊരു ചരിത്ര സന്ദർഭത്തിലാണ് വിസ്മൃതനാക്കപ്പെട്ട അയ്യങ്കാളിയുടെ ജീവ ചരിത്രം 1979 ൽ ചെന്താരശ്ശേരി രചിച്ചത്. അപ്പോഴേക്കും അയ്യങ്കാളി വേർപിരിഞ്ഞിട്ട് നാലു പതിറ്റാണ്ടോളം പിന്നിട്ടിരുന്നു. തൊള്ളായിര ത്തി എൺപതുകൾക്കുശേഷമുള്ള കേരളത്തിലെ ദലിത് പ്രവർത്തന മണ്ഡലത്തെ രൂപപ്പെടുത്തുന്നതിൽ അലിഖിതാവസ്ഥയിൽനിന്ന് ലിഖിതാവസ്ഥയിലേക്ക് ചെന്താരശ്ശേരി ഉയർത്തിക്കൊണ്ടുവന്ന അയ്യങ്കാളി നൽകിയ ഉൾക്കാഴ്ചയും പ്രചോദനവും പോരാട്ടവീര്യവും സുപ്രധാന പങ്കുവഹിക്കുകയുണ്ടായി. വിദ്യാഭ്യാസാവകാശത്തിനും ഭൂമിക്കും തൊഴിലിനും വേണ്ടി പ്രജാസഭയിൽ വാദിക്കുന്ന അയ്യങ്കാ ളിയേക്കാൾ ദലിതരെ പ്രചോദിപ്പിച്ചത് ഇത്തരം അവകാശങ്ങൾക്ക വേണ്ടി ജനകീയ പോരാട്ടങ്ങളിലൂടെ കടന്നുപോയ അയ്യങ്കാളിയാണ്. അയ്യങ്കാളിയെ ജ്ഞാനികളുടെ വംശാവലിയിൽ അടയാളപ്പെടുത്തുവാ നുള്ള കൊച്ചിന്റെ വ്യഗ്രത തള്ളിക്കളയുന്നത് കേരളത്തിലെ ദലിത്

പൊതുമണ്ഡലത്തെ രൂപപ്പെടുത്തിയ പോരാട്ടമുഖത്തെയാണ്; പ്രാ
യോഗികരംഗത്തെയാണ്.

ചെന്താരശ്ശേരിയുടെയും എൻ.കെ. ജോസിന്റെയും അയ്യങ്കാളിയെ
വിവിധ രീതികളിലാണ് കേരളത്തിലെ ദലിത് നേതാക്കൾ വായി
ച്ചെടുത്തത്. അയ്യങ്കാളിയുടെ തുടർച്ചയിൽ കേരളത്തിലെ ദലിത്
പ്രസ്ഥാനത്തെ പുനരാവിഷ്കരിക്കുന്നതിന് നേതൃത്വം നല്കിയ കല്ലറസു
കുമാരനെയും പോൾചിറക്കരോടിനെയും പോലുള്ളവർക്ക് അയ്യങ്കാളി
ഒരു കലാപകാരിയായിരുന്നു. അയ്യങ്കാളിയെ ഒരു 'വൈയക്തിക പ്ര
തിഭ'യായിട്ടാണ് കെ.കെ.എസ്.ദാസ് അവതരിപ്പിച്ചതെന്ന് കൊച്ച്
പറയുമ്പോൾ ദലിതരെ കാർഷിക ജനതയായും അയ്യങ്കാളിയെ
കാർഷികവിപ്ലവകാരിയായും അദ്വൈതത്തിന്റെ പ്രതിരോധമായും
അവതരിപ്പിക്കുന്ന ദാസുമുണ്ട്. കെ. അംബ്യജാക്ഷനെപ്പോലെ ചിലർ
'ലോകതൊഴിലാളി വർഗ വിപ്ലവനേതാവായ മഹാത്മ അയ്യങ്കാളി'
യെന്നാണ് അദ്ദേഹത്തെ വിശേഷിപ്പിക്കുന്നത്. ഒക്ടോബർ വിപ്ല
വത്തിനുമുമ്പ് അയ്യങ്കാളി തിരുവിതാംകൂറിൽ കാർഷിക വിപ്ലവം
നടത്തിയെന്ന് അവർ വിശദീകരിക്കുന്നു.

ഏകീകൃതമായൊരു സമീപനമായിരുന്നില്ല അയ്യങ്കാളി ആവിഷ്കാ
രത്തിനായി ദലിതർ സ്വീകരിച്ചതെങ്കിലും ഒരുകാര്യത്തിൽ അവർ
ഏകാഭിപ്രായക്കാരനായിരുന്നു; അയ്യങ്കാളി ഒരു പോരാളിയായിരു
ന്നുവെന്ന കാര്യത്തിൽ. അയ്യങ്കാളിയുടെ ജീവിതാവിഷ്ടാരത്തിനായി
അടയാളപ്പെടുത്തപ്പെട്ട മുദ്രകൾ എന്തതന്നെയായാലും മറ്റൊരു സമൂ
ഹത്തിന്റെ സൃഷ്ടിക്കായി വ്യവസ്ഥപോലെ അന്യാദൃശ്യമായൊര
അധികാര സംവിധാനത്തിനെതിരായ പോരാട്ടത്തിനാണ് അയ്യ
ങ്കാളി നേതൃത്വം നൽകിയത്. ഹൈന്ദവ ധർമ്മമെന്നത് ജാതികൾ
കൊണ്ട് നിർമ്മിക്കപ്പെട്ട ഈ സാമൂഹ്യ സംവിധാനത്തെ സംരക്ഷി
ക്കുകയെന്നതായിരുന്നു. ജാതി നിയമങ്ങൾ സംരക്ഷിക്കുകയെന്നത്
ഓരോ ജാതിയുടെയും ധർമ്മമായിരിക്കെ, നിയമങ്ങൾ ലംഘിക്കുന്ന
ദലിതരെ വരുതിയിൽ നിർത്തുകയെന്നത് ദലിതേതരരായ മുഴുവൻ
ജാതികളുടെയും ബാദ്ധ്യതയായിരുന്നു. അതുകൊണ്ടാണ് നായന്മാരും
ഈഴവരും മാത്രമല്ല, സുറിയാനി ക്രിസ്ത്യാനികളും മുസ്ലീങ്ങളുമെല്ലാം
ദലിതരുടെ മറുപക്ഷമായി അയ്യങ്കാളിയുടെ ജീവചരിത്രങ്ങളിൽ പ്രത്യ
ക്ഷപ്പെടുന്നത്. ബുദ്ധനെയും ശ്രീനാരായണഗുരുവിനെയും പോലുള്ള
ജ്ഞാനികളെ മുൻനിർത്തി, കൊച്ച് സ്വപ്നം കാണുന്നതുപോലെ,

തികച്ചും സൗമ്യവും ഭാവാത്മകവുമായ ഭാഷയിലും രീതിയിലുമാണ് അയ്യങ്കാളി ഇതിനെ നേരിട്ടതെന്ന പറയുവാൻ വർണ്ണ/ജാതി വ്യവസ്ഥയുടെ ഹിംസാത്മകത തിരിച്ചറയുന്ന ആർക്കും കഴിയില്ല. ജാതി നിയമങ്ങളുടെ ലംഘനവുമായി ബന്ധപ്പെട്ട് രൂപപ്പെടുന്ന സംഘർഷങ്ങൾ(ജാതിത്തല്ലുകൾ) നടക്കാത്ത ഏതെങ്കിലുമൊരു നാല്ലവല നവോത്ഥാനാനന്തര കേരളത്തിലുണ്ടെന്ന് സമ്മതിക്ക വാൻ കൊച്ചിന്റെ അനുഭവജ്ഞാനം പോലും സമ്മതിക്കുമെന്ന തോന്നുന്നില്ല. അലിഖിതമായൊരു ചരിത്രയാഥാർത്ഥ്യമാണിത്. അവിടെയെല്ലാം ദലിതർക്ക് പ്രചോദനമായത് പൊതു ഇടങ്ങളിലെ പ്രവേശനത്തിനായി പൊരുതിയ അയ്യങ്കാളിയായിരുന്നു. നാരായ ണഗുരു സഞ്ചരിച്ച വഴിപോലും ദലിതർക്ക് വിലക്കപ്പെട്ടപ്പോൾ അയ്യങ്കാളി സഞ്ചരിച്ച വഴികൾ എല്ലാ മനുഷ്യർക്കുമായി തുറക്കപ്പെ ടുകയായിരുന്നു.

'മഹാത്മ രാജരാജശ്രീ അയ്യങ്കാളി'യെന്ന ബ്രാഹ്മണ്യ പരിവേഷവും കലാപം, ലഹള, വിപ്ലവം തുടങ്ങിയ പരികല്പനകളും ഒഴിവാക്കിയാണ് അയ്യങ്കാളിയെ വായിച്ചതെങ്കിലും ജാതിവിവേച നങ്ങളും ഉച്ചനീചത്വങ്ങളും അതിക്രമങ്ങളും ഇടരുന്നൊരു സമൂഹ ത്തിൽ അടിച്ചാൽ തിരിച്ചടിക്കുന്ന അയ്യങ്കാളിയെയാണ് എന്നെ പ്പോലുള്ളവരും വ്യക്തി ജീവിതത്തിലും സാമൂഹ്യജീവിതത്തിലും പാഠവത്കരിച്ചത്. മനുഷ്യാന്തസിന്റെ വീണ്ടെടുക്കലായിരുന്ന അത്. അയ്യങ്കാളി പ്രസ്ഥാനത്തിന്റെ തകർച്ചയെ കേരളത്തിലെ ദലിതർ മറികടന്നത് ബഹുമുഖമായ സംഘടനാപ്രവർത്തനങ്ങളിലൂടെയും എണ്ണമറ്റ സമരങ്ങളിലൂടെയും ത്യാഗപൂർണ്ണമായ പ്രവർത്തങ്ങളിലൂ ടെയുമാണ്. ഈ പോരാട്ടമുഖത്തു നിന്നാണ് സവിശേഷമായൊരു ദലിത് ആശയമണ്ഡലം ഉയർന്ന വന്നത്. ഈ ലേഖകൻ 1992-ൽ രചിച്ച 'അയ്യങ്കാളിയുടെ ജീവിതവും ദൗത്യവും' എന്ന ലേഖനത്തിൽ 'അയ്യങ്കാളി പ്രസ്ഥാനത്തിന്റെ ആത്മാവ് സ്വാഭിമാന ബോധമാ യിരുന്നുവെന്നും, അതിന്റെ പോരായ്മ ജാതിമതാതീതമായൊരു സ്വത്വബോധത്തിൽ ദലിതരെ സമന്വയിപ്പിക്കാനുള്ള പ്രത്യയശാസ്ത്ര സമീപനത്തിന്റെ അഭാവമായിരുന്ന' വെന്നം നിരീക്ഷിക്കുന്നുണ്ട്. ദലിത് ഐക്യത്തിന്റെയും പോരാട്ടത്തിന്റെയും പ്രതീകമായിട്ടാണ് എന്നെപ്പോലുള്ളവർ പിന്നീട് അയ്യങ്കാളിയെ വ്യാഖ്യാനിക്കവാൻ ശ്രമിച്ചത്. ദലിത് സമുദായിക നിർമ്മിതിയുടെ പ്രത്യയശാസ്ത്ര

കേന്ദ്രമായി വ്യാഖ്യാനിക്കപ്പെട്ടതും അയ്യങ്കാളിയുടെ പ്രവർത്തനങ്ങ
ളാണ് (അയ്യങ്കാളിയുടെ ലോകവീക്ഷണം. ദലിത് ഐക്യസമിതി
ബുള്ളറ്റിൻ ലക്കം 5 2001 ആഗസ്റ്റ്).

ദലിത് ഐക്യവുമായി ബന്ധപ്പെട്ടൊരു ലേഖനത്തിൽ (ദലിത്
ഐക്യം പ്രശ്നങ്ങളും സമീപനവും) 1999-ൽ കെ.കെ.കൊച്ച് സാധുജ
നപരിപാലന സംഘത്തെ വിലയിരുത്തിയത് മതവിരുദ്ധമായൊരു
പ്രസ്ഥാനമായിട്ടാണ്. അതിന്റെ നേതാവായിരുന്ന അയ്യങ്കാളിയെ
യാണ് ബുദ്ധനെയും ശ്രീനാരായണഗുരുവിനെയും പോലെ ഒരു ജ്ഞാ
നിയാക്കി അവതരിപ്പിക്കുവാൻ ഇപ്പോൾ അദ്ദേഹം ശ്രമിക്കുന്നത്.
നാരായണഗുരുവിനെപ്പോലുള്ള സന്യാസികളുടെ വംശാവലിയിൽ
അയ്യങ്കാളിക്കുമൊരിടം നേടുവാൻ ശ്രമിക്കുമ്പോൾ മൗലികമായും
വ്യത്യസ്തമായ രണ്ട് ആശയ ലോകങ്ങളുടെ സംയോജനത്തിന്റെ
പ്രശ്നമാണ് അദ്ദേഹം ഉന്നയിക്കുന്നത്. ചട്ടമ്പിസ്വാമിയേയും ശ്രീനാ
രായണഗുരുവിനെയും പോലുള്ള നവോത്ഥാനകാലജ്ഞാനികൾ
ആവിഷ്കരിക്കപ്പെട്ടുന്നത് ബ്രാഹ്മണ്യ ജ്ഞാനവ്യവസ്ഥക്കുള്ളിലാണ്.
ശുഭാനന്ദ ഗുരുവിനെപ്പോലുള്ള ചിലർ ഈ ഗണത്തിൽ ദലിതർക്കി
ടയിലുമുണ്ടായിരുന്നു. അതുതന്നെയായിരുന്നു അവരുടെ സാമൂഹ്യ
വിമർശനങ്ങളുടെ പരിമിതിയും. വ്യാഖ്യാനങ്ങളും പുനർവ്യാഖ്യാനങ്ങ
ളുമായി പരിപാലിക്കപ്പെടേണ്ട ഒരു സാമൂഹ്യ സമ്പ്രദായത്തിന്റെ ഭാഗ
മായിരുന്നു അവർ. അതിന്റെ നിർമ്മാണതത്വങ്ങളെ മുറിവേല്പിക്കാ
തിരിക്കുവാൻ അവർ ജാഗ്രത പുലർത്തിയെന്ന മാത്രമല്ല, അവരുടെ
പുനരാവിഷ്കാരമായിരുന്നു അവരുടെ ജീവിതദൗത്യം. രോഗത്തെയല്ല
രോഗലക്ഷണങ്ങളെയാണ് ഈ ഭിഷഗ്വരന്മാർ ചികിത്സാവിധേ
യമാക്കിയത്. അതുകൊണ്ടാണ് സതി നിർത്തിലാക്കിയിട്ട് രണ്ട്
നൂറ്റാണ്ടാകാറായിട്ടും സ്ത്രീ പീഡനങ്ങൾക്ക് അറുതി വരുത്തുവാൻ
ഇന്ത്യക്ക് കഴിയാതെ പോയത്. അയിത്തം ഇല്ലാതാക്കിയിട്ടും ജാതി
പീഡനങ്ങൾ തുടരുന്നത്.

തികച്ചും വ്യത്യസ്തമായ ഒരറിവ് വ്യവസ്ഥയിൽ നിന്ന് തന്റെ
സ്വാതന്ത്ര്യത്തിന്റെ പ്രൗഢിയെക്കുറിച്ചും പരിമിതികളെക്കുറിച്ചമു
ള്ള തിരിച്ചറിവുകളോടെ ബ്രാഹ്മണ്യജ്ഞാനവ്യവസ്ഥക്കെതിരായ
പോരാട്ടവുമായി മുന്നോട്ടവന്ന അയ്യങ്കാളിയുടെ ജീവിത ദൗത്യം
മറ്റൊന്നായിരുന്നു. അയ്യങ്കാളി എന്തു പറഞ്ഞുവെന്ന് രേഖപ്പെട്ട
ത്താതെ പോകുമ്പോഴും എന്തുചെയ്തുവെന്ന് രേഖപ്പെടുത്തപ്പെട്ടിട്ടുണ്ട്.

ജീവചരിത്രകാരന്മാർ അതിന നല്ലന്ന പൊടിപ്പും തൊങ്ങലും ഒഴി
വാക്കിയാൽ അതിനള്ളിൽ അവശേഷിക്കുന്നത് അയ്യങ്കാളിയുടെ
അജണ്ടകളും ആശയങ്ങളുമാണ്. വില്ലുവണ്ടിയാത്ര അത്തരമൊരു
അജണ്ടയായിരുന്നു. സഞ്ചാരസ്വാതന്ത്യം എന്ന മഹത്തായ
ആശയമാണ് അതിൽ നിന്ന് രൂപം കൊള്ളുന്നത്. അക്ഷരത്തിന
വേണ്ടിയുള്ള പടയോട്ടം. മറ്റൊരജണ്ടയായിരുന്ന ദലിതരുടെ രാജ്യാ
ധികാരത്തെക്കുറിച്ചുള്ള മറ്റൊരാശയം അത് മുന്നോട്ടുകൊണ്ടവന്നു.
ഈഴവർ ചരിത്രത്തിൽ ഇടം നേടിയത് ജാതി നിയമങ്ങൾ ലംഘിച്ച
കൊണ്ടല്ല, ശ്രീ നാരായണഗുരുവിനെ ജ്ഞാനരൂപമാക്കിയും എസ്.
എൻ.ഡി.പി പ്രസ്ഥാനത്തെ പരിഷ്കരണ വേദിയാക്കിയുമാണെന്ന്
നിരീക്ഷിക്കുന്ന കൊച്ച് അയ്യങ്കാളിയിലൂടെ ദലിതർ നടത്തിയ
ചരിത്ര പ്രവേശനം നിസ്സാരവത്കരിക്കുകയാണ്. ജാതി നിയമങ്ങൾ
ലംഘിച്ചുകൊണ്ടാരംഭിച്ച സാമൂഹ്യ ഇടപെടലുകൾ അയ്യങ്കാളിയെ
പ്രജാസഭയിലെത്തിച്ചപ്പോൾ, ബഹിഷ്കൃതരായൊരു ജനതയുടെ
അധികാരപ്രവേശനത്തിന്റെ ഇടർച്ച മാത്രമല്ല, അതിനെ പിന്തുടരു
ന്ന ഒരു പ്രക്രിയക്കും ആരംഭംകുറിക്കുന്നുണ്ട്. സാധുജനപരിപാലന
സംഘത്തെ നിലനിർത്തുവാനും തന്റെ ജനതയെ ഒരു സമുദായമായി
മാറ്റുവാനും അയ്യങ്കാളിക്ക് കഴിയാതെ പോകുമ്പോഴും, അധികാരത്തെ
പിന്തുടരുന്ന ഒരു ജനതയായി അവരെ മാറ്റുവാൻ കഴിഞ്ഞതുകൊ
ണ്ടാണ് ദലിതർ ചരിത്രത്തിൽ ഇടം നേടിയത്.

നിലവില്ലുള്ള സാമൂഹ്യവ്യവസ്ഥയെ തകിടം മറിക്കുന്നതിന്
നേതൃത്വം നല്കുന്നൊരാൾ വ്യവസ്ഥാപിതമായൊരു സമൂഹത്തിന
ള്ളിൽ സ്വാഭാവികമായും അടയാളപ്പെടുത്തുക കലാപകാരിയെ
ന്നതന്നെയാണ്. നാരായണഗുരുവിനെപ്പോലുള്ള ജ്ഞാനികൾ
എത്രമഹത്തായ തത്വങ്ങൾ ആവിഷ്കരിച്ചിട്ടുണ്ടെന്ന പറഞ്ഞാലും
അവയെല്ലാം വ്യവസ്ഥയുടെ ഇരുട്ടറകളിൽ പൊലിഞ്ഞു പോകുന്ന
വയാണ്. ബ്രാഹ്മണ്യ ജ്ഞാന വ്യവസ്ഥക്കെതിരെ കേരളത്തിൽ
ഒരു കലാപം നടക്കുന്നത് അയ്യങ്കാളിയുടെ നേതൃത്വത്തിലായിരു
ന്നവെന്നത് വർണ്ണ/ ജാതി വ്യവസ്ഥയുടെ ചരിത്രമറിയുന്ന ഏതൊരു
ദലിതനും അഭിമാനകരമായൊരു കാര്യമാണ്. അയ്യങ്കാളി തന്റെ
ജനത്തിൽ നിന്ന് വീണ്ടെടുക്കുകയും പകർന്ന നൽകുകയും ചെയ്ത
ഈ അഭിമാനബോധത്തെ സ്ഥാപനവത്കരിക്കുവാൻ ശ്രമിച്ചവ
രാണ് അദ്ദേഹത്തെ ഒരു കലാപകാരിയാക്കി ഉയർത്തിക്കാട്ടിയത്.

അക്ഷരത്തിന്റെ അധീശലോകം സ്വന്തമാക്കുന്നതിനായിരുന്ന ഈ കലാപം ഊന്നിയിരിക്കുന്നത് എന്നത് മനുഷ്യചരിത്രത്തിൽ തന്നെ ഒരപൂർവ്വസംഭവമാണ്. അയ്യങ്കാളിയെപ്പോലെ അക്ഷരത്തെ പ്രണയിക്കുകയും അതിനായി സമർപ്പിത ജീവിതം നയിക്കുകയും ചെയ്ത മറ്റൊരു നിരക്ഷരനെ ചരിത്രത്തിൽ കാണാനിടയില്ല. പ്രോ മിത്തിയ്യൂസിന് അഗ്നിപോലെയായിരുന്ന അയ്യങ്കാളിക്ക് അക്ഷരം. വായ്മൊഴികളിലും കേട്ടറിവുകളിലും കുടുങ്ങി ചരിത്രമില്ലാതെപോയ തന്റെ പൂർവ്വികരുടെ മറവിയുടെ കാലത്തെ ജയിക്കുകയെന്ന മഹാ സ്വപ്നമായിരുന്നു അതിന്റെ പ്രേരണ. അപ്പോൾ അയ്യങ്കാളി ലഹള ക്കാരനല്ലെന്ന് സ്ഥാപിക്കേണ്ടത് ആരുടെ താല്പര്യമാണ്?

ടി.എ. മാത്യൂസ് എഴുതിയ 'ആചാര്യ അയ്യങ്കാളി' എന്ന കൃതിയുടെ ആമുഖത്തിൽ ബ്രാഹ്മണ്യ സൈദ്ധാന്തികനായ പി. പരമേശ്വരൻ സനാതന ധർമ്മത്തെ പുനരുദ്ധരിക്കുവാൻവേണ്ടി അനിവാര്യമായി അവതരിപ്പിച്ച ആചാര്യത്രയത്തിൽ ഒരാളായിട്ടാണ് അയ്യങ്കാളിയെ അടയാളപ്പെടുത്തുന്നത്. അയ്യങ്കാളി ആചാര്യൻ എന്ന് സാധാരണ വിശേഷിപ്പിക്കാറില്ല എന്ന് സൂചിപ്പിച്ചുകൊണ്ട്. ആചാര്യസ്ഥാനം ഗുരുക്കന്മാർക്ക്‌ – പൊതുവെ ആത്മീയതലത്തിലുള്ളവർക്ക് വിധി ച്ചിട്ടുള്ളതാണെന്ന് ചൂണ്ടിക്കാട്ടി, ചട്ടമ്പിസ്വാമി, ശ്രീനാരായണഗുരു എന്നീ ആചാര്യന്മാരോടൊപ്പം കേരളത്തിന്റെ സാമൂഹ്യരംഗത്ത് വിപ്ലവകരമായ മാറ്റങ്ങൾ വരുത്തുവാൻ ജീവിതം ഉഴിഞ്ഞുവെച്ച് പ്രവർത്തിച്ചുകൊണ്ടും സമൂഹത്തിൽ നിന്ന് മാറിനിന്ന് തത്ത്വോ പദേശങ്ങൾ നല്കി തൃപ്തിപ്പെടാതെ കർമ്മരംഗത്ത് കാല്ഉറച്ച് താൻ പറഞ്ഞ കാര്യങ്ങൾ ആയിരം പ്രതി ആചരിച്ചുകാണിച്ചതു കൊണ്ടും വിലക്ഷണമായി തോന്നാമെങ്കിലും ആചാര്യപദവിക്ക് അയ്യങ്കാളി അർഹനാണെന്നാണ് പരമേശ്വരൻ പറയുന്നത്. 'ദുരവസ്ഥ' യെന്ന തന്റെ പ്രശസ്തമായ കൃതിയെ കുമാരനാശാൻ 'വിലക്ഷണകാവ്യ' മായി വിശേഷിപ്പിച്ചിട്ടുണ്ടെന്നതാണ് ഇതിന് ന്യായീകരണം. അങ്ങനെ ചട്ടമ്പിസ്വാമിയേയും ശ്രീനാരായണ ഗുരുവിനെയും പോലുള്ള ലക്ഷ ണമൊത്ത ആചാര്യന്മാർക്കു താഴെ, ലക്ഷണം കെട്ട ഒരാചാര്യനെന്ന നിലയിൽ പരമേശ്വരൻ അയ്യങ്കാളിക്കൊരു സ്ഥാനം നല്കി. ജാതി വാദികളായ ദലിതരുടെ സാമാന്യ ബോധത്തെ ഇത് ഇക്കിളിപ്പെ ടുത്തുമെങ്കിലും അയ്യങ്കാളി ഉയർത്തിക്കൊണ്ടുവന്ന മനുഷ്യാന്തസിനു നേരെയുള്ള കൈയ്യേറ്റമാണിത്. പി. പരമേശ്വരൻ അയ്യങ്കാളിയെ

അപമാനിക്കുകയാണ്. സനാതനികളുടെ വിലക്ഷണനായ അയ്യ
ങ്കാളി ആചാര്യനിൽ നിന്ന് കെ.കെ. കൊച്ചിന്റെ ജ്ഞാനിയായ
അയ്യങ്കാളിയിലേക്ക് ഇനി എത്ര ദൂരമെന്നേ അറിയേണ്ടതുള്ളൂ.

നിശ്ചിതമായൊരു ചരിത്രസന്ദർഭത്തിൽ ഒരു ചരിത്രനായകൻ
വ്യാഖ്യാനിക്കപ്പെടുന്നത് വ്യാഖ്യാതാക്കളുടെ താല്പര്യങ്ങൾക്കുള്ളി
ലാണ്. അയ്യങ്കാളിയുടെ പിന്നാലെ വന്നവർ ജീവിച്ചിരിക്കമ്പോൾ
ത്തന്നെ അദ്ദേഹത്തെ കൈവെടിഞ്ഞ് ജാതികളെ മാറോട്ട ചേർ
ത്തപ്പോൾ അയ്യങ്കാളി അവഹേളിതനാക്കപ്പെട്ടവെന്നമാത്രമല്ല,
വിസ്മൃതനാക്കപ്പെടുകയും ചെയ്തു. 'മഹാത്മ അയ്യങ്കാളി' (കുന്നുകുഴി
എസ്.മണി, പി.എസ്, അനിരുദ്ധൻ) എന്ന കൃതിയിൽ 'സാധുജന
പരിപാലന സംഘത്തിൽ നിന്ന് വേറിട്ടൊരു സംഘടന രൂപീകരി
ക്കുന്നത് അംഗീകരിക്കുവാൻ തനിക്ക് കഴിയില്ലെന്ന് മരുമകനായ
ടി.ടി. കേശവൻ ശാസ്ത്രിയോട് ഇറന്നുപറയേണ്ടിവന്നു'വെന്ന്
രേഖപ്പെടുത്തപ്പെട്ട, അയ്യങ്കാളിയുണ്ട്. എന്നാൽ തൊട്ടുപിന്നാലെ
ജീവചരിത്രകാരന്മാർ പറയുന്നത് 'പുലയർ മഹാസഭ രൂപീകരണം
അന്നത്തെ കാലഘട്ടത്തിൽ അവശ്യഘടകമായിരുന്നു' വെന്നാണ്.
ജീവിച്ചിരിക്കമ്പോൾ തന്നെ അയ്യങ്കാളിയുടെ ശബ്ദം കാലഹരണപ്പെ
ട്ടിരുന്നുവെന്ന വിലയിരുത്തലാണിത്. സാധുജനപരിപാലന സംഘ
ത്തിന്റെ നേതാവെന്നതിനേക്കാൾ ഹിന്ദുപുലയരുടെ നേതാവായി
അയ്യങ്കാളിയെ ചിത്രീകരിക്കുവാൻ വെമ്പുന്ന പല രചനകളുമുണ്ട്.
ഗാന്ധിയുടെ 'പുലയരാജാവി'ന്റെ വ്യാഖ്യാനങ്ങളാണിവ.

വിദ്യാഭ്യാസവകാശത്തിനായി നടത്തപ്പെട്ട പോരാട്ടത്തിന്റെ
ഭാഗമായിട്ടാണ് അയ്യങ്കാളി കാർഷികപണിമുടക്ക് പ്രഖ്യാപിച്ചതെ
ന്നറിയാമായിരുന്നിട്ടും കാർഷിക വിപ്ലവത്തിന്റെ ചിന്താധാരയിൽ
നില്ക്കുന്നവർക്ക് അയ്യങ്കാളി കാർഷിക വിപ്ലവ നേതാവാണ്. 'അയ്യങ്കാ
ളിയും കേരള നവോത്ഥാനവും' (നേതാജി സാമൂഹ്യ-സാംസ്കാരിക
പഠനകേന്ദ്രം) എന്ന പഠനകൃതിയിൽ അതിന്റെ രചയിതാക്കൾ
'കേരളത്തിലെ ആദ്യത്തെ തൊഴിലാളി നേതാവായി'ട്ടാണ് അദ്ദേ
ഹത്തെ വിലയിരുത്തുന്നത്. ചെന്താരശ്ശേരിയടക്കമുള്ള മുൻ ജീവച
രിത്രകാരന്മാരെ അനുഗമിക്കുക മാത്രമാണ് ഇവർ ചെയ്യുന്നത്. പി.
പരമേശ്വരൻ തന്നെ അയ്യങ്കാളിയെ ആചാര്യത്രയത്തിൽ ഉൾപ്പെടു
ത്തുന്നത് കേരളം ഇന്നും നാമമാത്രമായെങ്കിലും ഒരു ഹിന്ദു ഭൂരിപക്ഷ
സംസ്ഥാനമായി നില നില്ക്കുന്നവെങ്കിൽ അതിന്റെ ശ്രേയസ്

അയ്യങ്കാളിക്കുകൂടി അവകാശപ്പെട്ടതാണെന്ന രാഷ്ട്രീയ വിലയിരു
ത്തലിന്റെ അടിസ്ഥാനത്തിലാണ്. 'ഭ്രാന്താലയമായിരുന്ന കേരളം
തീർത്ഥാലയമായി മാറിയത് ഐതിഹാസികമായ ക്ഷേത്രപ്രവേശന
വിളംബരത്തിലൂടെയാണെന്നും, ആ മഹത് വിപ്ലവം കാണുവാൻ
അയ്യങ്കാളി ജീവിച്ചിരുന്നുവെന്നത് ആഹ്ലാദകരമാണെ'ന്നുമാണ്
അദ്ദേഹം പറയുന്നത്.

എന്നാൽ ചട്ടമ്പിസ്വാമിയെയോ ശ്രീനാരായണഗുരുവിനേയോ
പോലെ താത്ത്വികമായോ പ്രായോഗികമായോ സനാതനധർമ്മ
ങ്ങളുടെ ഉപാസകനോ ഹിന്ദുമത സേവകനോ ആയിരുന്ന അയ്യ
ങ്കാളി എന്നത് ഹിന്ദുത്വ വാദികളുടെ പുതിയൊരു കെട്ടുകഥയാണ്;
അസംബന്ധമാണ്. അയ്യങ്കാളിയെ കാവിയുടുപ്പിക്കുവാനുള്ള
നവബ്രാഹ്മണ്യതന്ത്രമാണിത്. ഒരു ഹിന്ദുരാജ്യമായിരുന്ന തിരുവി
താംകൂറിൽ വർണ്ണ/ ജാതി സമ്പ്രദായത്തിനെതിരെ ദലിതരുയർ
ത്തിയ ആദ്യത്തെ കലാപം ക്രൈസ്തവ മതാരോഹണമായിരുന്നു.
അതിന്റെ തീക്ഷ്ണതയിൽ വിറങ്ങലിച്ചു നില്ലന്ന ഒരു ഭരണക്കൂടമായി
രുന്ന അയ്യങ്കാളിയുടെ മുന്നില്ലുണ്ടായിരുന്നത്. നിരന്തരമായ ജാതി
സംഘർഷങ്ങൾക്കിടയില്ലും അതിന്റെ നേതൃത്വമായിരുന്ന അയ്യങ്കാ
ളിക്കെതിരെ നിയമനടപടികൾ സ്വീകരിക്കുവാൻ ഭരണക്കൂടം തയ്യാ
റാകാതിരുന്നത് മതപരിവർത്തനമുയർത്തിയ വെല്ലുവിളിയായിരുന്നു.
ജാതിഹിംസകളിൽ നിന്ന് രക്ഷനേടുവാൻ തന്റെ സഹോദരങ്ങൾ
കണ്ടെത്തിയ മാർഗം അപര്യാപ്തമായിരുന്നുവെന്ന തിരിച്ചറിവാണ്
അയ്യങ്കാളിയെ മതപരിവർത്തനത്തിനെതിരെ ചിന്തിപ്പിച്ചത്. ദലിത്
പ്രശ്നങ്ങളുടെ പരിഹാരമായി ഏതെങ്കില്ലമൊരു മതത്തെ അദ്ദേഹം
കണ്ടില്ല. അയിത്താചരണത്തിനെതിരായ പ്രവർത്തനങ്ങളിൽ
ഏർപ്പെട്ടിരുന്ന തന്റെ മാതൃസഹോദരീപുത്രനായ വി.ജെ. തോമസ്
വാദ്ധ്യരെപ്പൊല്ലള്ളവരെ ഒപ്പം നിർത്തിയാണ് അയ്യങ്കാളി 'സാധു
ജനപരിപാലനസംഘ' ത്തിന് രൂപം നല്ലിയത്. അയ്യങ്കാളിയുടെ
മതസമീപനത്തിന്റെ സൂചനയാണിത്. ഇത് തിരിച്ചറിയാതെ,
മതപരിവർത്തനത്തെ എതിർക്കുന്ന അയ്യങ്കാളി ക്രൈസ്തവ മിഷന
റിമാരെ പിന്തടരുന്നവർക്ക് അനഭിമതനാവുകയും മതപരിവർത്ത
നത്തിനെതിരായ കുരിശ്ശുയുദ്ധവുമായി മുന്നോട്ടവന്ന ചട്ടമ്പിസ്വാമി
യേയും സദാനന്ദസ്വാമിയേയും പിന്തടർന്നവർക്ക് സ്വീകാര്യനാവു
കയും ചെയ്യുന്നത് സ്വാഭാവികമായിരുന്നു. ഗാന്ധിയുടെ വെങ്ങാനൂർ

യാത്രക്കുപോല്യം മറ്റൊരർത്ഥമുണ്ടായിരുന്നില്ല. എന്നാൽ തങ്ങളുടെ ചട്ടുകമായി അയ്യങ്കാളിയെ വ്യാഖ്യാനിക്കുവാനും കാവിയുടുപ്പിക്കാൻ മുള്ള പരമേശ്വരനെപ്പോല്യുള്ളവരുടെ ശ്രമങ്ങളെ ചരിത്രയാഥാർത്ഥ്യ ങ്ങൾ പ്രഹസനമാക്കി മാറ്റുന്നുണ്ട്.

അയ്യങ്കാളിയുടെ മതസമീപനത്തിന്റെ ആഴം മനസിലാക്ക വാൻ തന്നോടൊപ്പം പ്രജാസഭയിലേക്ക് അദ്ദേഹം കണ്ടെത്തിയ സാമുദായിക പ്രാതിനിധ്യത്തിൽ മത്തായി ആശാനെയും ചരതൻ സോളമനെയും പാമ്പാടി ജോൺ ജോസഫിനെയും പോല്യുള്ള പരിവർത്തിത ക്രൈസ്തവരും ഉണ്ടായിരുന്നുവെന്ന വസ്തുത മാത്രം മതിയാകും. പ്രജാസഭയിലെ തന്റെ അവസാനത്തെ പ്രസംഗത്തിൽ (1936 മാർച്ച് 18)പോല്യം കോളേജ് വിദ്യാഭ്യാസത്തിന് തന്റെ സമു ദായത്തിൽ നിന്ന് അഞ്ചുപേർക്കെങ്കിലും ആനുകൂല്യം നല്ലണമെന്ന് ആവശ്യപ്പെട്ടുന്ന അയ്യങ്കാളി, റോസ്ഹെന്റി എന്ന പരിവർത്തിത ക്രൈസ്തവ വിദ്യാർത്ഥിനിക്ക് ആനുകൂല്യം നല്ലണമെന്ന് പ്രത്യേ കമായി ആവശ്യപ്പെട്ടുന്നുമുണ്ട്. അയ്യങ്കാളി ഒരു മതത്തിന്റെയും വക്താവായിരുന്നില്ലെന്നും, ദലിതരെ ഒരു സമുദായമായി കാണുന്ന മനോഭാവമാണ് അദ്ദേഹത്തിന് ഉണ്ടായിരുന്നതെന്നുമാണ് ഇത് വ്യക്തമാക്കുന്നത്.

ഗാന്ധിയും ഇ.വി. രാമസ്വാമി നായ്ക്കരും, ശ്രീനാരായണഗുര വും ടി.കെ മാധവനും, മന്നത്തുപത്മനാഭനുമെല്ലാം പങ്കാളിത്തം വഹിച്ചുളും ഭ്രാന്താലയത്തെ തീർത്ഥാലയമാക്കി മാറ്റിയതെന്ന് പരമേശ്വരനെപ്പോളള്ളവർ വിശേഷിപ്പിക്കുന്നതുമായ ക്ഷേത്ര പ്രവേശനസമരത്തിനെതിരെ പുറം തിരിഞ്ഞു നിന്നൊരാൾ കേര ളത്തിലുണ്ടെങ്കിൽ അത് അയ്യങ്കാളിയായിരുന്നു. നവബ്രാഹ്മണ്യ മാനവികവാദത്തിന്റെ കാപട്യം തുറന്നുകാണിക്കുവാൻ കഴിഞ്ഞത് അയ്യങ്കാളിക്കുമാത്രമായിരുന്നു. തന്റെ ജനതയ്ക്ക് നിഷേധിക്കപ്പെട്ട ഇടങ്ങൾക്കുവേണ്ടി അയ്യങ്കാളി വാദിക്കുമ്പോൾ അതിൽ ആരാധനാ ലയങ്ങൾ ഉണ്ടായിരുന്നില്ല. മുഴുവൻ മനുഷ്യർക്കും പ്രവേശിക്കാവുന്ന ഇടങ്ങൾ മാത്രമാണുണ്ടായിരുന്നത്. മറ്റ് നവോത്ഥാന നായകരിൽ നിന്ന് അയ്യങ്കാളിയെ വ്യത്യസ്തനാക്കുന്നതും ഇതു തന്നെയായിരുന്നു. ക്രൈസ്തവമതപരിവർത്തനത്തെ തടയുന്നതിനും, സനാതനധർമ്മങ്ങ ളുടെ അനിവാര്യമായ അന്ത്യത്തെ ചെറുക്കുന്നതിനുമായി നവബ്രാ ഫണിസ്റ്റുകൾ കണ്ടെത്തിയ ഒരു രാഷ്ട്രീയ തന്ത്രം മാത്രമായിരുന്ന

ക്ഷേത്രപ്രവേശന സമരം. ആരാധനാലയങ്ങൾ ഉണ്ടാക്കുവാൻ മണ്ണും മരവുമാണ് അയ്യങ്കാളി പ്രജാസഭയിൽ ആവശ്യപ്പെട്ടത്. എന്നാൽ അതൊന്നും അയ്യങ്കാളിയുടെ മുഖ്യ അജണ്ടയായിരുന്നില്ല.

കേരളത്തിലെ ദലിതർ നേരിട്ടന്ന വർത്തമാന കാല പ്രതിസ ന്ധികളെക്കുറിച്ച് ചർച്ച ചെയ്യുന്നതിനു പകരം, അവർ വലിയൊരു മുന്നേറ്റത്തിലാണെന്ന കൃത്രിമ ബോധത്തിൽ നിന്ന്, അയ്യങ്കാളിയെ ഒരു ലഹളക്കാരനായി കാണാതെ ജ്ഞാനിയായി കണ്ടിരുന്നുവെ ങ്കിൽ ദലിതർ ഈഴവരോടൊപ്പമെത്തുമായിരുന്നുവെന്ന കാല്പനിക സ്വപ്നത്തിലാണ് കൊച്ച്. വിചിത്രമായൊരുകാര്യം ലഹളക്കാരനായ അയ്യങ്കാളിയെ ഇല്ലായ്മ ചെയ്യുകയും ജ്ഞാനിയായ അയ്യങ്കാളിയെ അപനിർമ്മിക്കുവാൻ കഴിയാതെ പോവുകയും ചെയ്യുവെന്നതാണ്. എന്തിനായിരുന്നു ഈ പാഴ്ശ്രമമെന്ന് കൊച്ച് തന്നെയാണ് വ്യക്ത മാക്കേണ്ടത്.

●

പരിഷ്കരണങ്ങളും പൊളിച്ചെഴുത്തുകളും

എം. ആര്‍. രേണു കുമാര്‍, രേഖാരാജ്

കേരളത്തിലെ ദളിതരെ സംബന്ധിച്ചിടത്തോളം അവരുടെ ചെറുത്തുനില്‍പ്പിന്റെ ഭൂമിക ഉര്‍വ്വരമാകുന്നത് അയ്യങ്കാളിയുടെ നേതൃത്വത്തില്‍ അവര്‍ സാമൂഹ്യ പ്രശ്നങ്ങളില്‍ ഇടപ്പെട്ടു തുടങ്ങുന്നത് മുതല്‍ക്കാണ്. പത്തൊമ്പതാം നൂറ്റാണ്ടിന്റെ ഉത്തരാര്‍ദ്ധത്തില്‍ പൊട്ടിപ്പുറപ്പെടുകയും, ഇരുപതാം നൂറ്റാണ്ടി ന്റെ ഇടക്കത്തില്‍ രൂപം കൊള്ളുകയും, തുടര്‍ന്ന് കേരളത്തിന്റെ സാമൂഹിക ബന്ധങ്ങളില്‍ കാതലായ മാറ്റങ്ങള്‍ വരുത്തുകയും ചെയ്ത പരിഷ്കരണ പ്രസ്ഥാനങ്ങളില്‍ നിന്ന് തികച്ചും വ്യത്യസ്തമായിരുന്ന അയ്യങ്കാളിയുടെ സാമൂഹ്യ പ്രസ്ഥാനം. ഇതര സാമൂഹ്യ പരിഷ്കരണ പ്രസ്ഥാനങ്ങള്‍ പ്രധാനമായും തങ്ങളുടെ പ്രവര്‍ത്തനമേഖല ജാതി -മതനവീകരണങ്ങളില്‍ തളച്ചിട്ടപ്പോള്‍ അയ്യങ്കാളി പ്രസ്ഥാനം അതിനപ്പുറത്തേക്ക് വളരുകയും സാമൂഹിക ബന്ധങ്ങളില്‍ വന്‍തോ തിലുള്ള അഴിച്ചപണികള്‍ക്ക് കളമൊരുക്കയും ചെയ്ത. പക്ഷേ ഒരു പ്രത്യേക ഘട്ടംവരെ മാത്രമേ അയ്യങ്കാളി പ്രസ്ഥാനത്തിന് സാമൂഹിക ഇടപെടലുകളില്‍ ഒരു ചാലക ശക്തമായി വര്‍ത്തിക്കാന്‍ കഴിഞ്ഞ ള്ളൂ. എന്തുകൊണ്ടാണ് ഇങ്ങനെ സംഭവിക്കുന്നത്? ഇതര സാമൂഹ്യ പരിഷ്കരണ പ്രസ്ഥാനങ്ങള്‍ക്ക് സ്വാതന്ത്ര്യാനന്തര കേരള സമൂഹ ത്തിന്റെ മാറിയ സാമൂഹിക രാഷ്ട്രീയ പരിസരങ്ങള്‍ക്കനുസരണമായി തങ്ങളുടെ പ്രസ്ഥാനങ്ങളെ പുനര്‍നിര്‍വ്വചിക്കാന്‍ കഴിഞ്ഞപ്പോള്‍

എന്തുകൊണ്ടാണ് അയ്യങ്കാളി പ്രസ്ഥാനത്തിന്റെ ഇടപെടലുകൾ ദുർ ബലമായത്? എങ്ങനെയാണ് പരിഷ്കരണത്തിന്റെയും, ജാതി വിരുദ്ധ പോരാട്ടങ്ങളുടെയും മേഖലയിൽ ഇതര സാമൂഹ്യ പ്രസ്ഥാനങ്ങളിൽ നിന്നും വേറിട്ടു നിൽക്കുന്നത്? എങ്ങനെയാണ് ആധുനിക കേരള ത്തിലെ ദളിത് സമൂഹത്തിന്റെ പ്രതിസന്ധികളെയും, ആവശ്യങ്ങളെ യും ഉൾക്കൊള്ളാനാവാതെ അറം പറ്റിയത് തുടങ്ങിയ വിശകലനങ്ങ ളും വിചാരങ്ങളുമാണ് ഞങ്ങൾ ഈ ലേഖനത്തിലൂടെ വിശദമാക്കാൻ ശ്രമിക്കുന്നത്.

സാമൂഹ്യ ഇടപെടലുകളിലെ വ്യത്യസ്ത ധാരകൾ

ഇന്ത്യയിൽ സാമൂഹ്യ പരിഷ്കരണത്തിന്റെ രാസത്വരമായി വർത്തിച്ച പശ്ചാത്യ സമൂഹത്തിന്റെ മേൽക്കൈയിൽ നടപ്പിലാക്കിയ ഇംഗ്ലീഷ് വിദ്യാഭ്യാസ സമ്പ്രദായമായിരുന്നു. സാമൂഹ്യപരിഷ്കരണ വാദത്തിന്റെ വേരുകൾ കൂടുതൽ, ആഴത്തിൽ ഓടിയിരിക്കുന്നത് 'കൊളോണിയൽ മോഡേണിറ്റി'യിലാണ്. ദേശീയ സാമൂഹ്യ പരിഷ്കർത്താക്കളായി അറിയപ്പെടുന്ന രാജാറാം മോഹൻ റോയ്, രാമകൃഷ്ണ പരമഹംസൻ, ദയാനന്ദ സരസ്വതി, വിവേകാനന്ദൻ, തിലകൻ, ഗോഖലെ ഇടങ്ങിയവരൊക്കെ മേൽപറഞ്ഞ രീതിയിൽ അറിവ് സമ്പാദിച്ച് സ്വയം പരിഷ്കതരായവരാണ്. മതം, രാഷ്ട്രീയം, സാഹിത്യം സാമൂഹ്യപരിഷ്കരണം തുടങ്ങിയ മേഖലകളിൽ മാറിയ ചിന്താപദ്ധതികളുമായി ഇടപെടുന്നുണ്ടെങ്കിലും ഇവർ ഒരിക്കലും ജാതിബദ്ധമായ ഇന്ത്യൻ സാമൂഹ്യാവസ്ഥയെ എതിർത്തിരുന്നില്ല. മറിച്ച്, ഹിന്ദുമത പുനരുത്ഥാനത്തിനും, സമുദായ പരിഷ്കരണത്തിനും വേണ്ടിയാണ് പ്രവർത്തിച്ചത്. പലരും ഹിന്ദു കുടുംബങ്ങളിലെ ദുരാചാ രങ്ങളെയും അനുഷ്ഠാനങ്ങളെയും മാത്രമായിരുന്നു എതിർത്തിരുന്നത്.

തിലകനെപ്പോലുള്ളവർക്ക് സാമൂഹ്യ പരിഷ്കരണത്തെക്കുറിച്ച ുള്ള സംസാരം പോലും അസഹനീയമായിരുന്നു. അത് ജനങ്ങളെ വിഭജിക്കുമെന്നും, ദേശീയ പ്രസ്ഥാനത്തിന് ക്ഷതമേൽപ്പിക്കുമെന്നും അദ്ദേഹം വിശ്വസിച്ചിരുന്നു. പരിഷ്കരണവാദികളായിരിക്കെ തന്നെ ഇവരിൽ പലരും ചാതുർവർണ്യത്തിലും, ബ്രാഹ്മണമേധാവിത്വത്തി ലും അടിയുറച്ച് വിശ്വസിച്ചിരുന്നു.[1] സാമൂഹ്യ പരിഷ്കരണത്തിന്റെ ഒരു ധാര പുനരുത്ഥാനവാദമായി മാറുന്നുണ്ടെങ്കിലും ജ്യോതി ബാഫുലെ (1827-90) യെ പോലുള്ളവർ ബ്രഹ്മണ മേധാവിത്വത്തിനും

ജാതിമർദ്ദനങ്ങൾക്കമെതിരെ കലാപമുയർത്തിക്കൊണ്ട് (സത്യശോ
ധക് പ്രസ്ഥാനം) ഇക്കാലത്ത് മാഹാരാഷ്ടയിൽ പരിഷ്കരണരംഗത്ത്
ഇടപെട്ടന്നുണ്ട്. താണ ജാതിക്കാരുടെ അടിമമനോഭവത്തിന
കാരണം മതഗ്രന്ഥങ്ങളും പുരാണങ്ങളുമാകയാൽ അവയുടെ അടി
സ്ഥാനത്തിൽ രൂപമെടുത്ത എല്ലാ മതങ്ങളും നിരാകരിക്കപ്പെടേണ്ട
താണെന്ന് ഫുലെ വാദിച്ചു.

ഇന്ത്യൻ സവർണ മനസിനെ വിളറിപിടിപ്പിക്കകയും ദളിത്
മുന്നേറ്റങ്ങൾക്ക് ഭൗതികാടിത്തറ ഒരുക്കകയും ചെയ്ത ഫുലെയെ
ക്കുറിച്ച് അംബേദ്ക്കർ ഇപ്രകാരം പറയുന്നു. താഴ്ന്ന വർഗ്ഗക്കാരായ
ഹിന്ദുക്കളെ ഉയർന്ന വർഗങ്ങളോട് അവർക്കുള്ള അടിമത്തത്തെപ്പറ്റി
ബോധവാൻമാരാക്കകയും, ഇന്ത്യയ്ക്ക് വിദേശഭരണത്തിൽ നിന്നുള്ള
സ്വാതന്ത്ര്യത്തേക്കാൾ മർമ്മ പ്രധാനമായ ആവശ്യം സാമൂഹ്യ ജനാ
ധിപത്യമാണെന്ന സുവിശേഷം പ്രസംഗിക്കകയും ചെയ്ത ദേഹവും,
ആധുനിക ഇന്ത്യയിലെ ഏറ്റവും മഹാനായ ശൂദ്രനമായിരുന്ന
മഹാത്മ ജ്യോതി ബാഫുലെ[2].

ഫുലെയുടെ പ്രസ്ഥാനത്തിന്റെ ഗണത്തിൽപ്പെടുത്താവുന്ന മറ്റൊരു
മുന്നേറ്റം പിന്നീട് ഉണ്ടാകുന്നത് തമിഴ്നാട്ടിൽ ഈ വി. രാമസ്വാമി
പെരിയോരുടെ നേതൃത്വത്തിലാണ്. ഈ.വി. ആറിന്റെ ദ്രാവിഡ
പ്രസ്ഥാനത്തിന് സാമൂഹ്യ പരിഷ്കാരങ്ങൾക്കൊപ്പം ജാതി വിരുദ്ധ
പോരാട്ടങ്ങളിലും അണിചേരാൻ കഴിയുന്നുണ്ട്. പൂർണമായിട്ടല്ലെങ്കി
ലും വലിയൊരളവിൽ സത്യശേധക് പ്രസ്ഥാനത്തിന്റെയും, ദ്രാവിഡ
പ്രസ്ഥാനത്തിന്റേയും ഇടപെടലുകളുടെ സ്വഭാവം കേരളത്തിലെ
ശ്രീനാരായണ പ്രസ്ഥാനം വഹിക്കുന്നുണ്ട്. കന്യാകുമാരി കേന്ദ്രമാ
ക്കി പ്രവർത്തിച്ചിരുന്ന വൈകുണ്ഠസ്വാമികളുടെ (1809-51) സാമൂഹ്യ
പരിഷ്കരണ ശ്രമങ്ങളെയും ഇതേ ധാരയിൽപ്പെടുത്താവുന്നതാണ്.

ഇതേ കാലഘട്ടത്തിൽ തന്നെ ദേശീയ തലത്തിൽ നടക്കുന്ന
സാമൂഹ്യ പരിഷ്കരണ ശ്രമങ്ങളുടെ കേരളീയ മാതൃകകൾ പ്രവർത്തന
നിരതമാകുന്നുണ്ട്. കേരളത്തിലും പ്രധാനമായി രണ്ട് ധാരകളാണ്
സാമൂഹ്യ പരിഷ്കരണ രംഗത്ത് സജീവ ഇടപെടലുകൾ തുടർന്ന
പോന്നത്. ഒന്നാമത്തേത് ജാതി-മത പരിഷ്കരണ പ്രവർത്തനങ്ങളിൽ
ശ്രദ്ധ കേന്ദ്രീകരിച്ചപ്പോൾ രണ്ടാമത്തേത് ജാതി വിരുദ്ധതയില്ന്നി
യാണ് പ്രവർത്തനങ്ങളെ ചിട്ടപ്പെടുത്തിയത്. പക്ഷേ രണ്ടാമത്തെ
ധാരയിൽ നിന്ന് പ്രചോദനമുൾക്കൊണ്ടുകൊണ്ട്, സാമൂഹിക

ബന്ധങ്ങളിൽ സമൂലമായ പൊളിച്ചെഴുത്തുകൾ ആവശ്യപ്പെട്ടുകൊ
ണ്ട്, മൂന്നാമതായി ഒരു ദളിത് ധാരയും കേരളത്തിൽ ശക്തിപ്രാപിക്ക
ന്നുണ്ട്. ഇതിൽ പ്രധാനപ്പെട്ടവ അയ്യങ്കാളിയുടെ 'സാധുജനപരിപാല
സംഘ'വും, പൊയ്ക്കയിൽ യോഹന്നാന്റെ 'പ്രത്യക്ഷ രക്ഷാദൈവ
സഭ'യുമാണ്. ദളിത് സാമൂഹ്യപോരാട്ടങ്ങൾക്ക് തനതായ സംഭാവ
നകൾ നൽകിയ മറ്റു രണ്ടുപേർ പാമ്പാടി ജോൺ ജോസഫും കെ.പി.
കറുപ്പനുമാണ്.

പരിഷ്കരണത്തിന്റെ ഒന്നാമത്തെ ധാരയിൽപ്പെട്ടത്താവുന്ന
പ്രസ്ഥാനങ്ങളിൽ ചിലവ 'നമ്പൂതിരി യോഗക്ഷേമസഭ'യും 'ഉണ്ണി
നമ്പൂതിരി പ്രസ്ഥാന'വും, നായർ സർവ്വീസ് സൊസൈറ്റിയുമാണ്.
1908-ൽ ഉടലെടുത്ത നമ്പൂതിരി യോഗക്ഷേമസഭയും തുടർന്നുണ്ടായ
ഉണ്ണിനമ്പൂതിരി പ്രസ്ഥാനവും സ്വസമുദായത്തിനുള്ളിൽ സ്ത്രീകൾ
അനുഭവിക്കുന്ന പ്രശ്നങ്ങൾ അവതരിപ്പിച്ചുകൊണ്ടാണ് രംഗത്ത്
വരുന്നത്. ബഹുഭാര്യാ സമ്പ്രദായത്തെ എതിർക്കുക, വിധവാപുനർവി
വാഹത്തെ പ്രോത്സാഹിപ്പിക്കുക തുടങ്ങിയ പ്രവർത്തനങ്ങൾക്കാണ്
പ്രധാനമായും ഊന്നൽ കൊടുത്തത്. വി.ടി. ഭട്ടതിരിപ്പാട്, ഇ.എം.
ശങ്കരൻ നമ്പൂതിരിപ്പാട് തുടങ്ങിയവർ ഈ പ്രസ്ഥാനങ്ങളിലൂടെ
സാമൂഹ്യരംഗത്തേക്ക് വന്നവരിൽ പ്രധാനികളാണ്. പക്ഷേ ഈ
സംഘടനകൾക്കൊന്നും സ്വസമുദായത്തിന് പുറത്ത് കത്തിക്കാളി
നിന്നിരുന്ന അയിത്തം, ജാതിമർദ്ദനം തുടങ്ങിയ പ്രശ്നങ്ങളിലേക്കൊ
ന്നും ഇറങ്ങിച്ചെല്ലാൻ കഴിഞ്ഞിരുന്നില്ല.

പത്തൊമ്പതാം നൂറ്റാണ്ടിന്റെ അവസാനത്തിലാണ് മാതൃദായ
ക്രമത്തേയും, സംബന്ധ സമ്പ്രദായത്തെയും മറ്റും വിമർശിച്ചുകൊണ്ട്
നായന്മാർ സാമൂഹ്യരംഗത്ത് ചലനങ്ങൾ സൃഷ്ടിക്കുന്നത്. ഇവരിൽ പ്ര
ധാനികളായിരുന്ന സി.വി. രാമൻപിള്ളയും[3] സി.കൃഷ്ണൻ പിള്ളയും
സ്ഥാപിച്ച കേരളീയ നായർ സമാജമാണ് പിന്നീട് മന്നത്ത് പദ്മ
നാഭന്റെ മുൻകൈയ്യിൽ നായർ സർവ്വീസ് സൊസൈറ്റി(1914)യായി
പരിണമിക്കുന്നത്. സാമൂഹ്യ ഇടപെടലുകളുടെ ഒരു ഘട്ടത്തിലും
സ്വസമുദായത്തിന്റെ താൽപര്യങ്ങൾക്കപ്പുറത്തേക്ക് നീളുന്ന ജാതി
വിരുദ്ധതയോ ബ്രാഹ്മണ മേധാവിത്വ വിരുദ്ധതയോ ഭരണകൂടവി
രുദ്ധതയോ എൻ.എസ്.എസ് മുന്നോട്ട വെയ്ക്കുന്നതായി നാം കാണു
ന്നില്ല. മറിച്ച് നയതന്ത്രപരവും സൗഹാർദ്ദപരവുമായ സമീപനമാണ്
സാമൂഹ്യപരിഷ്കരണത്തിനും സ്വസമുദായ ഏകീകരണത്തിനും

വേണ്ടിയുള്ള പരിശ്രമങ്ങൾ ഇവർ അനുവർത്തിച്ച് പോന്നത്. ഒപ്പം സ്വയം പരിഷ്കരിക്കപ്പെടാനും തങ്ങളുടെ സാംസ്കാരിക തനി മകൾക്ക് മേൽക്കൈ നേടാനും ഇവർ ശ്രമിക്കുന്നുണ്ട്. ഇതുവഴി മറ്റ് സാംസ്കാരിക ചിഹ്നങ്ങളെയും വൈവിധ്യങ്ങളേയും പിന്തള്ളി ക്കൊണ്ട് ജീവിതത്തിന്റെ സമസ്ത മേഖലകളിലും പിൽക്കാലത്ത് ഒരു നായർവത്കരണതരംഗം തന്നെ അഴിച്ച വിടാൻ ഇവരുടെ ഇടപെടലുകൾക്ക് കഴിഞ്ഞു.

സാമൂഹ്യ പരിഷ്കരണ രംഗത്തെ രണ്ടാമത്തെ ധാരയിൽപെട്ട ശ്രീനാരായണപ്രസ്ഥാനം പൊതുവിൽ ബ്രാഹ്മണ സവർണ മേധാ വിത്വത്തിനെതിരെയും ജാതി മേൽക്കോയ്മക്കെതിരെയും കലാപം ഉയർത്തുന്നുണ്ടെങ്കിലും, അതിന്റെ ഏറിയ പങ്കും പ്രവർത്തനങ്ങൾ നടക്കുന്നത് ചിട്ടതെറ്റാതെയുള്ള ഹിന്ദുമതക്രമത്തിനുള്ളിൽ നിന്ന കൊണ്ടാണ്. ശ്രീനാരായണ ഗുരുവിന്റെ ദർശനങ്ങൾ ഒരേ സമയം പരിഷ്കരണത്തിന്റെയും പാരമ്പര്യങ്ങളുടെ സംരക്ഷണത്തിന്റെയും മേഖലയിൽ സ്വധീനം ചെലുത്തുന്നുണ്ട്.

ഡോ. തോമസ് ഐസക്കിന്റെയും, പി.കെ. മൈക്കിൾ തരകന്റെ യും അഭിപ്രായത്തിൽ, ഈഴവ സാമൂഹിക പരിഷ്കരണപ്രസ്ഥാനം പ്രധാനമായും രണ്ട് ദിശകളിലാണ് അതിന്റെ പ്രവർത്തനങ്ങളെ കേന്ദ്രീകരിച്ചിരുന്നത്. ഒന്നാമതായി ബാല വിവാഹം തിരണ്ടുകുളി കല്യാണം ഉടങ്ങിയ അനാചാരങ്ങളെ നിർത്താലാക്കുകയും മരണാ നന്തര ചടങ്ങുകൾ പോലുള്ള അനുഷ്ഠാനങ്ങളെ പരിഷ്കരിക്കുകയും ചെയ്യുക. രണ്ടാമതായി, ഈഴവരുടെ ജാതിയമായ പിന്നോക്കാവസ്ഥ യുടെ സാമൂഹിക-രാഷ്ട്രീയ കാരണങ്ങളെ തിരിച്ചറിഞ്ഞ് ചെറുക്കുക[4]. ഈഴവ പ്രസ്ഥാനത്തിന്റെ സാധ്യതയെ അടിസ്ഥാനപരമായി തിരിച്ചറിഞ്ഞതും അതിന്റെ ഇടപെടലുകൾക്ക് സ്വായത്തമാക്കി യതും സമുദായത്തിലെ ഉപരിവർഗഘടകമായിരുന്നെന്ന് ഇവർ പറയുന്നു. പത്തൊമ്പതാംനൂറ്റാണ്ടിന്റെ അവസാന കാലത്തു തന്നെ, സംസ്കൃത പണ്ഡിതന്മാരും, ആയുർവേദ വൈദ്യന്മാരും കച്ചവടക്കാ രും ഉൾപ്പെടെ ഒരു ഉപരിവർഗം ഈഴവർക്കിടയിൽ ഉണ്ടായിരു ന്നെന്ന് അലക്സ് ജോർജ്ജും[5] രേഖപ്പെടുത്തുന്നുണ്ട്. പ്രസ്ഥാനത്തിന്റെ ആദ്യകാല പ്രവർത്തനങ്ങളിൽ ഭൂരിഭാഗവും ജാതിക്കുള്ളിലെ പരിഷ്ക രണങ്ങളുമായി ബന്ധപ്പെട്ടാണ് മുന്നോട്ട് പോയിരുന്നതെന്നും, എല്ലാ പരിഷ്കരണശ്രമങ്ങളിലും വലിയൊരളവിൽ ഹിന്ദുമത സ്വാധീനം

ഉൾച്ചേർന്നിരുന്നെന്നും ഇദ്ദേഹം അഭിപ്രായപ്പെടുന്നുണ്ട്.

ശ്രീനാരായണപ്രസ്ഥാനം കേരളത്തിൽ വേരുപിടിക്കുന്ന കാല ത്തുതന്നെയാണ് മിശ്രഭോജനം, മിശ്രവിവാഹം തുടങ്ങിയ പരി പാടികകളുമായി സഹോദരൻ അയ്യപ്പൻ സാമൂഹിക-സാംസ്കാരിക രംഗത്ത് ഇടപെട്ടു തുടങ്ങുന്നത്. ശ്രീനാരായണ പ്രസ്ഥാനത്തേക്കാളും ഏലെയുടേയും, ഈ വി ആറിന്റെയും പ്രസ്ഥാനങ്ങളോട് അടുത്തു നിൽക്കുന്നത് അയ്യപ്പന്റെ സഹോദരസംഘമാണ്. സാമൂഹിക പരിഷ്കർത്താക്കളിൽ പലരും മേലാള ജാതികളിൽ നിന്നുള്ള വിവേ ചനങ്ങളിൽ വ്യാപൃതരായിരുന്നപ്പോൾ അയ്യപ്പൻ മറിച്ചായിരുന്നു. തീണ്ടലും തൊട്ടുകൂടായ്മയും മാറ്റണമെന്നുണ്ടെങ്കിൽ ഈഴവർ തങ്ങ ളേക്കൾ താണവരുമായി സാത്മ്യം പ്രാപിക്കണമെന്ന് അയ്യപ്പൻ പറഞ്ഞു[6]. ജാതി നിലനിർത്തിക്കൊണ്ട് വ്യത്യാസങ്ങൾ ഇല്ലാതാ ക്കാൻ ശ്രമിക്കുന്നത് രോഗം മാറാതെ വേദനമാറ്റാൻ നോക്കുന്നതു പോലുള്ള പാഴ്ഘേലയായിരിക്കുമെന്നുള്ള[7] അയ്യപ്പന്റെ പ്രസ്താവന ജാതി പരിഷ്കരണത്തിന്റെയും, മതപുനരുത്ഥാനത്തിന്റെയും വ്യർത്ഥത യിലേക്കാണ് വിരൽച്ചൂണ്ടുന്നത്. സമൂഹത്തെ ഉടച്ചവാർക്കണമെങ്കിൽ ചിന്താമണ്ഡലത്തിൽ ഒരഴിച്ചപണി ആവശ്യമാണെന്നു കരുതിയ ചുരുക്കം സാമൂഹ്യപരിഷ്കർത്താക്കളിൽ പ്രഥമ ഗണനീയനായിരുന്നു, സഹോദരൻ അയ്യപ്പൻ.

മേൽപ്രസ്താവിച്ച രണ്ടു ധാരകളിലും നിന്ന് വ്യത്യസ്തതകൾ പുലർ ത്തിക്കൊണ്ടാണ് ദളിതുകളുടെ സാമൂഹ്യ പ്രസ്ഥാനങ്ങൾ രൂപപ്പെട്ട ന്നതും അവയുടെ പ്രവർത്തന സ്വഭാവം നിർണയിക്കുന്നതും. എങ്കിലും മുൻകാലങ്ങളിൽ നടന്ന ദളിത്- ദളിതേതര ഇടപെടലുകൾ ദളിത് സാമൂഹ്യപ്രസ്ഥാനങ്ങളെ കാര്യമായിത്തന്നെ സ്വാധീനിച്ചിട്ടുള്ള തായി കരുതാവുന്നതാണ്. അലക്സ് ജോർജ്ജ്[8] ഇത്തരം സ്വാധീനങ്ങൾ പ്രധാനമായും നാലെണ്ണമായിരുന്നുവെന്ന് അഭിപ്രായപ്പെടുന്നുണ്ട്. ഒന്ന്- ക്രിസ്തു മതത്തിലേക്ക് പരിവർത്തനം ചെയ്യപ്പെട്ട നാടാർ സ്ത്രീകൾ നയിച്ച മാറുമറയ്ക്കൽ സമരം, രണ്ട് ഈഴവരുടെ സാമൂഹ്യ പരിഷ്കരണ പ്രസ്ഥാനം, മൂന്ന്- തിരുവിതാംകൂർ സർക്കാർ സർവ്വീസു കളിലെ പരദേശി ബ്രാഹ്മണരുടെ അധീശത്വത്തിനെതിരെ സമർപ്പി ക്കപ്പെട്ട മലയാളി മെമ്മോറിയൽ, നാല്- സർക്കാർ സർവ്വീസുകളിൽ ഈഴവർക്കും പ്രവേശനം നൽകണമെന്നും, ഈഴവക്കുട്ടികളെ സ്കൂളിൽ പ്രവേശിപ്പിക്കണമെന്നും ആവശ്യപ്പെട്ടുകൊണ്ട് സമർപ്പിക്കപ്പെട്ട

ഈഴവ മെമ്മോറിയൽ. നാടാർ, നായന്മാർ, ഈഴവർ തുടങ്ങിയവ
രുടെ പ്രസ്ഥാനം നൽക്കണമെങ്ങൾ പുലയരുടെ പ്രസ്ഥാനങ്ങളെ
സ്വാധീനിച്ചിട്ടുണ്ടെങ്കിലും അത് ഈഴവ പ്രസ്ഥാനത്തിന്റെ ഒരു
പൊട്ടിമുളപ്പ് ആയിരുന്നില്ലെന്ന് അലക്സ് ജോർജ് കൂട്ടിച്ചേർക്കുന്നു
ണ്ട്. ഇത്തരമൊരു പശ്ചാത്തലത്തിലായിരുന്ന തിരുവിതാംകൂറിൽ
അയ്യങ്കാളിയുടെ നേതൃത്വത്തിൽ ദളിതുകൾ സംഘടിച്ച തുടങ്ങുന്നതും
പ്രസ്ഥാനമായി രൂപപ്പെട്ടുന്നതും.

അധസ്ഥിതരുടെ മോചനമാണ് തന്റെ ജീവിതകർത്തവ്യമെന്ന്
ഉദ്ഘോഷിച്ചുകൊണ്ട് പൊതുജന മധ്യത്തിലേക്കിറങ്ങിയ വൈകുണ്ഠ
സ്വാമികളും[9], ശ്രീനാരായണ ഗുരുവിന്റെയും, ചട്ടമ്പിസ്വാമികളുടെയും
ആത്മീയഗുരുവെന്ന് പറയപ്പെടുന്ന അയ്യാവു സ്വാമികളും[10] അയ്യ
ങ്കാളി പ്രസ്ഥാനത്തെ വിവിധതലത്തിൽ സ്വാധീനിച്ചിട്ടുള്ളതായി
കാണുന്നു. അയ്യൻകാളിയുടെ സാമൂഹ്യ ഇടപെടലുകളെ തുടക്കത്തിൽ
സ്വാധീനിച്ചവരിൽ ഇനിയൊരാൾ സദാനന്ദസ്വാമികളാണ്[11]. അയി
ത്തജാതിക്കാർക്കിടയിലെ മതപരിവർത്തനത്തെ നിയന്ത്രിക്കുന്ന
തിനുവേണ്ടി ജാതി ഹിന്ദുക്കളാൽ നിയുക്തനായ വ്യക്തിയായിരുന്ന
സദാനന്ദസ്വാമി. ആദ്യകാലത്ത് ഇദ്ദേഹത്തിന്റെ ബ്രഹ്മനിഷ്ഠ മഠം
സംഘത്തിൽ ആകൃഷ്ണനായിരുന്നെങ്കിലും, ആത്മീയകാര്യങ്ങൾക്ക്
ഒരിക്കല്ലും സാമൂഹിക-സാമ്പത്തിക പ്രശ്നങ്ങളുമായി പൊരുത്തപ്പെ
ടാൻ കഴിയാതിരുന്നതുകൊണ്ട് അയ്യങ്കാളി ആ വഴി ഉപേക്ഷിക്കുക
യാണുണ്ടായത്. തുടർന്ന് തന്റെ അനുയായികളുമൊത്ത് ക്രിസ്തുമതത്തി
ലേക്ക് മാർഗം കൂടിയവരുമായി ചേർന്ന് ഒരു അയിത്തചാര വിരുദ്ധ
പ്രസ്ഥാനത്തിന് രൂപം കൊടുക്കുകയും ചെയ്തു.[12] ഇതാണ് പിന്നീട്
സാധുജനപരിപാലന സംഘമായി (1907) പരിണമിക്കുന്നത്.

അയ്യങ്കാളി പ്രസ്ഥാനവും ദളിത് ഇടപെടലുകളും.

അയ്യങ്കാളി പ്രസ്ഥാനത്തെ ചരിത്രപരമായ ഒരനിവാര്യതയായി
കാണുന്നതിൽ തെറ്റുണ്ടെന്ന് തോന്നുന്നില്ല. ഈ അനിവാര്യതയ്ക്കു
കളമൊരിക്കിയതും ആക്കം കൂട്ടിയതും പ്രധാനമായും മൂന്ന് സവിശേ
ഷതകളായിരുന്നു. ഒന്ന് സാമൂഹിക അനാചാരങ്ങളും സാമ്പത്തിക
അസമത്വങ്ങളും ജാതി മർദ്ദങ്ങളും ഉൾച്ചേർന്ന സാമൂഹ്യഘടന പ്ര
സരിപ്പിക്കുന്ന സമ്മർദ്ദം. രണ്ട് - പാശ്ചാത്യ സമൂഹം ഭരണകൂടത്തി
ലൂടെയും മിഷണറി പ്രവർത്തനത്തിലൂടെയും ദലിതർക്ക് ഇറന്നുതന്ന

ഇടം(ടുമരല). മൂന്ന്- ഇതര സമൂഹ്യപരിഷ്ക്കരണപ്രസ്ഥാനങ്ങൾക്ക് ഉൾക്കൊള്ളാനാവാതെ പോയ ദളിത് സ്വത്വപ്രശ്നങ്ങളുടെ സങ്കീർണ്ണതയും, സ്വയം പെട്ടിപ്പറപ്പെടാനുള്ള[13] അതിന്റെ ശേഷിയുടെ പാകപ്പെടലും. അനിവാര്യതയുടെ ആന്തരികവും ബാഹ്യവുമായ തലങ്ങൾ ഇതൊക്കെയായിരിക്കെ പ്രസ്ഥാനത്തിന്റെ പ്രായോഗിക പ്രവർത്തനങ്ങളും നിലപാടുകളും എന്തൊക്കെയായിരുന്നെന്നും, അതിന്റെ അനന്തര ഗതിയും ഫലവും എന്തായിരുന്നെന്നും അന്വേ ഷിക്കേണ്ടതുണ്ട്.

തിരുവിതാംകൂറിൽ പ്രധാനമായും അയ്യൻകാളിയുടെ നേതൃ ത്വത്തിലാണ് ഒരു പ്രസ്ഥാനമെന്ന നിലയിൽ ദളിതുകളുടെ ചെറു ത്തുനിൽപിന് രൂപവും ഭാവവും കൈവരുന്നത്. ജാതി ഹിന്ദുക്കൾ വച്ചുപുലർത്തുന്ന അയിത്താചാരങ്ങളിലും തീണ്ടിക്കൂടായ്മയിലും പെട്ട് ദുരിതപ്പെടുന്ന സ്വസമുദായത്തിന്റെ മോചകനാകേണ്ടത് തന്റെ ജന്മലക്ഷ്യമാണെന്ന ബോധ്യം ചെറുപ്പത്തിലേ അയ്യങ്കാളിയിൽ ഉൾച്ചേർന്നിരുന്നു. അഭിമാനക്ഷതവും നീതി നിഷേധവും ചേർന്ന് കശക്കിയ ജീവിതാനുഭവമാണ് ഓരോ അയിത്ത ജാതിക്കാരന്റെ തെന്നും അതിനെ വരുംതലമുറയ്ക്കായി ഗുണപരമായി ഉപയോഗി ക്കേണ്ടതാണെന്നും ചെറുപ്പത്തിൽ തന്നെ മനസിലാക്കാനുള്ള ക്രാന്തദർശിത്വവും അയ്യങ്കാളിക്കുണ്ടായിരുന്നു.

പ്രസ്ഥാനത്തിന്റെ ആരംഭകാലത്ത് അധീശത്വത്തോടുള്ള ഇടച്ചി ലുകൾക്കൊപ്പം ശുചിത്വം, അച്ചടക്കം, സന്മാർഗ്ഗനിഷ്ഠ തുടങ്ങിയ പരി ഷ്ക്കരണ പ്രവർത്തനങ്ങളേയും ഉൾക്കൊള്ളിക്കുന്നുണ്ടെങ്കിലും, വളരെ വേഗത്തിൽ തന്നെ പ്രസ്ഥാനം അതിന്റെ ശ്രദ്ധയെ സഞ്ചാര സ്വാത ന്ത്ര്യം, വിദ്യാഭ്യാസാവകാശം തുടങ്ങിയ അടിസ്ഥാന സൗകര്യങ്ങൾ നേടിയെടുക്കുന്നതിലേക്ക് കേന്ദ്രീകരിക്കുന്നുണ്ട്. അത് കാർഷിക മേഖലയെ സ്തംഭിപ്പിച്ചുകൊണ്ട് പണിമുടക്ക സമരത്തിലേക്കും തുടരു ന്നുണ്ട്. സാമൂഹ്യാസമത്വങ്ങളുടെ മിടുപ്പുകളെ തൊട്ടറിഞ്ഞു കൊണ്ട് നടത്തിയ ഇത്തരം ഇടപെടലുകളില്ലൂടെയാണ് അയ്യങ്കാളിയുടേയും കൂട്ടാളികളുടേയും പ്രവർത്തനങ്ങൾക്ക് ഒരു പ്രസ്ഥാനമെന്നനില യിൽ ഏകീകൃതമാകാനും ശക്തിപ്പെടാനും കഴിഞ്ഞത്. ഈ കാല യളവിലാണ് അയ്യങ്കാളിയെന്ന സാമൂഹ്യപരിഷ്കർത്താവിന്റെയും നിഷേധചിന്തകന്റെയും ചട്ടലമായ നീക്കങ്ങളെ നാം കൂടുതലായി കാണുന്നത്. ചെറുത്തുനിൽപിന് മാനസികവും, ധിഷണാപരവുമായ

തലത്തിനപ്പുറം കായികമായൊരു തലം കൂടി ആവശ്യമാണെന്ന് കാലേക്കൂട്ടി മനസിലാക്കാനും അതിനെ വേണ്ട സമയത്ത് ഫലപ്ര ദമായി ഉപയോഗിച്ച് കാണിക്കാനും അയ്യങ്കാളിക്കു കഴിയുന്നുണ്ട്. അയ്യങ്കാളിപ്പടയുടെ ഇടപെടലുകൾ ഇതിനുദാഹരണമാണ്. ഈ പടയുടെ കായികമായ സാമർത്ഥ്യം വില്ലവണ്ടിയാത്രയുടെയും, പണിമുടക്കു സമരത്തിന്റെയും മറ്റും വിജയങ്ങളിൽ അനൽപമായ പങ്കുവഹിച്ചിട്ടുണ്ട്.

അടിമ ജാതികളെ സംബന്ധിച്ചിടത്തോളം ആചാര അനുഷ്ഠാ നങ്ങളുടെ പരിഷ്കരണവും, അധീശത്വത്തിന്റെ പരമ്പരാഗത ചിഹ്ന നിരാസവും ജാതിക്കുള്ളിൽ നടക്കുന്ന ഒരു പരിഷ്കരണ പ്രക്രിയ മാത്ര മായിരുന്നില്ല. മറിച്ച് ജാതി ഹിന്ദുക്കൾ തങ്ങളുടെ അധീശത്വത്തെ ഉറപ്പിക്കുന്നതിനായി പടച്ച നിയമങ്ങളുടെ നിരാസങ്ങൾ കൂടിയാ യിരുന്നു. കല്ലുമാല പൊട്ടിച്ചെറിഞ്ഞ് മാറുമറച്ച സ്ത്രീകളും വില്ലവണ്ടി യിൽ യാത്ര ചെയ്ത അയ്യൻകാളിയും നടത്തുന്ന പ്രതിഷേധങ്ങൾക്ക് ഇത്തരം ഇരട്ട നിരാസങ്ങളുടെ മൂർച്ചയാണുള്ളത്. പൊതു നിരത്തിൽ സഞ്ചരിക്കാനും സ്ഥലികളിൽ പ്രവേശിക്കാനുമുള്ള അവകാശം മാത്ര മല്ല അയ്യങ്കാളി പ്രസ്ഥാനം നേടിയെടുത്തത്. ഇത്തരം ഇടങ്ങളിൽ ധൈര്യത്തോടെ കടന്നുചെല്ലാനും സ്വയം നിർണയിക്കാനുമുള്ള തന്റേടവും ശേഷിയും കൂടിയാണ്. ഈ നേട്ടങ്ങൾക്ക് ആത്മാഭിമാ നത്തിലൂന്നിയ പുതിയൊരു സ്വത്വബോധത്തിലേക്ക് ദളിതുകളെ നയിക്കാൻ കഴിഞ്ഞു. അയ്യങ്കാളി പ്രസ്ഥാനത്തിന്റെ ഇടപെടലുകൾ ഓരോന്നും ഇത്തരത്തിലാണ് നാം നോക്കിക്കാണേണ്ടത്.

അയ്യങ്കാളിയുടെ സമരങ്ങളിൽ കൂടുതൽ ഖ്യാതി പിടിച്ചു പറ്റാൻ കഴിഞ്ഞത്, 1907-ൽ തുടങ്ങി ഒരു വർഷക്കാലത്തോളം നീണ്ടുനിന്ന പണിമുടക്കു സമരത്തിനായിരുന്നു. ഇതിനെ പൊതുവിൽ കേരള ത്തിലെ ആദ്യത്തെ കർഷകത്തൊഴിലാളി സമരമായാണ് എല്ലാവരും ഉയർത്തിക്കാണിക്കുന്നത്. ഒരു പക്ഷേ കാർഷിക വൃത്തി ഉപജീവ നമാർഗ്ഗമാക്കിയിരുന്നവർ നടത്തിയ സമരമായതു കൊണ്ടാവണം അതിന് ഇങ്ങനെയൊരു വ്യാഖ്യാനം വന്നു ചേർന്നത്. ഉദാഹര ണത്തിന് ഈ സമരത്തെക്കുറിച്ച് ചെന്താരശ്ശേരി ഇങ്ങനെയാണ് വിവരിക്കുന്നത്. മാർക്സിയൻ ചിന്താഗതിയും ട്രേഡ് യൂണിയൻ പ്രസ്ഥാനങ്ങളും കേരളത്തിന് അപരിചിതമായ കാലത്താണ് അയ്യങ്കാളി ഒരു പണിമുടക്കം സമരത്തിന് ആഹ്വാനം നൽകിയത്.

അക്കാലത്ത് ഈ രാജ്യത്ത് പണിമുടക്കം എന്നത് കേട്ടുകേഴി പോലു മില്ലാത്ത ഒരു സമരായുധമായിരുന്നു. റഷ്യൻ വിപ്ലവത്തിന്റെ തന്നെ ശൈശവകാലഘട്ടമായിരുന്നു അത്.[14] ഒരു സമരം ആര് ചെയ്യുന്നു, എങ്ങനെ ചെയ്യുന്നു എന്നതുപോലെ തന്നെയോ അതിലേറെയോ പ്ര ധാന്യമുള്ളതാണ്, എന്തിനുവേണ്ടി ചെയ്യുന്നുവെന്നത്. വിദ്യാഭ്യാസം നേടുന്നതിനുവേണ്ടി ചെയ്ത ഒരു സമരത്തെ കർഷകത്തൊഴിലാളി സമരമായി കാണുന്നതിൽ ഗുരുതരമായ പാളിച്ചകൾ ഉള്ളതായി വിശദവായനയിൽ നമുക്ക് ബോധ്യപ്പെട്ടും.

1812 ലെ കുറിച്യ ലഹളയാണ് ഇന്ത്യയിലെ തന്നെ ആദ്യത്തെ കാർഷികസമരമെന്ന് എം. കുഞ്ഞാമൻ[15] അവകാശപ്പെടുന്നുണ്ട്. അതായത് അയ്യങ്കാളിയുടെ സമരത്തിന് ആദ്യത്തേത് എന്ന വിശേഷണം നഷ്ടപ്പെടുന്നു എന്നർത്ഥം. അല്ലെങ്കിൽ തന്നെ ആദ്യ ത്തേത് എന്നുപറഞ്ഞ് ആവേശം കൊള്ളുന്നതിൽ ദളിതുമകൾക്ക് നേട്ടമെന്താണ്? മറിച്ച് അവരെ സംബന്ധിച്ചിടത്തോളം പ്രസ്തുത സമരത്തെ വർഗ്ഗ വിശകലനത്തിന്റെ മൂശയിലൊഴിച്ച് വിശകലനം ചെയ്യുന്നതിൽ സാരമായ കുഴപ്പമുണ്ട്. അത് അടിമത്തവും, അയിത്തവും അനുഭവിച്ചപോന്ന കേരളത്തിലെ പുലയർ, പറയർ, കുറവർ, അയ്യനവർ, പുതു ക്രിസ്ത്യാനികൾ തുടങ്ങിയ ജാതികൾ ചേർന്ന് നടത്തിയ നിഷേധ സമരമാണ്. വിദ്യാഭ്യാസം ചെയ്യാ നുള്ളതു പോലുള്ള അടിസ്ഥാന അവകാശങ്ങൾ നിഷേധിച്ചാൽ രാജ്യത്തിന്റെ നിലനിൽപിനെ തന്നെ സ്തംഭിപ്പിക്കാൻ കഴിയുന്ന ചില നിഷേധങ്ങൾ സംഘടിപ്പിക്കാൻ ദളിതുകൾക്കു കഴിയുമെന്നുള്ള സ്വയം പ്രഖ്യാപനമായിരുന്നു അത്.[16] അയ്യങ്കാളിയുടെ പണിമുടക്ക സമരത്തെ ഇത്തരത്തിൽ സമീപിക്കുമ്പോൾ മാത്രമാണ് ദളിതുകൾ ക്കതിന്റെ ആവേശതന്മാത്രകളെ തങ്ങളുടെ പുതിയ സ്വത്യാന്വേഷ ണങ്ങളുമായി വിളക്കിച്ചേർക്കാൻ കഴിയുക.

1912ൽ അയ്യൻകാളി ശ്രീമൂലം പ്രജാസഭയിലേക്ക് നോമിനേറ്റ് ചെയ്യപ്പെടുന്നതു മുതൽ 1933ൽ തൽസ്ഥാനത്തുനിന്ന് വിരമിക്കുന്നതു വരെയുള്ള കാലഘട്ടത്തിലെ പ്രസ്ഥാനത്തിന്റെ ചരിത്രവും അയ്യ കാളിയുടെ നിലപാടുകളും പ്രത്യേകം ശ്രദ്ധയർഹിക്കുന്നവയാണ്. ഇക്കാലത്താണ് തന്റെ ഇടപെടലിന്റെ മേഖല സഞ്ചാര സ്വാത ന്ത്ര്യം, വിദ്യാഭ്യാസാവകാശം തുടങ്ങിയവയിൽ നിന്ന് തൊഴിൽ സമ്പാദനത്തിന്റെയും, സംവരണത്തിന്റെയും, ഭ്രസ്വത്തിന്റെ

ആവശ്യകതയിലേക്കും അയ്യങ്കാളി വളർത്തിയെടുക്കുന്നത്. അതു കൊണ്ടാവണം ഒരു പരിധിവരെ പിന്നീട് നടന്ന സമരങ്ങളുടെയും ലഹളകളുടെയും മുൻനിരയിൽ അയ്യങ്കാളിയെ നാം കാണാത്തത്. മറിച്ച് പ്രശ്നങ്ങൾ പരിഹരിക്കാനെത്തുന്ന മധ്യസ്ഥരിൽ കാണുന്നതും[17]. ഇതിന് ഒരു ആരോപണത്തിന്റെ സ്വഭാവമുണ്ടെങ്കിലും പ്രസ്തുത മാറ്റത്തെ ഒരു പരിമിതിയായും നയതന്ത്രപരമായ ചുവടുമാറ്റമായും കാലാനുസൃതമായ ഇടപെടലായും മനസിലാക്കുന്നതാവും കൂടുതൽ ശരി. അയ്യങ്കാളി പ്രജാസഭാംഗമാകുന്നതോടെ പ്രസ്ഥാനത്തിന്റെ മിലിറ്റന്റ് സ്വഭാവത്തിന് അയവുണ്ടാകുന്നതായി അലക്സ് ജോർജ്ജ് നിരീക്ഷിക്കുന്നുണ്ട്[18] ഇതു ശരിയായിരിക്കാം, പക്ഷേ ദളിതുകൾ എക്കാലവവും അവരുടെ സമരത്തിന്റെ മേഖല തെരുവുകളിൽ തന്നെ ഒതുക്കിനിർത്തണമെന്ന് പറയുന്നതിൽ കഥയില്ലല്ലോ.

ഈ കാലഘട്ടത്തിലാണ് തിരിവിതാംകൂറിലേക്ക് അയ്യങ്കാളി പ്രസ്ഥാനത്തിന്റെ പ്രവർത്തന മേഖല വ്യാപിക്കുന്നതും പ്രസ്ഥാനം അതിന്റെ എല്ലാ അർത്ഥത്തിലും ഉന്നതിയിലെത്തുന്നതും. ഈ സമയത്ത് ശ്രീനാരായണ ധർമ്മപരിപാലന യോഗം കഴിഞ്ഞാൽ കേരളത്തിലെ ഏറ്റവും വല്യതും സുശക്തവുമായിരുന്ന സംഘടന സാധു ജനപരിപാലന സംഘമായിരുന്നു[19]. 1916 മുതൽ തൃക്കാടിത്താനം കാളി ചോതിക്കുറിപ്പിന്റെ പത്രാധിപത്യത്തിൽ 'സാധുജനപരിപാ ലിനി' എന്നൊരു പത്രവും സംഘത്തിന്റേതായി പ്രസിദ്ധീകരിക്ക പ്പെട്ടിരുന്നു.

ശ്രീമൂലം പ്രജാസഭാംഗം എന്ന നിലയ്ക്ക് അയ്യങ്കാളി ദളിതരുടെ അവകാശങ്ങൾ സ്ഥാപിച്ചെടുക്കുന്നതിൽ അങ്ങേയറ്റത്തെ ബുദ്ധിക്കൂർ മ്മതയും വൈഭവവും പുലർത്തിയിരുന്നതായി അദ്ദേഹം പ്രജാസഭ യിൽ നടത്തിയ പ്രസംഗങ്ങൾ പരിശോധിച്ചാൽ നമുക്കു ബോധ്യപ്പെ ടും. അയ്യങ്കാളി സമസ്ത മേഖലകളിലേക്കും തന്റെ അവകാശ പ്രസം ഗങ്ങളെ നയിക്കുന്നുണ്ടെങ്കിലും വിദ്യാഭ്യാസം, തൊഴിൽ, ഭൂസ്വത്ത്, തുടങ്ങിയ അടിസ്ഥാന വിഭവങ്ങളുടെ ഉടമസ്ഥതയെ സംബന്ധിച്ച് നടത്തിയ ചില പരമാർശങ്ങൾ മാത്രമാണ് ഇവിടെ വിശകലന വിധേയമാക്കുന്നത്. വിദ്യാഭ്യാസം ചെയ്യുന്നതിനുള്ള അവകാശത്തി ന്റെ സ്വഭാവം അതിന്റെ നിഷേധമുണ്ടാക്കാവുന്ന ഫലത്തെക്കുറിച്ചും അയ്യങ്കാളി പറയുന്നത് കേൾക്കുക. "പള്ളിക്കുടത്തിലിരിക്കമ്പോൾ ഒരു പുലയക്കുട്ടി ഒരിക്കലും മലിനമായിരിക്കുന്നില്ല. അതുകൊണ്ട്

പുലയക്കുട്ടികളെ പള്ളിക്കൂടത്തിൽ ചേർക്കാതിരിക്കാനുള്ള ഒരു കാരണവും അവരുടെ മലിനശീലങ്ങളാണെന്ന് പറയുന്നത് ശരിയല്ല. പരിഷ്കൃതരെന്ന നിലയിൽ ഇരിക്കുന്ന എന്നുള്ള കാരണത്തിൻമേൽ അവരെ ബഹിഷ്കരിക്കുന്നത് അന്യമതത്തിൽ ചേരുന്നതിന് അവരെ പ്രേരിപ്പിക്കുകയായിരിക്കും. എന്തുകൊണ്ടെന്നാൽ അപ്രകാരം ചെയ്ത ഉടൻ സ്കൂളിൽ പ്രവേശനം ലഘുവായി ലഭിക്കുന്നു" (1916 ഫെബ്രുവരി 28).

അയിത്തജാതിയിൽപെട്ട കുട്ടികളെ സ്കൂളിൽ പ്രവേശിപ്പിക്കാ തിരിക്കുന്നതിന്റെ പിന്നിലെ സവർണഭാഷ്യത്തെ എത്ര സമർ ത്ഥമായാണ് അയ്യങ്കാളി പൊളിച്ചുകൊട്ടുക്കുന്നത്. ഒപ്പം മയത്തിൽ ഒരു ഭീഷണിയും ക്രിസ്തുമതത്തിലേക്ക ചേർന്നാൽ സ്കൂൾ പ്രവേശനം സാധ്യമാകുന്ന ഒരു സ്ഥിതിവിശേഷവും ഇവിടെ നിലനിൽക്കുന്ന ണ്ടെന്ന് അറിയുക. തൊഴിലുമായി ബന്ധപ്പെട്ടും ദളിത് വിഭാഗങ്ങളുടെ താൽപര്യസംരക്ഷണത്തെ മുൻനിർത്തി നിരവധി പ്രസംഗങ്ങൾ അയ്യങ്കാളി പ്രജാസഭയിൽ നടത്തുന്നുണ്ട്. ഉദാഹരണത്തിന്,

"പതിനഞ്ചു വർഷത്തേക്ക് എങ്കിലും എന്റെ സമുദായക്കാർക്ക് ഉദ്യോഗം നൽകുന്ന കാര്യത്തിൽ മുൻഗണന നൽകുകയും അവരെ വയസ്സുപരിമിതിയിൽ നിന്നൊഴിവാക്കുകയും ചെയ്യേണ്ടതാണ്. ആറും ഏഴും ക്ലാസുകളിൽ വരെ പഠിച്ചിട്ടുള്ള എന്റെ ആളുകൾക്ക് സംസ്ഥാനത്തെ എല്ലാ ഡിപ്പാർട്ട്മെന്റുകളിലും ശിപായി ജോലി യെങ്കിലും നൽകേണ്ടതാണ് (1932 മാർച്ച് 18).

ഒരു പക്ഷേ തന്റെ പ്രജാസഭ ജീവിതത്തിൽ ഏറ്റവും അധികം തവണ അയ്യങ്കാളി സംസാരിച്ചത് ഭൂമിയിൽ മേലുള്ള ഉടമസ്ഥത ദളിതുകൾക്ക് ലഭിക്കുന്നതിന്റെ ആവശ്യകതയെക്കുറിച്ചായിരിക്കും. തുടക്കം മുതൽ ഒട്ടക്കം വരെയുള്ള മിക്ക പ്രസംഗങ്ങളും അയ്യങ്കാളി ഇത് ആവർത്തിക്കുന്നുണ്ട് പ്രജാസഭയിൽ ആദ്യമായി നടത്തിയ പ്രസംഗത്തിൽ തന്നെ അപേക്ഷപ്രകാരം പുലയർക്ക ലഭിക്കുന്ന പുതുവൽഭൂമി റവന്യൂ ജീവനക്കാരുടെ സഹായത്തോടെ ഉയർന്ന ജാതിവിഭാഗങ്ങൾ തട്ടിയെടുത്ത വിവരം ബോധിപ്പിക്കുന്നുണ്ട്. പണ്ടുണ്ടായിരുന്ന ഭൂമിക്കൂടി ഇപ്പോൾ നഷ്ടപ്പെട്ടുവെന്നും അദ്ദേഹം ഓർമ്മപ്പെടുത്തുന്നുണ്ട്. ഇത് ഇപ്രകാരം തുടരുന്നു.

"ധനികരായ വസ്തു ഉടമസ്ഥരിൽ നിന്നും ഞങ്ങൾ സങ്കടങ്ങൾ അനുഭവിച്ചവരുന്നുണ്ട്. എന്തെന്നാൽ ഞങ്ങൾ ഇതുവരെ വാക്കാൽ

സമ്മതിക്കപ്പെട്ടിരുന്നതും ഫലപ്രദമാക്കപ്പെട്ടതും ആയ ഭൂമികളിൽ നിന്നും ഞങ്ങളെ അവർ വെളിയിലാക്കിയിരിക്കുന്നു. ഇത്രമാത്രമല്ല. വനം വകുപ്പിലെ ചില ഉദ്യോഗസ്ഥന്മാർ ആ പ്രദേശത്തിലെ ഏതാനും ധനികന്മാരോട് യോജിച്ചുകൊണ്ട്. ഒഴിച്ചിട്ട വനങ്ങളാണെന്ന വാദത്തെ പുറപ്പെടുവിച്ച് വനങ്ങളിലുള്ള ഞങ്ങളുടെ കുടിലുകളിൽ നിന്നും പോകാൻ ഞങ്ങളെ നിർബന്ധിച്ചവരികയും അതേ സമയത്തു തന്നെ മറ്റള്ളവർ ആ പ്രദേശത്തെ കൈവശപ്പെടുത്താൻ അനുവദി ക്കുകയും ചെയ്യുന്നു[20] (1912 ഫെബ്രുവരി 27)

മിക്ക പ്രസംഗങ്ങളിലും അയ്യങ്കാളി ഭൂമിപ്രശ്നം ഉൾക്കൊള്ളിക്കാ റുണ്ടെങ്കിലും പലപ്പോഴും അതൊന്നും പരിഹരിക്കുവാൻ ഭരണകർ ത്താക്കൾ ശ്രമിച്ചിരുന്നില്ല. അനുവദിച്ചുകിട്ടിയ ഭൂമിയിൽ പോലും അധികാരം സ്ഥാപിക്കാനോ അതിനെ സംരക്ഷിക്കാനോ അക്കാ ലത്തു ദളിതർക്ക കഴിഞ്ഞിരുന്നില്ല. അതുകൊണ്ടാണല്ലോ പ്രജാസഭ യിൽ നിന്ന് വിരമിക്കുന്നതിന്റെ തലേവർഷം പോലും താഴെപറയും പ്രകാരം ഭൂമി പ്രശ്നം ഉന്നയിക്കാൻ അയ്യങ്കാളി നിർബന്ധിതനാവു ന്നത്. "ഭൂമി പതിച്ചു കിട്ടുന്ന കാര്യത്തിൽ പുലയർ വിഷമങ്ങൾ അനു ഭവിക്കുന്നുണ്ടെന്ന് ഞാൻ ഗവൺമെന്റിന്റെ ശ്രദ്ധയിൽപ്പെടുത്തുന്നു. സാധാരണയായി കിടപ്പാടം മാറിപ്പോകാൻ പുലയർ ഇഷ്ടപ്പെടാറി ല്ല. അതുകൊണ്ട് കുടികിടപ്പുകാരായ അങ്ങനെയുള്ള ആളുകൾക്ക് കുറഞ്ഞ പക്ഷം എട്ടുസെന്റ് സ്ഥലമെങ്കിലും എഴുതികൊട്ടക്കുകയും വേണമെങ്കിലൽ സ്ഥല വില അവരിൽ നിന്നും നാലോ അഞ്ചോ തവണയായി ഈടാക്കുകയും ചെയ്യാവുന്നതാണ്" (1932. മാർച്ച് 11).

ഭൂമിയില്ലായ്മയാണ് ദളിതരുടെ പിന്നോക്കാവസ്ഥയുടെ പ്രധാന കാരണങ്ങളിലൊന്ന് എന്ന് അയ്യങ്കാളി തിരിച്ചറിഞ്ഞിരുന്നു. അതു കൊണ്ടാണ് അദ്ദേഹം 8 സെന്റ് സ്ഥലമെങ്കിലും അവർക്ക് നൽക ണമെന്ന് ആവശ്യപ്പെടുന്നത്. പക്ഷേ ദളിതുകളുടെ ഭൂമി പ്രശ്നം അയ്യ ങ്കാളിക്ക പരിഹരിക്കാൻ കഴിഞ്ഞില്ല. അത് ഇന്നും കേരളത്തിലെ ദളിതുകളുടെ സവിശേഷ പ്രശ്നമായി അവശേഷിക്കുകയാണ്. അയ്യൻ കാളിയുടെ പ്രജാക്ഷേമ സമാജികത്വത്തിനു ശേഷമുള്ള പ്രസ്ഥാന ത്തിന്റെയും ഗതിവിഗതികളെക്കുറിച്ച് പറയുന്നതിനു മുമ്പ്, അതിനു സമാനമായി കേരളത്തിന്റെ സാമൂഹ്യ ബന്ധങ്ങളിൽ ഇടപെട്ട ഇതര ദളിത് പ്രസ്ഥാനങ്ങളെക്കുറിച്ച് ചില കാര്യങ്ങൾ സൂചിപ്പിക്കുന്നത് നന്നായിരിക്കും.

മറ്റ് ദളിത് സാമൂഹ്യ പ്രസ്ഥാനങ്ങൾ

അയ്യങ്കാളി പ്രസ്ഥാനം കേരളത്തിൽ സജീവമായിരുന്ന കാലത്ത് അതിന് സമാന്തരമായും, അതേ തുടർന്നും ഒട്ടേറെ ദളിത് സാമൂഹ്യ പ്രസ്ഥാനങ്ങൾ നാടിന്റെ വിവിധ ഭാഗങ്ങളിൽ ഉടലെടുക്കുന്നുണ്ട്. പൊയ്ക്കയിൽ യോഹന്നാന്റെ പ്രത്യക്ഷ രക്ഷാ ദൈവസഭയും പാമ്പാടി ജോൺ ജോസഫിന്റെ ചേരമർ സംഘവും, കെ. പി കുറുപ്പന്റെ ഇടപെ ടലുകളുമാണ് ഇവയിൽ ശ്രദ്ധിക്കപ്പെടേണ്ടവ.

പൊയ്ക്കയിൽ യോഹന്നാൽ സ്ഥാപിച്ച പ്രത്യക്ഷരക്ഷാ ദൈവസ ഭയാണ് (1910) കേരളത്തിൽ ദളിതകൾക്കിടയിൽ ആത്മീയമായ ഒരേകീകരണത്തിന്റെ സാധ്യത ആദ്യമായി അന്വേഷിക്കുന്നത്.അയ്യ ങ്കാളിയെ കൂടാതെ ഉപജാതി-മത പരിഗണനകൾക്കതീതമായി സാമൂഹ്യ പരിഷ്ക്കരണ രംഗത്ത് വർത്തിച്ച ഏക വ്യക്തിയായിരുന്ന യോഹന്നാൻ. സ്വന്തമായ ചരിത്രം ഇല്ലാതെ പോയ അടിമ സന്തതി കളുടെ രക്ഷയ്ക്ക് അടിമരൂപത്തിൽ പിറവിയെടുത്ത രക്ഷകനായാണ് വിശ്വാസികൾ അദ്ദേഹത്തെ കണ്ടത്. യോഹന്നാന്റെ നേതൃത്വത്തിൽ പുതിയൊരു മതം ദളിതകൾക്കിടയിൽ നിലവിൽ വരികയും ചെയ്തു. സ്വന്തം ചരിത്രത്തെ കണ്ടെത്തുവാനുള്ള യോഹന്നാന്റെ ശ്രമങ്ങൾ അവസാനിക്കുന്നത് ആദി ദ്രാവിഡ സിദ്ധാന്തത്തിലാണ്. [21] ദളിത കളായ പുലയർ, പറയർ, കുറവർ ഇടങ്ങിയവർ ആദി ദ്രാവിഡരുടെ പിൻമുറക്കാരാണെന്ന വാദമാണ് ഈ സിദ്ധാന്തത്തിന്റെ കാതൽ. നിലനിന്നിരുന്ന ജാതി സങ്കൽപത്തെ ഒന്നാകെ തിരസ്ക്കരിച്ചുകൊണ്ട് പുതിയൊരു സ്വത്വബോധത്തിലേക്ക് കീഴാള ജാതികളെ ഒത്തുചേർ ക്കാനായിരുന്ന പ്രധാനമായും യോഹന്നാൽ ശ്രമിച്ചത്. അടിമ സന്ത തികൾ എന്ന തീവ്രവും, വൈകാരികവുമായ സ്വത്വബോധത്താൽ ദളിതകളെ ഏകീകരിച്ച് അവർക്കിനിയും ലഭിച്ചിട്ടില്ലാത്ത സ്വത്തും, അധികാരവും നേടാൻ അവരെ മാനസികമായും ഭൗതികമായും തയ്യാ റാക്കുകയാണ് യോഹന്നാൻ യഥാർത്ഥത്തിൽ ചെയ്തത്. ആത്മീയ ഏകീകരണം വഴി ഭൗതിക നേട്ടങ്ങളിലേക്ക് കടക്കുക എന്ന തന്ത്ര മായിരുന്നു ഇതിനു പിന്നിൽ.

ദളിതകളുടെ ഏകീകരണത്തിനും വളർച്ചയ്ക്കും വിഘാതം നിൽക്ക ന്ന ഉപജാതി ക്രമങ്ങളെ നിരാകരിക്കുകയും വ്യക്തി പരിഷ്ക്കരണത്തിൽ ഊന്നിയുള്ള സാമൂഹ്യ വികസനത്തിൽ ശ്രദ്ധിക്കുക വഴി പ്രത്യക്ഷ ദൈവരക്ഷാസഭ കേരളത്തിലെ ദളിതകളുടെ സർവ്വതോന്മുഖമായ

വളർച്ചയ്ക്കാണ് ശ്രമിച്ചത്. സഭയുടെ പ്രതിനിധിയായി 1921 ൽ യോഹന്നാൻ ശ്രീമൂലം പ്രജാസഭയിലേക്ക് നോമിനേറ്റ് ചെയ്യപ്പെട്ടുന്നുണ്ട്. ഏതെങ്കിലും ജാതിയുടെ പ്രതിനിധിയല്ലാതെ പ്രജാസഭയിലേക്ക് നിർദ്ദേശിക്കപ്പെട്ട ഏക ദളിതനായിരുന്ന പൊതുയിൽ യോഹന്നാൻ. തോത്തും പ്ലാനം[22] അനുസരിച്ച് ജീവിച്ച് മുൻതലമുറയ്ക്ക് നഷ്ടമായത് വീണ്ടെടുക്കാനും ഭൂമിയിലെ ജീവിതത്തിൽ വെച്ചതന്നെ മോക്ഷം പ്രാപിക്കാനും ആഗ്രഹിച്ച യോഹന്നാന്റെ അനുയായികൾ പിന്നീട് ശൈഥില്യത്തിലേക്ക് പോകുന്നതാണ് നാം കണ്ടത്.[23]

പല്ലയർ ആ പേരിൽ അറിയപ്പെടുന്നത് അപമാനകരമാണെന്ന് പ്രഖ്യാപിച്ചുകൊണ്ടായിരുന്ന ജോൺ ജോസഫ് തന്റെ സാമൂഹ്യ രംഗപ്രവേശനത്തെ ശ്രദ്ധേയമക്കുന്നത്. പുലയൻ എന്ന ജാതിപേര് അപകർഷകതയുളവാക്കുന്നതാണെന്നും ആദിചേരന്മാരുടെ പിൻമു റക്കാരാണ് പുലയർ എന്നുമായിരുന്ന ജോൺ ജോസഫിന്റെ വാദം, ഈ വാദമാണ് പിന്നീട് ചേരമാർ സംഘത്തിന്റെ (1921) രൂപീക രണത്തിലേക്ക് ജോൺ ജോസഫിനെ നയിച്ചത്. ഇതേ തുടർന്ന് ഇദ്ദേഹം പ്രജാസഭയിലേക്ക് നോമിനേറ്റ് ചെയ്യപ്പെട്ടുന്നുമുണ്ട്. ബ്രിട്ടീഷ് സർക്കാറിന്റെ ശ്രദ്ധയിലേക്ക് സുറിയാനി ക്രിസ്ത്യാനികൾ പുതു ക്രിസ്ത്യാനികൾക്കു നേരെ നടത്തുന്ന വിവേചനങ്ങളെ ഇറന്ന കാട്ടിക്കൊണ്ട് ഒരു മെമ്മോറാണ്ടം കൊടുക്കാൻ കഴിഞ്ഞത് ജോൺ ജോസഫിന്റെ പ്രവർത്തനങ്ങളിലെ എടുത്തു പറയേണ്ട ഒന്നാണ്. 'ചേരമർ ദൂതൻ' എന്നൊരു പത്രവും സംഘടനയുടെ പേരിൽ പ്രസിദ്ധീകരിക്കുന്നുണ്ട്. ആദ്യകാലത്ത് ചേരമാർസംഘത്തിൽ മതം ഒരു പ്രശ്നമായിരുന്നില്ലെങ്കിലും പിൻക്കാലത്ത് അത് 'ഹിന്ദു ചേരമർ' സംഘമായും, 'ക്രിസ്ത്യൻ ചേരമർ സംഘ'മായും വിഘടിച്ചു പോവുകയാണ് ഉണ്ടായത്.

കൊച്ചിയിലെ പുലയരുടെ സാമൂഹ്യ പ്രസ്ഥാനങ്ങളിൽ പ്രവർ ത്തിച്ചുകൊണ്ടാണ് കെ.പി. കറുപ്പൻ സാമൂഹ്യ-സാഹിത്യ രംഗത്തെ ഇടപെടലുകൾക്ക് തുടക്കം കുറിക്കുന്നത്. ധീവര സമുദായത്തിൽ ജനിച്ച കറുപ്പൻ 'കൊച്ചി പുലയ മഹാസഭ' യുടെ സജീവ പ്രവർത്തക നായിരുന്നു. സാമൂഹ്യ രംഗത്തോടൊപ്പം സാഹിത്യരംഗത്തും കറുപ്പൻ തന്റെ പ്രതിഷേധങ്ങളെ അഴിച്ചുവിട്ടു. കറുപ്പിന്റെ കൃതികളിൽ പലതും സവർണ്ണർക്കിടയിൽ അടക്കാനാവാത്ത അസ്വസ്ഥത വളർത്തുന്ന തിന് കാരണമായി. 'ബാലകലേശം' എന്ന നാടകത്തെ വിമർശിച്ച

കൊണ്ട് സ്വദേശഭിമാനി രാമകൃഷ്ണപ്പിള്ള 'കുറുപ്പന്റെ കൃതിയിൽ മത്സ്യ ഗന്ധം അനുഭവപ്പെടുന്നു'[24] എന്നുവരെ എഴുതുകയുണ്ടായി.

ജാതിക്കുമ്മി, ശാകുന്തളം(വഞ്ചിപ്പാട്ട്), ഉദ്യാനവിരുന്ന് തുടങ്ങിയ വയാണ് പിൻക്കാലത്ത് കവിതിലകൻ പണ്ഡിറ്റ് കെ.പി. കറുപ്പൻ എന്നറിയപ്പെട്ട ഇദ്ദേഹത്തിന്റെ മറ്റു കൃതികൾ. ഇടപെടലുകളിൽ കീഴാള താൽപര്യം സ്വീകരിച്ചുകൊണ്ട് എഴുതുക വഴി പരമ്പരഗത ഭാവുകത്വമൂല്യ സങ്കല്പങ്ങളുടെ കടയ്ക്കൽ പരിക്കേൽപ്പിച്ചതുകൊണ്ടാണ് കേരളത്തിലെ ദളിതുകളുടെ സത്വഗവേഷണ ചരിത്രത്തിലും, സാമൂഹ്യ പ്രസ്ഥാന ചരിത്രത്തിലും കെ.പി. കറുപ്പൻ പരിഗണനീ യനാവുന്നത്.

അയ്യങ്കാളി പ്രസ്ഥാനത്തിന്റെ തകർച്ചയും, ഉപജാതി സംഘടനകളുടെ ശക്തിപ്പെടലും

1912നു മുമ്പുള്ള കാലയളവിൽ അയ്യങ്കാളി അയിത്തജാതിക്കാ രുടെ അവകാശങ്ങൾക്കും സാമൂഹ്യ നീതിയ്ക്കും വേണ്ടി അധികാരി വർഗ്ഗത്തോട് നേരിട്ടൊരു കലാപത്തിന് ഒരുങ്ങിയിരുന്നെങ്കിൽ അതിനു ശേഷം പ്രസ്തുത കാര്യങ്ങൾ നേടിയെടുക്കാൻ ബുദ്ധിപരവും നയതന്ത്രപരവുമായ സമീപനങ്ങളാണ് പുലർത്തുന്നത്. 1933-ൽ പ്രജാസഭയിൽ നിന്നും വിരമിക്കുന്നതോട്ടുകൂടി ഒരു പ്രസ്ഥാനമെന്ന നിലക്ക് സാധുജനപരിപാലന സംഘം അതിന്റെ ദൗർബല്യങ്ങൾ ഇറന്നുകാട്ടിയുടങ്ങുന്നു. പിന്നീട്ടുള്ള കാലം സംഘത്തിന്റെ അപചയ ത്തിന്റേതായിരുന്നു. ടി.ടി കേശവശാസ്ത്രികളുടെ ജാതിയടിസസ്ഥാ നത്തിലുള്ള പ്രവർത്തനങ്ങളാണ് പ്രസ്ഥാനത്തിന്റെ തകർച്ചയുടെ ആദ്യത്തെ കാരണങ്ങളിൽ ശ്രദ്ധേയം. അയ്യങ്കാളി വിരമിച്ച സീറ്റി ലേക്ക് നോമിനേറ്റ് ചെയ്യപ്പട്ട സാമൂഹ്യ പരിഷ്കർത്താവായിരുന്നു ശാസ്ത്രികൾ. പ്രജാസഭാംഗത്വം നേടുന്നതുൾപ്പെടെയുള്ള ആഭ്യന്തര പ്രശ്നങ്ങളിൽ അയ്യങ്കാളിയും ശാസ്ത്രികളും തമ്മിൽ ഉരസൽ ഉണ്ടാകുന്ന തായി ചെന്താരശ്ശേരി രേഖപ്പെടുത്തുന്നുണ്ട്.[25] വടക്കരെന്നും, തെക്ക രെന്നുമുള്ള പ്രാദേശിയ മനോഭാവവും ഉപജാതി-മത തരംതിരിവുകൾ പ്രസ്ഥാനത്തിനുള്ളിൽ ശക്തി പ്രാപിക്കുന്നതും ഇക്കാലത്താണ്. കേരള ഹിന്ദുമിഷന്റെ [26] സജീവ പ്രവർത്തകൻ കൂടിയായിരുന്ന ശാസ്ത്രികൾ. ഈയവസരത്തിൽ വിവിധ ഭാഗങ്ങളിൽ രൂപീകൃതമാ യിക്കഴിഞ്ഞിരുന്ന പുലയ സംഘടനകളെ ഏകോപിപ്പിച്ചുകൊണ്ട്

'സമസ്ത തിരുവിതാംകൂർ പുലയ സഭ' രൂപീകരിക്കുന്നു. ഇതോട്ട കൂടി ക്രമേണ സാധുജന പരിപാലന സംഘം പ്രവർത്തനരഹിതമാവുക യും അയ്യങ്കാളി സംഘടനാ പ്രവർത്തനങ്ങളിൽ നിന്ന് സ്വമേധയാ പിൻവാങ്ങുകയുമാണ്.

മറ്റൊരു മേഖലയിൽ ജോൺ ജോസഫ് ഇടങ്ങിവെച്ച ചേരമർ വാദവും, പറയൻ മഹാസഭ, കുറവർ മഹാസഭ, അയ്യനർ മഹാസഭ ഇടങ്ങിയ ജാതി സംഘടനകളുടെ സ്വതന്ത്രപ്പെടല്യം, സാധുജന പരിപാലന സംഘത്തിന്റെ അപചയത്തിന് ആക്കം കൂട്ടുന്നുണ്ട്. [27] ജോൺ ജോസഫിന്റെ സത്യാനേഷണ രീതിയും അതിലൂടെ കണ്ടെത്തിയ 'സുവർണ ഭൂതകാലം' പുതിയ ജാതി സംജ്ഞയുടെ സ്വീകരണവും വലിയൊരളവിൽ ഇതര ദളിത് ജാതി പ്രസ്ഥാനങ്ങ ളുടെ പരിഷ്ക്കരണ രീതിയെ സ്വാധീനിക്കുന്നുണ്ട്.

മറ്റൊരു സ്വാധീനം ഇതേ കാലഘട്ടത്തിൽ തന്നെ ക്രൈസ്തവ മിഷണറിമാരെ അനുകരിച്ചുകൊണ്ടും പ്രതിരോധിച്ചുകൊണ്ടും രംഗത്തുവന്ന ഹിന്ദു മിഷണറികളുടെ ഇടപെടലുകളാണ്. ഇതേ തുടർന്നാണ് പ്രസ്തുത ജാതികൾ പുതിയ ജാതി സംജ്ഞകൾ സ്വീക രിച്ച് 'പരിഷ്ക്കരാവാൻ' ശ്രമിക്കുന്നത്. പരവർ ഭരതരായും പറയർ സംബവരായും, കുറവൻ സിദ്ധനരായും, മറ്റും മാറ്റുന്നത് മേൽപ്പറ ഞ്ഞ സ്വാധീനങ്ങളിൽ പെട്ട നടത്തുന്ന സ്വത്വാനേഷണങ്ങളിൽ കൂടിയാണ്. സ്വത്വപ്രശ്നങ്ങളുടെ പാരമ്യത്തിൽ തങ്ങളുടെ ജാതീയമായ അസ്തിത്വത്തെ ഏതെങ്കിലും ഖ്യാതി -സ്തുതി ബന്ധിതമായൊരു കാലപ്പഴമയിൽ കണ്ടത്തേണ്ടഗതികേടും ദളിതുകൾക്കുണ്ടായിരുന്നു. ഇത്തരം വിഘടിച്ച് പോകലുകളുടെ 'സവർണ കാല'ത്താണ് ടി ടി കേശവശാസ്ത്രികൾ പുതിയ സംഘടന കെട്ടിപ്പട്ടുക്കുന്നതും അതുവഴി സാധുജന പരിപാലന സംഘം തകർന്നു ഇടങ്ങുന്നതും.

സാമൂഹികവും സാമ്പത്തികവുമായ അനാചാരങ്ങളുടെയും അസ്വാതന്ത്ര്യങ്ങളുടെയും പ്രകടമായ നിലനിൽപ് കേരളത്തിലിന്ന് അന്യമായിരിക്കുന്നതിനാൽ 19-ാം നൂറ്റാണ്ടിന്റെ ഉത്തരാർദ്ധത്തില്യം 20-ാം നൂറ്റാണ്ടിന്റെ ആദ്യ ദശകങ്ങളില്യം അനിവാര്യമായിതീർന്ന ഒരു സമൂഹ്യഇടപെടൽ ആധുനിക കേരള സമൂഹം ആവശ്യപ്പെട്ട നില്ല. മറിച്ച് കാലികവും ദീർഘദൃഷ്ടിപരവും പുരോഗമനപരവുമായ ഇടപെടലുകളുടെ ആർജ്ജവത്വമാണ്. പക്ഷേ മാറുന്ന സാമൂഹ്യ പരിസരങ്ങളെയും ബന്ധങ്ങളെയും മേൽപ്പറഞ്ഞ രീതിയിൽ വായി ച്ചെടുക്കുന്നതിൽ ദളിത് പ്രസ്ഥാനങ്ങൾക്ക് പിഴവ് പറ്റുന്നതായാണ്

നാം കാണുന്നത്. ഇതര സാമൂഹ്യ പരിഷ്കരണ പ്രസ്ഥാനങ്ങളെല്ലാം തന്നെ കാലഘട്ടമാവശ്യപ്പെട്ട ഇടപെടലുകൾ നടത്തി, വിജയങ്ങൾ ആവർത്തിച്ച്, സജീവത പുലർത്താൻ വ്യത്യസ്ത ഭൂമികൾ കണ്ടുപിടി ച്ചപ്പോൾ ദളിതുകളുടെ പ്രസ്ഥാനങ്ങൾക്കൊന്നും പിടിച്ച നിൽക്കാൻ കഴിഞ്ഞില്ല. അതുകൊണ്ടതന്നെ ആന്തരികവും ബാഹ്യവുമായ കാരണങ്ങളെക്കാൾ പ്രസ്ഥാനത്തിന് വിനയായത് നിലപാടുകളിൽ കാലാനുസൃതമായ മാറ്റങ്ങൾ വരുത്തുന്നതിൽ സംഭവിച്ച പാളിച്ചക ളാണ് എന്ന് തിരിച്ചറിയേണ്ട ബാധ്യത ദളിത് പ്രസ്ഥാനങ്ങൾക്കാണ്. ജനതയുടെ സമകാലീന പ്രതിസന്ധിയോട്ടം ആവശ്യങ്ങളോട്ടം നീതി പുലർത്താൻ കഴിയുന്ന പ്രസ്ഥാനങ്ങൾക്കേ തുടർച്ചയായ നിലനിൽപ്പ് സാധ്യമാവുകയുള്ളൂ. നവകേളനീകരണത്തിന്റെയും ഹൈന്ദവതയുടെയുമൊക്ക പുതിയ ലോകം- സാമൂഹ്യക്രമത്തിൽ തിരിച്ചറിവുകളുടെ പിൻബലത്തിൽ ഒരു മുഴം മുമ്പെ എറിയാൽ ശേഷിയുള്ള സമൂഹങ്ങൾക്കേ ഒരു പ്രസ്ഥാനമായി വളരാൻ കഴിയു കയുള്ളൂ.

പ്രസ്ഥാനം എന്ന സങ്കൽപ്പം തന്നെ 'കെട്ടറപ്പുള്ള ഒരാൾക്കൂട്ടം' എന്ന നിലവിട്ട് സാമ്പത്തിക, സാംസ്കാരിക, സാഹിത്യ, ശാസ്ത്ര രംഗ ങ്ങളിലെ പ്രതിനിധാനവും അവയുടെ നിയന്ത്രണങ്ങളെ കൈയ്യാളുന്ന അധികാരവുമായി പരിണമിക്കുന്ന ഉത്തരാധുനിക സമൂഹത്തിൽ ദളിതുകൾ 'കെട്ടറപ്പുള്ളവർ' ആയിത്തീരുകയാണോ വേണ്ടത്. അതോ ഉത്തരാധുനികത നൽകുന്ന അനുഭവപാഠങ്ങളെ ഉൾക്കൊണ്ട് വിവധ മേഖലകളിലേക്ക് സ്വന്തം പ്രതിനിധാനത്തെയും നിർണ്ണായക ശേഷിയേയും കടന്നു കയറാൻ അനുവദിക്കുകയോ. ഉത്തരം കണ്ടെ ത്തേണ്ടത് കാലമല്ല, കാലഗതിയെ ഇന്നോവരെ നിയന്ത്രിക്കാൻ കഴിയാതെ പോയ സമൂഹങ്ങളാണ്.

●

1. പി.പി സാൻസ്ഗിരി. അംബേദ്ക്കറും ജാതി വ്യവസ്ഥയും. ചിന്ത പബ്ലിഷേസ്, തിരുവനന്തപുരം 1991 പു.11.

2. ഇപ്രകാരം പറഞ്ഞതു കൊണ്ടാണ് അംബേദ്കർ ജ്യോതിബാഫുലെക്ക് തന്റെ "ശ്രൂദ്രൻ ആരായിരുന്നു" എന്ന കൃതി സമർപ്പിക്കുന്നത്. കേരള ഭാഷാ ഇൻസ്റ്റിറ്റ്യൂട്ട്, 1991 തിരുവനന്തപുരം.

3. ചരിത്രാഖ്യായികാകാരനും, ഭാഷാനിപുണനുമായിരുന്ന സി.വി. രാമൻപിള്ളയുടെ സേവനങ്ങൾ കുറച്ചൊന്നുമല്ല എൻ എസ് എസ്സിനെ സ്വാധീനിച്ചിട്ടുള്ളു. ഇതിനു സമാന്തരമായി എസ്.എൻ.ഡി.പിക്ക് മഹാകവി കുമാരനാശാനും ഉണ്ടായിരുന്നു. പക്ഷേ അയ്യങ്കാളിയുടെ സഹായത്തിനുണ്ടായിരുന്നത് മതപരിവർത്തനത്തിലൂടെ അക്ഷരാ ഭ്യാസം സിദ്ധിക്കാൻ കഴിഞ്ഞ ഒരു തോമസ് വാദ്ധ്യാർ മാത്രമായിരുന്നു.

4. T.M Thomas Issac and D.K. Micheal Tharakan "Sree Narayana Movement, in Travancore1888-1929. A study of Socical Basis and ideological Reproduction centre for development studies working paper no 214. Trivandrum.

5. Alex George. "The Militant Phase of pulaya Movement of south Travancore 1884-1914 Work decument no. 22 Amsterdam; Centre for Asian Studies.

6. എം.കെ സാനു, 'നാരായണഗുരുസ്വാമി, നാഷണൽ ബുക്കസ്റ്റാൾ. കോട്ടയം 1986 പു 257.

7. സി.കെ. ഗംഗാധരൻ 'സഹോദരൻ അയ്യപ്പൻ, കേരള ഭാഷ ഇൻസ്റ്റിറ്റ്യൂട്ട്, തിരുവനന്തപുരം 1984 പു. 70.

8. അലക്സ് ജോർജ് അതേ പുസ്തകം പു.11

9. കൂടുതൽ വിവരങ്ങൾക്ക് വി. തങ്കയ്യും, ഡോ. കെ.പി തിലകും ചേർ ന്നെഴുതിയ 'തെക്കൻ തിരുവിതാംകൂർ - വിപ്ലവത്തിന്റെ നാട്, ഡി.സി. ബുക്സ് കോട്ടയം, 1995 എന്ന പുസ്തകം കാണുക.

10. ടി.എച്ച്.പി ചെന്താരശ്ശേരി. 'അയ്യങ്കാളി' പ്രഭാത് ബുക്ഹൗസ് തിരുവ നന്തപുരം, 1989 പു. 44

11. ടി.എച്ച് പി. ചെന്താരശ്ശേരി. 'അയ്യങ്കാളി നടത്തിയ സ്വാതന്ത്ര്യ സമങ്ങൾ, മാതൃഭൂമി കോഴിക്കോട്. 1991 പു 11.

12. പുതു ക്രുസ്ത്യാനികളായ വി.ജെ. തോമസ് വാദ്ധ്യാർ, ഹാരീസു വാദ്ധ്യാർ തുടങ്ങിയവരായിരുന്നു. 'അയിത്താചാരം വിരുദ്ധ പ്രസ്ഥാന'ത്തിനു തുടക്കം കുറിച്ചത്.

13. 'പൊട്ടിപ്പെടൽ' എന്നതു തികച്ചും ജനകീയമായൊരു സങ്കൽപ്പമാണ് സമുദായത്തിന്റെ രാഷ്ട്രീയവും. ബൗദ്ധികവുമായ സംഘടിത പ്രയത്നം കൊണ്ടു മാത്രമേ ഇതു സാധ്യമാകൂ (ടി.എം യേശുദാസൻ ദളിത് പഠന ങ്ങൾക്ക് ഒരു മുഖവുര, കോട്ടയം 1993. പു. 1.)

14. ടി.എച്ച്. പി. ചെന്താരശ്ശേരി, 1989 പു. 39

15. എം. കുഞ്ഞാമൻ 'കേരളത്തിന്റെ വികസന പ്രതിസന്ധി' സി.ഐ.എസ്. ആർ.എസ് തിരുവന്തപുരം , 1990 പു. 11

16. ലേഖകരുടെ തന്നെ ദളിതുകളുടെ സാമൂഹിക ശ്രുപീകരണം-ചില സവിശേഷ പ്രശ്നങ്ങൾ (സമീക്ഷ-ലക്കം 25) എന്ന ലേഖനം കാണുക.

17. 1914-15 കളിലെ 'തൊണ്ണുറാമാണ്ട് ലഹളകൾ' 1915 ലെ പെരിനാട് ലഹള 1921 ലെ എണ്ണൂറാം വയൽ ലഹള ഇടങ്ങിയവ ഇതിനു ഉദാഹരണങ്ങ ളാണ്.

18. അലക്സ് ജോർജ് അതേ പുസ്തകം

19. ടി.എച്ച്. പി. ചെന്താരശ്ശേരി 1991 പു,46 കൊല്ലത്ത് ഗോപാലദാസനം ആറന്മുളയിൽ കുറുമ്പൻ ദൈവത്താനം, തിരുവല്ലയിൽ വെള്ളിക്കര ചോതിയും, കൊമ്പാടി അണിഞ്ചനം മാലേലിക്കരയിൽ വിശാഖൻ തേവനം, കുട്ടനാട്ടിൽ ചരതൻ സോളമനം, ആലപ്പുഴയിൽ ശീതങ്കനം, കോട്ടയത്ത് തിരുപാർപ്പ് കുട്ടനമായിരുന്ന സംഘത്തിന്റെ നേതൃത്വം കൊടുത്തത്.

20. ഇതു തന്നെയാണല്ലോ പിൻക്കാലത്ത് കേരളത്തിലെ അദിവാസി മേഖലയിൽ കുടിയേറ്റമെന്ന പേരിൽ നടന്നതും നടന്നുകൊണ്ടിരി ക്കുന്നതും.

21. പി.സി. ജോസഫ് 'പൊയ്ക്കയിൽ ശ്രീകുമാരഗുരു ജീവിതവും ദർശനവും മലയാള ക്രൈസ്തവ സാഹിത്യസമിതി തിരുവല്ല 1994 പു. 45

22. രക്ഷിക്കപ്പെട്ടവർക്കും മാത്രമായി യോഹന്നാൻ നടത്തിയ യോഗങ്ങൾ 'തോളുയോഗം' എന്നാണ് അറിയപ്പെട്ടിരുന്നത്. 'തോളും പ്ലാനം" അനു സരിച്ച് എന്നതുകൊണ്ട് യോഹന്നാൻ ഉദ്ദേശിക്കുന്നത് അടിമപാരമ്പര്യ വിശ്വാസത്തിൽ അധിഷ്ഠിതമായ ജീവിതംകൊണ്ട് ആത്മീയവും, ഭൗതികവുമായ വീണ്ടെടുപ്പിന് തയ്യാറാവുക എന്നതാണ്.

23. ബേബി, ബാബുരാജൻ എന്നിവർ എഴുതിയ തിരുവിതാംകൂർ പ്രത്യക്ഷ രക്ഷാ' ദൈവസഭാചരിത്രം പൊയ്ക്കയിൽ യോഹന്നാന് ശേഷം 1994 എന്ന പുസ്തകം കാണുക.

24. മാഞ്ഞൂർ ഗോപാലൻ 'ദളിത് പിന്നോക്ക വർഗ്ഗങ്ങളും സംവരണവും, കോട്ടയം, 1995 പു, 63

25. ടി.എച്ച് പി ചെന്താരശ്ശേരി 1991. പു. 51

26. ഇക്കാലത്ത് ക്രിസ്തുമതത്തിലേക്കുള്ള അയിത്ത ജാതിക്കാരുടെ പരിവർ ത്തനത്തെ തടയുന്നതിന് ആത്മീയ സാമൂഹ്യ ബോധനവുമായി ഒട്ടേറെ ഹിന്ദുമതസംഘടനകൾ രംഗത്തു വരുന്നുണ്ട്.

27. പ്രത്യേക ജാതി സംഘടനകളായി മാറിയാൽ ഓരോ ജാതിക്കും പ്രജാസഭയിൽ അംഗത്വം ലഭിക്കുമെന്ന രീതി നിലനിന്നിരുന്നതും വിഘടനത്തിന് ആക്കംകൂട്ടി.

www.ingramcontent.com/pod-product-compliance
Lightning Source LLC
LaVergne TN
LVHW091100180726
843490LV00002B/572